AF747013

சொல்லத் தோணுது

தங்கர் பச்சான்

தங்கர் பச்சான் 1961-ம் ஆண்டு வட தமிழகத்தில் கடலூர் அருகிலுள்ள பத்திரக்கோட்டை என்னும் கிராமத்தில் ஓர் உழவர் குடியில் பிறந்தார். மிக விருப்பத்தோடு வரலாற்றில் இளங்கலைப்பட்டம் பெற்று, தீராத திரைப்பட ஈர்ப்பில் சென்னைத் திரைப்படக் கல்லூரியில் ஒளிப்பதிவைப் பயின்றார். பல்வேறு இந்திய மொழிகளில் 45 திரைப்படங்களுக்கு மேல் ஒளிப்பதிவு இயக்குநராகப் பணிபுரிந்திருக்கும் இவர் தமிழில் 9 திரைப்படங்களை இயக்கியிருக்கிறார்.

இலக்கியம், திரைப்படம் சார்ந்து பல்வேறு விருதுகளைப் பெற்ற இவருடைய படைப்புகள் குறித்து எண்ணற்ற மாணவர்கள் ஆய்வு செய்து பட்டங்களைப் பெற்றுள்ளார்கள். மேலும் பல பல்கலைக்கழகங்களின் பாடத்திட்டத்தில் இவரது படைப்புகள் பயன்படுத்தப்பட்டுள்ளன. மொழி, சமூகம் சார்ந்து ஒரு களப் போராளியாகத் தொடர்ந்து பங்களிப்புகளைச் செய்து வருகிறார்.

ஆசிரியரின் பிற நூல்கள்

1. வெள்ளைமாடு (சிறுகதைகள் - 1993)
2. ஒன்பது ரூபாய் நோட்டு (நாவல் - 1996)
3. குடி முந்திரி (சிறுகதைகள் - குறுநாவல்கள் - 2002)
4. அம்மாவின் கைப்பேசி (சிறுகதைகள் - 2009)
5. தங்கர்பச்சான் கதைகள் (சிறுகதைகள், குறுநாவல்கள் - 2013)

சொல்லத் தோணுது

தங்கர் பச்சான்

கிழக்கு

சொல்லத் தோணுது
Solla Thonudhu
by *Thankar Bachan* ©

First Edition: March 2016
240 Pages
Printed in India.

ISBN: 978-93-84149-70-3
Kizhakku 890

Kizhakku Pathippagam
177/103, First Floor,
Ambal's Building, Lloyds Road
Royapettah, Chennai 600 014.
Ph: +91-44-4200-9603

Email : support@nhm.in
Website : www.nhm.in

Author's Email: thankartamil@gmail.com

Kizhakku Pathippagam is an imprint of New Horizon Media Private Limited

படையல்

அரசியல் விழிப்புணர்ச்சியைப் பெறாமல்,
தம் பலம் உணராமல், அடிமைத்தளையில் மூழ்கிக் கிடக்கும்,
உண்மையான மக்களாட்சியைப் பெறாமலிருக்கும்
இம்மக்களின் வாழ்வுக்கு!

உள்ளே

நன்றி

மக்களுக்கும் எனக்கும் இடையில்
ஓர் உறவுச் சங்கிலியை உருவாக்கித்தந்து
என் சிந்தனைகளை அவர்களிடம் கொண்டுசெல்ல உதவிய
'தி இந்து' தமிழ் நாளிதழுக்கும் அதன் ஆசிரியர் குழுவுக்கும்!

என்னுரை

கல்வி என்பதே வயிற்றுப்பிழைப்புக்காகத் தான் எனச் சுருங்கிவிட்டபின் இந்த சமுதாயத்துக்கு எழுத்தாளர்கள் எதற்கு? தன்னைச் சுற்றிலும் என்ன நடக்கிறது என்பது பற்றியே உணராமல், கவலைப்படாமல், அக்கறை கொள்ளாமல் வெறும் சான்றிதழுக் காகவே புத்தகங்களைப் படிக்கிற கூட்டம் கூடிக் கொண்டே போகிறது. ஆளாளுக்கு ஒரு வேலை, அதை வைத்து ஒரு வீடு, ஒரு கார், பின் எவ்வளவு சொத்துகளைச் சேர்த்தாலும் மகிழ்ச்சிதான் என கதவை அடைத்துக்கொண்டு இனப்பெருக்கம் செய்து கொண்டிருக்கிற கூட்டமாக தமிழ் சமூகம் மாறிப் போனதன் விளைவாகவே இந்தப் புத்தகம் உருவாகியிருக்கிறது.

எனக்குப் பொழுதுபோகாமலோ எனது சிந்தனைகளை வெளிப்படுத்துவதற் காகவோ இந்தக் கட்டுரைகள் எழுதப் படவில்லை. விழிப்புணர்ச்சி பெறாத ஒரு பொறுப்பற்ற சமூகம்தான் இதை என்னை எழுத வைத்திருக்கிறது. மற்றவர்கள்போல் வெளிநாட்டுக்கு ஓடி ஒரு வேலையைத் தேடிக்கொண்டு உயிர் பிழைத்து

வாழ்வதற்காக நான் பிறக்கவில்லை. எவ்வளவு கோபப்பட்டாலும், எவ்வளவு திட்டினாலும் என் மண்ணில், என் மக்களோடு, என் மொழியோடுதான் நான் வாழ வேண்டும் என்பதற்காகவே இங்கிருந்து கொண்டு போராடிக்கொண்டிருக்கிறேன்.

இதையெல்லாம் எழுதினால் திரைப்படத்துறை என்னை மேலும் விலக்கும் என்பதும் ஏற்கெனவே இருக்கிற அரசியல் தொடர்புகளும் என்னைவிட்டு விலகிப்போகும் என்பதும் எனக்குத் தெரியும். இது ஒரு பிறவி... எப்படியும் வாழலாம் என்பதைவிட இப்படித்தான் வாழ வேண்டும் என வாழ்கிறேன்.

வெறும் செய்திகளையே அவரவர்களுக்கு விருப்பமான மாதிரி வெளியிட்டுக்கொண்டிருந்த தமிழ் நாளேடுகளுக்கிடையில் 'தி இந்து' வின் தமிழ் பதிப்பு, நாளேடுகள் என்றால் இப்படியும் இருக்கலாம் என்பதைச் செய்து காட்டியது. அவ்வேளையில் ஒவ்வொரு வாரமும் ஒரு தொடர் எழுதித் தரமுடியுமா எனக் கேட்டபோது என்னால் ஏற்றுக்கொள்ளவும் முடியவில்லை. மறுக்கவும் மனமில்லை. நீங்கள் நினைப்பதையெல்லாம் எழுதுங்கள் எனச் சொன்னார்கள். இதனால் ஏற்படப்போகும் நேர இழப்புகளையும் சந்திக்கப்போகும் சிக்கல்களையும் மன உளைச்சல்களையும் எழுதத் தொடங்குவதற்கு முன்பே உணர்ந்தேன். ஐம்பது அத்தியாயங்கள், ஐம்பது வாரம் என ஓர் ஆண்டு முழுக்க மக்கள் சிந்தனையிலேயே ஒவ்வொரு மணித்துளியும் கழிந்தது.

மற்றத் தொடர்களைப் போலத்தான் இதையும் நினைத்துக் கொண்டிருக்கிறார்களோ என நினைத்துச் சில வாரங்களிலேயே நிறுத்திவிடலாமா என நினைத்தேன். காரணம், ஒவ்வொரு வாரமும் நான் எடுத்துக்கொண்ட தலைப்புகளும் கருத்துகளும் படிப்பவர்களைச் சும்மாயிருக்கவிடாது. இருந்தும் யாரிடத்திலும் எந்த அதிர்வையும் மாற்றத்தையும் என்னால் உணர முடியவில்லை. ஒவ்வொரு வாரமும் எழுதப்போகும் தலைப்புகள் பற்றி எனது நண்பரும் வேளாண்மை அறிவியலாளரும் முனைவருமான வெங்கடாசலத்திடம் மட்டும் பகிர்ந்து கொள்வேன். ''ஒரே நாளில் மக்களிடத்தில் மாற்றங்களைக் கொண்டு வரமுடியாது. அது கொதிநிலைக்குத் தயாராகிக் கொண்டிருக்கும் தண்ணீர் மாதிரிதான். சூடேறிக் கொண்டிருக்கிறது. கொதி நிலையான நூறு டிகிரி வரும்போதுதான் அது கொதிக்கும். அதைத்தான் 'சொல்லத் தோணுது' கட்டுரையும் செய்து கொண்டிருக்கிறது. உங்களின் உழைப்பு வீண் போகாது தோழர்!'' எனச் சொல்லி என்னை ஆறுதல்படுத்தினார்.

ஒவ்வொரு கட்டுரையை உருவாக்கும் போதும் மேலும் மக்களிடத்தில் நெருங்கிச் சென்று கூர்மையாகக் கவனித்தேன். அவர்கள் சிந்தித்துக்

கொண்டுதான் இருக்கிறார்கள். மந்த நிலையிலேயே அவர்களை வைத்து அடுத்த தலைமுறையையும் தங்களின் அடிமையாக மாற்றும் செயலைத்தான் வயதான தலைவர்களெல்லாம் செய்து கொண்டிருக்கிறார்கள் என்பதை அவர்கள் உணராமலில்லை. தலைமை ஏற்கத் தகுதியுள்ள மாற்றுத் தலைவரை மக்கள் தேடிக்கொண்டுதான் இருக்கிறார்கள். அதற்கான காலம் உருவாகிவிட்டதை என்னால் உணர முடிகிறது.

அண்மையில் ஏற்பட்ட பெருவெள்ளம் எப்படியெல்லாம் மூலை முடுக்கில் கிடந்த குப்பை, கசடு, கழிவுகளையெல்லாம், சாக்கடை ஆறுகளோடு சேர்த்துக்கொண்டுபோய் கடலில் தள்ளியதோ அதே போல் தற்போதுள்ள அரசியல் கழிவுகளையும் அடித்துக் கொண்டு போய்ச் சேர்க்கும் நாளுக்காக மக்களும் காத்துக் கொண்டுதான் இருக்கிறார்கள்; குறிப்பாக இளைஞர்கள் அதற்கான வேலைகளில் இறங்கிவிட்டார்கள்.

வெளிநாடுகளுக்குப் பயணம் செல்லும் போதெல்லாம் நம் மக்களைப்பற்றித்தான் நினைத்துக்கொள்வேன். பயணம் எனச் சென்றால் கையில் புத்தகம் இல்லாமல் பயணிக்கும் வெள்ளைக் காரர்களைப் பார்ப்பது அரிதுதான். அதே போல் நினைவுப்பரிசோ, திருமண நாளோ, பிறந்த நாளோ என எதுவானாலும் புத்தகங்களையே பெரும்பாலும் பரிசாக அவர்கள் வழங்கிக்கொண்டிருக்கிறார்கள். படிப்பது என்றால் அது வயிற்றுப் பிழைப்புக்காக மட்டுமே என நினைத்து வாழும் இம்மக்கள் எழுத்தாளர்கள் என்றால் யார் என்பதையும், அவர்கள் எதற்காக யாருக்காக எழுதுகிறார்கள் என்பதையும் இன்னும் உணரவில்லை. ஒவ்வொரு வீட்டிலும் புத்தகங்களுக்கென்று ஓர் இடம், படிப்பதற்கென ஒரு இடம் என என்றைக்குத் தமிழர்கள் தங்களின் வாழ்க்கை முறையை மாற்றிக்கொள்கிறார்களோ அதுவரை நம் மக்களுக்கு அரசியல் விடுதலை கிடைக்கப் போவதில்லை.

எனது வாழ்நாளில் ஓர் ஆண்டு காலத்தை எடுத்துக்கொண்ட இந்நூல் உருவாகக் காரணமாக இருந்த 'தி இந்து' நாளேட்டுக்கும் அயர்ச்சியடைந்த என்னை அவ்வப்போது தட்டிக்கொடுத்து சரிசெய்த நாளேட்டின் ஆசிரியர் திரு.அசோகன் மற்றும் பத்திரிகை நண்பர்களுக்கும் பெரிதும் கடமைப்பட்டிருக்கிறேன். எனது சிந்தனைகளைப் புரிந்துகொண்டு அச்சிட்ட 'தி இந்து' நாளிதழுக்கு என் மனமார்ந்த நன்றிகள் என்றும் அகலாது.

தான், தன் குடும்பம் என வாழ்வை சுருக்கிக்கொண்டு தன்னலத்துடனேயே பணிபுரியும் அரசு ஊழியர்களுக்கிடையில், மக்கள் நலம் ஒன்றையே

வாழ்வின் குறிக்கோளாக்கி எத்தனை இடர்ப்பாடுகள் வந்தாலும் தன் குறிக்கோளிலிருந்து நெறி வழுவாத நமக்கான சொத்துக்களாக இருக்கிறவர்கள் நிறையபேர் இந்த அரசுத்துறையில் பணிபுரிந்து கொண்டுதான் இருக்கிறார்கள். அப்படிப்பட்டவர்களில் நான் எனக்கு நெருக்கமாக உணர்கிற ஓய்வு பெற்ற நீதிபதி திரு. சந்துரு அவர்களும், திரு. சகாயம் இ.ஆ.ப. அவர்களும் முழுக் கட்டுரையையும் ஒரு பக்கம் விடாமல் படித்துப் பார்த்து அணிந்துரை வழங்கியிருக்கின்றார்கள்.

அவர்கள் வழங்கியிருக்கும் இந்த அணிந்துரையை வெறும் சொற்களாக நான் எடுத்துக்கொள்ளவில்லை. என் எழுத்துகளில் இருக்கும் உண்மைபோலவே நேர்மையின் உருவமாக இருக்கிற இருவரின் கூற்றையும் மதிப்பிட முடியாதவையாகக் கருதுகிறேன்.

ஒவ்வொரு தொடரையும் படித்து ஃபேஸ்புக், டிவிட்டர், மின்னஞ்சல், வாட்ஸ்-அப் மூலம் ஆயிரக்கணக்கான வாசகர்களைச் சென்றடையச் செய்த முகமறியாத என் உறவுகளை இந்நேரத்தில் நன்றியுடன் நினைவுகூர்கிறேன்.

இந்நூலை வடிவமைத்து, அச்சிட்டுத்தந்த அனைத்து உள்ளங்களுக்கும், நூல் வடிவமைப்பில் நேர்த்தியை உருவாக்கி நெறித்தன்மையுடன் செயல்படுகிற பதிப்பாளர் திரு.பத்ரி சேஷாத்ரி அவர்களுக்கும் கிழக்கு பதிப்பகத்துக்கும் என் மனமார்ந்த நன்றிகள்.

06.02.2016

தங்கர் பச்சான்
சென்னை - *600 032*

உள்ளத்திலிருந்து ஓர் ஊற்று

திரு. தங்கர் பச்சான் தமிழ்கூறும் நல்லுலகம் நன்கறிந்த ஒளிப்பதிவாளர் - திரைப்பட இயக்குநர். 'சொல்லத்தோணுது' என்கிற தொடரை 'தி இந்து' நாளிதழில் எழுதி வந்தார். நானும் படித்து வந்திருக்கிறேன். நான் தொடர்ந்து படிக்கவில்லையென்றாலும் தொய்விலாது அடர்ந்த கருத்து என்பதால் ஆவலோடு படித்து வந்தேன். வளர்ந்து வந்த ஒரு திரைத்துறைக் கலைஞன் தன் மண்ணுக்கும் மனிதர்களுக்கும் மரபுக்கும் மொழிக்கும் பாதிப்பு என எண்ணித் துடிப்பது - எரிமலையாய் வெடிப்பது - அதனை எழுத்தில் வடிப்பது தீயாய் சுட்டுவிட மட்டுமல்ல தீர்வைத் தொட்டுவிடும் வேட்கையின் வெளிப்பாடாகும். 'உண்மை சொல்வதற்காகத்தான் நான்' என்று தொடக்கத்திலேயே குறிப்பிடுகிறார். பொய்யையும் உங்களுக்கு பிடிக்கிறதையும் மட்டும்தான் நான் எழுதணும் என்றால் அதற்கு நான் தேவையில்லை என்று முரட்டுத்தனமாக இவர் சொல்லுகிற பாங்கு பொய்மை இருட்டையும், போலிப் புரட்டையும் அகற்றிட வந்த அகல் விளக்காக வெளிச்சம் பாய்ச்சுகிறது.

இந்நூலில் இவர் எளிய நடையில் எழுதுகிறார். ஆனாலும் வனப்பு மிகுந்த வலிய நடையாக அது வடிவெடுப்பதற்குக் காரணம் வந்து விழுகிற வார்த்தைகள் வெற்று உதட்டுப் பிதற்றலில்லாமல் உள்ளத்தி லிருந்தே ஊற்று எடுப்பதால்தான்.

இந்த நூலில் இவர் செம்மொழியாம் எம்மொழி தமிழின் சிதைவையும் அரசியல் சீரழிவையும் கோபம் கொண்டு சுட்டிக்காட்டுவதோடு கட்டுப்படுத்தவே முடியாத ஊழலையும் லஞ்சத்தையும், உழவர்களின் தற்கொலை சோகத்தையும் வேதனையோடு வெளிப்படுத்துகிறார். தமிழ்த் திரைப்படப் பாடல்களின் தரம் குறைந்துபோனதை எழுதுகிற இவர் தமிழில் கல்வி கொடுக்க வேண்டியதன் அவசியத்தையும், அரசுப் பள்ளிகளின் மேம்பாடு குறித்தும் சொல்லிக்கொண்டே செல்கிறார். விரும்பியவர்கள் அள்ளிக்கொண்டே செல்லலாம் என்கிற அளவுக்கு இவரது எண்ணங்களின் எதிரொலிப்பை எல்லாத் திசைகளிலும் பார்க்கலாம்.

அரசுப் பொது விநியோகத் திட்டத்தில் புழுத்த அரிசியின் பயன் பாட்டிலிருந்து துவங்கி நேர்மையான ஊடகங்களின் தேவை குறித்தும் பேசுகிறார். கைவிடப்பட்ட முதியோர்களின் அவலநிலையைச் சுட்டிக் காட்டியும், மதுக்கொடுமையை விவரித்தும் இவரது பேனா எழுதுகிறது. இவர் சுட்டிக்காட்டுகிற கருத்துகள் சிலருக்கு எட்டிக்கா யாக இருந்தாலும் எதார்த்தம் என்னவோ அதுதானே.

கிரிக்கெட் விளையாட்டுக்குப் பின்னர் உள்ள அவலமான அரசியல் மற்றும் வளமான வணிகத்தைப் பற்றியும், மலைப்பிரதேசங்களில் இயற்கை வளங்கள் இரக்கமின்றிச் சூறையாடப்படக்கூடிய சூழலையும் கண்டு குமுறுகிற இந்த நூலாசிரியரின் கோபத்தின் நியாயம் மனசாட்சியுள்ள எவருக்கும் புரியக்கூடியதே. இவரது குமுறல்களின் மொத்த வெளிப்பாட்டை சுட்டிக்காட்டத் தொடங்கினால் தாள்கள் நீளும். தவிர்த்திட ஒன்றிரண்டு குறிப்பிடுவது உண்மையை ஓங்கி உரைக்கும்.

தமிழ் மொழி மீது கொண்டிருக்கக்கூடிய இவரது தாகம் அதனைச் சிதைப்பவர்கள் மீது கோபமாக வெளிப்படுவதைப் படிப்பவர் உணரலாம். வானொலியில் பண்பலை எனச் சொல்லி இன்று என் மொழியைச் சீர்குலைத்துக் கொலை செய்யும் போக்கினைக் கண்டு கொதித்துப் போயிருக்கிறேன் எனவும், தமிழை ஆங்கிலம் மாதிரி உச்சரிப்பதும், தமிழை ஆங்கிலத்தோடு கலந்து பேசுவதும்தான் தொடர்ந்து கொண்டிருக்கிறது. இவர்களுக்கு இந்த அதிகாரத்தைக் கொடுத்தது யார் எனவும் கொதிப்போடு கேட்கிறார். தமிழை ஆங்கிலத் தோடு கலந்து பேசி தமிழ் கொலையில் ஈடுபடும் மொழி

வன்முறையாளர்களுக்கு இவருடைய கேள்வியும் கோபமும் சரியான பதில் என்று சாட்சியம் அளிக்கிறேன்.

அரசியல் குறித்து இவரது சாடலில் கசப்பும் கடுமையும் கலந்து நிற்கின்றன. ஒட்டுமொத்த இந்தியாவிலும் நடந்து கொண்டிருக்கிற மும்முரமான வியாபாரம் அரசியல் எனும் தொழில் மட்டும்தான் என்று சாடுகிறார். தேர்தலை மக்களுக்கு வருமானம் தரும் நாளாக மாற்றியதில் பலருக்கும் பங்குண்டு என்று வேதனைப்படுகிறார். ஒரு சில வெள்ளைக்காரர்கள் இந்தியாவை ஆண்டதுபோல ஒவ்வொரு மாவட்டத்தையும் ஒரு சில குடும்பங்கள் மட்டுமே இந்த தேர்தல் அரசியலால் ஆண்டு கொண்டிருக்கின்றன என்று கொந்தளிக்கிறார். இதில் சுதந்திரம் என்று சொல்லப்படுகிற விடுதலை என்ன சாதித்துக் கொண்டிருக்கிறது என்று இவர் குமுறுவதில் நியாயம் நிமிர்ந்து நிற்பதை இந்த நூலைப் படிப்பவர்கள் எவரும் உணரமுடியும்.

லஞ்சத்தையும் ஊழலையும் கண்டு கோபப்பட்டு விடுதலை பெற்ற இந்த 68 ஆண்டுகளில் எது வளர்ந்ததோ ஊழலும் லஞ்சமும் மட்டும் யாராலும் கட்டுப்படுத்த முடியாத அளவுக்கு எல்லாத் துறைகளிலும் எல்லோரின் மனங்களிலும் வளர்ந்து நிற்கிறது என்று ஊழலைச் சாடுகிற இவர், அதற்காகத் தன் மாணவப் பருவத்து நிகழ்ச்சி ஒன்றைச் சுட்டிக்காட்டுவது சுவையானதாகவும் நெஞ்சைச் சுடுவதாகவும் இருக்கிறது.

ஊழலைப்பற்றி உண்மையை உரக்க சொல்லுகிற இவர் பல்கலைக் கழகங்களில் துணைவேந்தர்கள் பலகோடி கொடுத்துதான் பதவிக்கு வருகிறார்கள், இவர்களுடைய கண்காணிப்பில் நம் மாணவர்களின் உயர்கல்வி எந்தளவுக்குச் சிறப்பாக இருக்குமென்று சீற்றம் கொள்கிறார். இவர் இந்தத் தொடரை முடிக்கிறபோது பாட்டுக்கொரு புலவன் பாரதியினுடைய தேவையைச் சுட்டிக்காட்டி மீண்டும் நிறைய பாரதிகள் தோன்ற வேண்டுமென்று விருப்பத்தை வெளிப்படுத்துவது சமூக அக்கறையின் சரியான ஆழம்.

உழவர்களின் பரிதாபகரமான நிலை குறித்து ஆதங்கப்படுகிற இந்த ஆசிரியர் வேதனையோடு சொல்லுகிறார் பிச்சைக்காரர்களுக்கு என்ன மரியாதையோ அதேதான் ஒவ்வோர் உழவனுக்கும் என்று. இதைவிட இந்த நாட்டில் உழவர்களின் நிலைமையின் நிஜத்தை விவரித்திட முடியாது. இந்த நாட்டில் ஆயிரக்கணக்கான விவசாயிகள் ஆண்டு தோறும் தற்கொலை செய்து கொள்கிற நிகழ்வுகள் இந்தக் கூற்றை மெய்ப்பிக்கக் கூடியவை. உழவர்களைப் புறக்கணிக்கும் இந்த சமூகம், இந்த நாடு எதிர்காலத்தில் கொடுக்கப்போகிற விலை மிகவும் பெரியது என்பதை நாம் காணத்தான் போகிறோம்.

தங்கர் பச்சான் தமிழ் சமூகத்தின் மீது கொண்டிருக்கும் அக்கறை உண்மையானது உளப்பூர்வமானது என்று நாம் அறிகிறபோது இந்த நூலோடு ஒன்றிப் பயணிக்க முடிகிறது. ஒளிக்கலைஞனாக உலா வந்த இவர் இந்நூலின் மூலம் ஏற்றமிகு எழுத்துக் கலைஞராய் எழுந்து நிற்கிறார். உணர்ச்சியும் உண்மையும் இருக்கிறபோது வெளிப் படுத்துகிற எவனும் கலைஞனாகவே மாறுகிறான் என்பதை இந்நூல் கண்ணாடியாய் காட்டுகிறது. இந்நூலைப் படிக்கிற அறிவுள்ள தமிழர்கள் சிந்திப்பார்கள்; உணர்ச்சியுள்ள தமிழர்கள் செயல்படு வார்கள்; இவையொன்றுமே இல்லாமல் வீழ்ந்து கிடக்கும் தமிழர்கள் இந்த நூலில் கொட்டிக் கிடக்கும் உண்மை உணர்வின் உச்சத்தைக் கண்டு குறைந்தபட்சம் வியந்து நிற்பார்கள். இன்றைய தேவை தமிழர்களுக்கு வியப்பு அல்ல. விழிப்புதான். இந்த நூல் அந்த விழிப்புக்கு வித்திடும். வாழ்த்துகள்.

உ. சகாயம், இ. ஆ. ப.

துணைத்தலைவர்
அறிவியல் நகரம்
சென்னை 600 025

அணிந்துரை 2

ஆவேசக்குரல்

பத்திரக்கோட்டை தங்கராசு பட்டணத்துக்கு வந்து கல்லூரியில் படித்து ஒளிப்பதிவாளர் மற்றும் திரைப்பட இயக்குநராக உருவெடுத்து நகரத்திலேயே குடும்பத்துடன் செட்டில் ஆன பின்னர் அசைபோட்டுத் தனது 'சொல்ல மறந்த கதை'களை 'இந்து தமிழ்' நாளிதழில் பதிவு செய்த கட்டுரைகளின் தொகுப்பு இந்நூல்.

திரைப்படத் துறையில் இருப்பவர்கள் பல்வேறு காரணங்கள் கருதிப் பொது வெளிகளில் தங்களது துறை சாராத பொருட்களைப் பற்றி பேச முன்வரத் தயங்கும் காலத்தில் தங்கர் தைரியமாக பேசாப் பொருட்களைத் தனது கட்டுரைகளில் பதித்து வந்தார்.

ஆற்றில் ஒரு கால் சேற்றில் ஒரு கால் என்ற சொலவடைபோல் கிராம மற்றும் நகரப் பின்னணிகளில் நடைபெற்று வரும் சங்கதிகளைப் பற்றிய கருத்தைத் துணிவாகப் பதிவு செய்துள்ளார். தென்னாற்காடு மாவட்ட கிராமத்தில் தன் இளமைப் பருவம், கல்வி மற்றும் தனது குடும்பம் எனத் துவங்கி கிராம

சாலைகளின் அவலத்தையும் கரும்பு விலை நிர்ணயித்தலில் அரசின் சூதாட்டத்தையும், நகர்ப்புற வாழ்க்கையின் சம்பவங்களைக் குறித்த கருத்துகளையும் பதிவு செய்ய மறக்கவில்லை.

திரைப்படத் தொழிலில் உள்ள அவலங்களைப் பட்டியலிட்டதோடு டாஸ்மாக் கடைகளை மூடுவதைப் பற்றியும் பதிந்துள்ளார். அவரிடம் காணப்படுவது ஒரு லட்சிய வெறி. அவரது வார்த்தைகளில் வெளிப்படுவது ஆவேசக்குரல். இத்தொகுப்பில் ஒலிக்கும் பெரும் ஒலி கல்வித் திட்டத்தைப் பற்றியதுதான். அரசுப் பள்ளிகளின் அவல நிலை, ஆங்கிலேய கல்வி முறையின் அடிமைத்தனம் என்று சர்ச்சைக்குரிய பொருட்களில் தனது எண்ணச் சிதறல்களை ஆழமாகப் பதித்துள்ளார்.

தொடரின் நோக்கமென்ன என்பதை ஆரம்பத்திலேயே கோடிட்டுக் காட்டுகிறார்:

> ‘சொந்த வேலைகளைப் பார்த்தாலும் சொந்தக் குடும்பத்தைப் பார்த்தாலும் மத்தவங்களையும் கொஞ்சம் நெனைச்சுப் பார்க்கணும். அப்படி எல்லாம் நெனச்சுப் பார்த்ததைத்தான் எழுதப் போறேன். யார் மனசாவது வலிக்குமே, யாராவது கோபப்படுவாங்களேனு நினைச்சா உண்மையை பல நேரம் சொல்ல முடியாமலே போயிடும்.’

தமிழ் மொழி படும் பாட்டைப் பற்றி எழுதுகிறார்:

> ‘ஒரு மொழி என்பது காலம் காலமாக வளர்த்தெடுக்கப்பட்ட ஓர் இனத்தின் சொத்து. மொழி, பண்பாடு, கலாசாரம், அரசியல் அறிவு எதுவுமே இல்லாமல் இவர்கள் பணம் பறிப்பதற்காக இந்தப் பிழைப்பு பிழைப்பதை எவ்வாறு அனுமதிப்பது? இந்தக் கூட்டத்தைப் பார்த்து தனியார் தொலைக்காட்சிகளும் இந்த மொழிக் கொலையைச் செய்கின்றன.’

பிற்பட்ட மாணவருக்கான கல்வி உதவித்தொகை பெறுவதற்கு அவர் பட்ட பாட்டை பதிவு செய்ததுடன் மக்கள் பணத்தைக் கொள்ளை யடிக்கும் ஊழல்வாதிகளைத் தண்டிக்காத நீதிமுறை அமைப்பையும் சரியாகவே சாடியுள்ளார்:

> ‘எவ்வளவு பெரிய குற்ற வழக்கையும் நீதிபதிகளுக்குப் பணம் கொடுத்து சரி செய்துவிடலாம், எவ்வளவு காலம் வேண்டு மானாலும் வழக்கைத் தள்ளிப்போட்டுக்கொண்டே போகலாம் என்பதால் என்ன மாற்றம் இங்கே நிகழ வாய்ப் பிருக்கிறது? சட்டத்தின் மீதும், நீதிமன்றத்தின் மீதும் பயம்

போய்விட்டது. இங்கே சட்டத்துக்கும், நீதிமன்றத்துக்கும், காவல்துறைக்கும் பயந்து வாழ்ந்து கொண்டிருப்பது, அலைக் கழிக்கப்படுவது அன்றாடங்காய்ச்சிகளாக வாழும் இந்நாட்டு மக்கள் மட்டும்தான். பாதிக்குப் பாதி குற்றவியல் வழக்கு களில் சிக்கியுள்ள நாடாளுமன்ற, சட்டமன்ற உறுப்பினர் களைக் கொண்டு எவ்வாறு தூய்மையான ஆட்சியைத் தந்துவிட முடியும்?'

கிராமப்புற வேலைகள் சுருங்கி, நகர்ப்புறத்தை நோக்கி நடைபெறும் மனித இடப்பெயர்வைத் தீர்ப்பதற்கான வழி அதிகாரத்தைப் பரவலாக்குவதுதான் என்று எழுதுகிறார்:

'எந்தக் காரணத்துக்காக தமிழ்நாட்டில் உள்ளவர்கள் எந்த வேலைக்கானாலும் சென்னைக்குத்தான் வரவேண்டும்? மற்ற நகரங்கள் எல்லாம் நகரங்கள் இல்லையா? இந்த வசதி வாய்ப்புகளை நம் மக்களுக்கு அங்கே உருவாக்கித் தர முடியாதா? ஆந்திராவையும் கர்நாடகத்தையும் தொட்டுக் கொண்டுள்ள சென்னையில் மட்டும்தான் அமைச்சரவையும் மற்ற அனைத்துத் துறை தலைமை அலுவலகங்களும் செயல் பட முடியுமா? கன்னியாகுமரியில் இருப்பவரும் கோயம்புத்தூரில் இருப்பவரும் இன்னமும் எதற்காக எல்லா வற்றுக்கும் சென்னைக்கு ஓடிவரவேண்டும்?'

இவ்வாதத்துக்கு வலுச்சேர்க்க சென்னை உயர்நீதிமன்றத்தின் மதுரைக் கிளை தொடங்கப்பட்டதைச் சுட்டிக்காட்டுகிறார். தலைநகர் தில்லியில் வாகனப் பெருக்கத்தால் சுற்றுச்சூழல் மாசுபடுவதை மனதில் கொண்டு மாற்று நடவடிக்கைகளை அமுல்படுத்துவதற்கு முன்னரே, வாகனப் பெருக்கத்தைக் கட்டுப்படுத்துவது பற்றிக் கூறுகிறார்.

அதிகாரிகளோ தங்களுக்குச் சேர வேண்டியதைப் பெற்றுக்கொண்டு ஆளுக்கொரு வாகனத்தில் சுகமாகச் சென்று கொண்டிருக்கிறார்கள். ஒவ்வொருவரும் தனித்தனி வாகனங்களில் செல்வதற்குப் பதிலாக குளிரூட்டப்பட்ட சிறியவகைப் பேருந்துகளில் பயணித்தாலே வாகனங்களில் எண்ணிக்கை 10 விழுக்காடுகளுக்குள் குறைந்துவிடும். வெளி நாடுகளில் மக்கள் விதிகளை மீறாத அளவுக்கு அங்கே பேருந்து, தொடர்வண்டி போன்ற பொது போக்குவரத்து வாகனங்கள் விரிவாக் கப்பட்டு தேவையான அளவுக்கு வசதிகள் செய்து தரப்படுகின்றன. தேவையில்லாமல் எரிக்கப்படும் எரிபொருள் மிச்சப்படுத்தப்பட்டு கணக்கற்ற கோடிகோடியான பணம் வீணாகாமல் சுற்றுச்சூழல் கெட்டு நஞ்சுக்காற்றை உட்கொள்வதும் தவிர்க்கப்படுகிறது.

அன்றைய முதலமைச்சரிடம் 2011 தேர்தலுக்கு முன்னால் மதுவிலக்கு கொண்டுவாருங்கள் என்று மன்றாடியும் அக்கோரிக்கை நிறைவேறாததனால் மனம் வெதும்பி இவ்வாறு கூறுகிறார்:

'மது அழிவின் பலிக்காக மக்கள் யாரிடம் நீதி கேட்கப் போகிறார்கள்? குடிமகன் எனும் சொல் இன்றைக்கு தமிழ் அகராதியில் கேலியாக்கப்பட்டிருக்கிறது. மக்களுக்காக செயல்பட வேண்டிய சட்டமன்றம் இதுபோன்ற செயல் களுக்காக முடங்கிப் போகிறது. மக்களும் முடங்கித்தான் போயிருக்கிறார்கள். தேர்தலை மட்டும் எதிர்பார்த்துக் கொண்டு, பாவம், அவர்களிடம் இருப்பதெல்லாம் இந்த ஒரே ஒரு வாக்குச் சீட்டு மட்டும்தான். வாழ்க மக்களாட்சி!'

மதிப்பெண் அடிப்படையிலான கல்வி முறையைப் பற்றிய அவரது சத்திய ஆவேசம் இதோ:

'மாணவர்கள் ஆசிரியர்களின் ஒடுக்குமுறைகளுக்கும் அதிகாரத்துக்கும் பயந்து நடுங்கி அடையாளத்தை இழந்து நிற்கிறார்கள். மதிப்பெண் போட்டியினால் உடன் பயிலும் தோழமையை எதிரியாகக் கருதும் எண்ணத்தில் வளர்கிறார்கள். ஆராய்ச்சி மற்றும் ஆய்ந்தறியும் மன நிலையை இழந்துவிட்டார்கள். கறிக்கோழிகள் போல் வெறும் பணம் சம்பாதிக்கவே வளர்க்கப்படும் இந்தத் தலை முறைகளின் நிலை யார் கண்களுக்கும் தெரியவில்லையா? இதனை மாற்றாமல் இங்கு எந்த அரசியல் மாற்றமோ சமூக மாற்றமோ புரட்சியோ நடக்கப்போவதில்லை.'

கல்வித்துறையில் சுயநிதி நிறுவனங்களின் கொள்ளையைத் தடுப்பதற்கு கூறும் ஆலோசனை இதுவே:

'அரசுப் பள்ளிகளை வளர்த்தெடுத்திருந்தால் இந்த நிலை ஏற்பட்டிருக்காது. அரசுப் பள்ளிகளில் காற்றோட்டம் இருந்தது. இடவசதி இருந்தது. விளையாட்டுத் திடல் இருந்தது. அறிவையும், நட்பையும், தோழமையையும், பண்பையும், ஒழுக்கத்தையும் நேர்மையையும், தூய்மையையும் கற்றுக் கொடுத்த அந்த இடங்கள் இன்று மாட்டுக் கொட்டகைபோல் மாறிப்போனதன் விளைவுதான் இந்த தனியார் பள்ளிகளின் ஆதிக்கத்தில் பெற்றோர்கள் நிம்மதியிழந்து தவிக்கிறார்கள்.'

அலகாபாத் உயர்நீதிமன்றம் அளித்த தீர்ப்பை வரவேற்கும் அவர் விடுக்கும் கோரிக்கை இதுதான்:

‘உடனடியாக இந்தியாவிலுள்ள அனைத்து அரசியல் கட்சிகளின் தலைவர்களும், அதன் பொறுப்பாளர்களும், சட்டமன்ற, நாடாளுமன்ற உறுப்பினர்களும், அமைச்சர் களும், அரசு அதிகாரிகளும், அரசு ஊழியர் சங்கங்களும் அடுத்த கல்வியாண்டிலிருந்து எங்களின் பிள்ளைகள், பேரப்பிள்ளைகளை அரசுப் பள்ளிகளில்தான் படிக்க வைக்கப்போகிறோம் என அறிவியுங்கள். அத்துடன் அரசு மருத்துவமனைகளில்தான் மருத்துவம் செய்துகொள்வோம், தனியார் மருத்துவமனைகளுக்கு உயிர் போகும் நிலை வந்தாலும் போகமாட்டோம் என உடனடியாக அறிவியுங்கள். இதனைச் செய்தாலே போதும் எங்களின் வணக்கத்துக்குரியவர்களாக நீங்கள்தான் விளங்குவீர்கள்!’

நசிந்து வரும் திரைப்படத் தொழிலின் சிக்கல்களைப் பட்டியலிட்டு அத்தொழிலை மீட்பதற்கு அவர் கூறும் ஆலோசனை இதுதான்:

‘மீண்டும் சினிமா, தயாரிப்பாளர் எனும் முதலாளிகளின் கைக்கு மாறவேண்டும். அது மாறுவதற்கான அத்தனை திட்டங்களையும் செயல்படுத்தி, போட்ட முதலீடாவது கிடைப்பதற்கான உத்தரவாதத்தை ஏற்படுத்தவேண்டும். தேங்கி நிற்கும் படங்கள் வெளியாக வேண்டும். அதுவரை புதிய படங்கள் தயாரிப்பதையும் வெளியிடுவதையும் நிறுத்தி வைக்கலாம்.’

தனது கட்டுரைகளின் பயணத்தை முடிவுக்குக் கொண்டுவந்து அவர் கூறுகிறார் ‘இன்னும் சொல்லத் தோணுது... ஆனாலும் நிறைவு செய்கிறேன்.’

சிறந்த ஒளிப்பதிவாளர், திரை இயக்குநர் மற்றும் இலக்கியவாதியான தங்கர் பச்சான் ஒரு பன்முகக் கலைஞர். அவரைப் பிடிக்காதவர்கள் இருக்கலாம். அவரது படங்களை ரசிக்காதவர்கள்கூட இருக்கலாம். ஆனாலும் இப்புத்தகத்தில் எழுப்பியுள்ள கருத்துகளை எவராலும் புறக்கணிக்க முடியாது.

05.02.2016

கே.சந்துரு

ஓய்வு பெற்ற நீதிபதி
மயிலாப்பூர்
சென்னை - *600 004.*

1

அறிமுகம்

இதை எல்லாம் எதுக்கு எழுதணும், எழுதலேன்னா என்னாகும், ஏன் எழுதலேன்னு யாராவது கேட்கப் போறாங்களா, இருந்தாலும் எழுதப் போறேன். எழுதி வெளியில தூக்கிப் போட்டாத்தான் நிம்மதியா இருக்க முடியும்னு மனசு சொல்லுது. கண்டும் காணாமப் போவது, நல்லா நின்னு நிதான மாப் பார்ப்பது, பார்க்கவே வேணாம்னு முடிவு செய்து எதைப் பத்தியும் கண்டுக் காமப் போய்ட்டே இருப்பதுன்னு நானும் இருக்கப் பார்க்கிறேன், முடியல.

திரைப்படக் கல்லூரி கடைசித் தேர்வு எழுதிய சமயம், கடைசி வரியை எழுதி முடிச் சுட்டு, அந்த முருகனையும் குலதெய்வம் பச்சைவாழி அம்மனையும் கும்பிட்ட கும்பிடு எனக்குத்தான் தெரியும்.

'எப்பா... ஆளை விடுங்கடா சாமி. இனிமே எவனும் என்னைப் படிடா, பரீட்சை எழுதுடானு சொல்ல முடியாதுல்ல. அது போதும்டா. வேலை கிடைக்காட்டாலும் பரவாயில்லை. பச்சத் தண்ணியக் குடிச்சுட்டு வாழ்ந்துடலாம்'னு அன்றைக்கு ஓடி வந்தவன்தான் நான்.

இப்போ வகையா, 'தி இந்து' தமிழ் நாளிதழ்கிட்டே மாட்டிக்கிட்டேன். தினமும் காலையில எழுந்து மகிழ்ச்சியா செய்தித்தாள் படிச்சதுபோய், இப்போ இந்த பேப்பரைப் பார்த்தாலே பயம் வர்ற மாதிரி ஆசிரியர் குழு பண்ணிடுச்சு. ஏற்கெனவே பத்து பன்னிரண்டு சினிமா கதை, இருபது சிறுகதைகள், அதுபோக இரண்டு நாவல் இவை எல்லாத்தையும் இந்த சின்ன மண்டைக்குள்ளே வெச்சுக்கிட்டு அலைஞ்சுக்கிட்டு இருக்கேன்.

அதை எல்லாம் எப்போ வெளியில கொண்டாந்து போடப் போறோமோனு பெருங்கவலையோடு இருக்கிற நேரத்தில், எந்த வேலை எப்படி கெடந்தாலும் வாரா வாரம் 'சொல்லத் தோணறதை' எழுதித்தான் ஆகணும். மரத்தில் தொங்குறது, சருகுக்குள்ளே கிடக்கிறது, பழுத்து விழுந்து கிடக்கறதுனு முந்திரித் தோப்புல வெயிலு மழைனு பார்க்காம, ஒவ்வொரு முந்திரிக் கொட்டையாக் கொண்டாந்து சேர்க்குறது மாதிரிதான் இந்த எழுதுற வேலையும். பார்த்தது, கேட்டது, அனுபவிச்சதுனு மண்டைக்குள்ளே தூங்கிட்டுக் கிடக்கிறதை எல்லாம் பீராய்ஞ்சி எடுத்துட்டு வந்து எழுதிக் கொடுக்கணும்.

திடீர்னு வந்து அடிச்சுக்கிட்டுப் போற காட்டு வெள்ளம், நல்லது கெட்டது பாத்தா அடிச்சுட்டுப் போவுது? அப்படித்தான் வேண்டியவன் வேண்டாதவன்னு பாக்காம காலம் வாழ்நாளை முடிச்சுடுது.

சொந்த வேலைகளைப் பார்த்தாலும் சொந்தக் குடும்பத்தைப் பார்த்தாலும் மத்தவங்களையும் கொஞ்சம் நெனச்சுப் பார்க்கணும். அப்படி எல்லாம் நெனச்சுப் பார்த்ததைத்தான் எழுதப் போறேன். யார் மனசாவது வலிக்குமே, யாராவது கோபப்படுவாங்களேனு நினைச்சா உண்மையை பல நேரம் சொல்ல முடியாமலே போயிடும். ஒரு மனுஷனுக்கு நம்மை பிடிக்காமப் போகணும்னா உண்மையை பேசிட்டாப் போதும். உண்மை மாதிரி சுடுறது வேற எதுவுமே இல்லீங்க. பொய்யையும் உங்களுக்குப் பிடிக்கிறதையும் மட்டும்தான் எழுதணும்னா அதுக்கு நான் தேவையில்லை. நான் எழுதப் போறது என் மனசுல மட்டும் தோணினது இல்லை. எல்லோருக்குமே அடிக்கடி மனசுல வந்துட்டுப் போறதுதான். மனசில் தோணுற நல்ல விஷயத்தை எல்லாம் நமக்குள்ளேயே எழுதி வெச்சுக்க முடியாது. அதை யாரோ ஒருத்தர் எழுதலாம். அதை உங்களோடு பகிர்ந்துக்கலாம்.

அதைத்தான் செய்யப்போறேன்.

2

வானொலிக் காதலி

நான்கு வயதில் நான் பார்த்த முதல் சினிமா 'பெற்றால்தான் பிள்ளையா'. மாடு மேய்க்கும்போதும் பள்ளிக்குப் போகும் போதும் தோளில் வானொலிப் பெட்டியோடு அலைந்தவன்.

எனக்குத் தெரியாத பாடல்களே இல்லை என்று அடித்துச் சொல்லலாம். 5-ம் வகுப்பில் படித்துக்கொண்டிருந்த என்னை, எங்கள் ஊர் உயர்நிலைப் பள்ளியில் இருந்து தலைமை ஆசிரியர் அழைப்பதாக கூட்டிக் கொண்டுப் போனார்கள். அனைத்து ஆசிரியர் களுக்கும் இடையில் சின்னஞ் சிறுவனாகிய என்னைக் கொண்டுபோய் நிறுத்தினார்கள்.

'ஆகாய வீதியில்... அழகான வெண்ணிலா...' இது எந்தப் படத்தின் பாடல், யார் யார் பாடினார்கள் என்று கேட்டார்கள். அவர்களுக் குள்ளான பந்தயத்தில், என் பதிலை வைத்து ஒரு முடிவுக்கு வரக் காத்திருந்தார்கள்.

சற்றும் யோசிக்காமல், படம் 'மஞ்சள் மகிமை'. பாடியவர்கள் பி.சுசீலா, கண்ட சாலா எனச் சொன்னதும், தமிழாசிரியர் சுப்பிர மணியம் என்னைத் தூக்கிக் கொஞ்ச

ஆரம்பித்துவிட்டார். சரியான பதிலைச் சொன்னதற்காக 5 ரூபாயைப் பரிசாகக் கொடுத்தார்கள்.

'பத்திரக்கோட்டை தங்கராசு' என்று சொல்லாத வானொலியே அந்த நாளில் இல்லை. ரேடியோ மாஸ்கோ (ரஷ்யா), ரேடியோ பீகிங் (சைனா), ரேடியோ வெரித்தாஸ் (மணிலா), ரேடியோ கோலாலம்பூர் (மலேசியா), இலங்கை வானொலி, ரேடியோ பிபிசி என அனைத்து வானொலிகளுக்கும் கடிதம் எழுதி, என் பெயரைக் கேட்பதிலேயே அப்போது என் காலம் கழிந்துகொண்டிருந்தது. அதிகாலை 4 மணிக்கே எழுந்து உட்கார்ந்துகொண்டு ரேடியோ கோலாலம்பூர் கேட்க ஆரம்பித்துவிடுவேன். பாதிப் பாடல்தான் தெளிவாகக் கேட்கும். மீதியைக் கேட்க கண்களை மூடிக்கொண்டு அதன் கொர... கொர... சத்தத்தோடு கற்பனையில் நானும் ஒன்றிவிடுவேன்.

என் பெரிய அண்ணன் மெட்ராஸ் மூர் மார்க்கெட்டில் இருந்து வாங்கி வந்திருந்த இங்கிலாந்து வால்வு ரேடியோதான் எனக்குத் தோழனாக இருந்தது. எப்படியும் குறைந்தது 15 கிலோ எடை இருக்கும். ஒரு நிலையில் வைத்தால் பாடல் தெளிவாகக் கேட்காது என்பதால், எல்லாத் திசைகளிலும் திருப்பிப் பார்த்து, பின் தலைகீழாகவும் கவிழ்த்து வைத்துவிடுவதும் உண்டு. இந்த வானொலிப் பெட்டியைப் பாடாய்ப்படுத்தியதாலேயே என் அண்ணன்களிடம் கணக்கில்லாத அடி, உதை வாங்கியிருக்கிறேன்.

அழகுப் பெட்டகமாக இருந்த வானொலிப் பெட்டி அதன் கடைசிக் காலத்தில் உருக்குலைந்து, மேல்பகுதி இல்லாமல் வெறும் எலும்புக் கூடாக ஆகியும்கூட பாடிக்கொண்டேதான் இருந்தது.

இருப்பதிலேயே மிகப் பெரிய சவுக்கு மரத்தினை வெட்டிவந்து, அதன் உச்சியில் ஒரு கம்பியைக் கட்டி, ஒயர் ஒன்றினை இணைத்து ஏரியல் ஏற்பாடு செய்திருந்தோம். செடிக்குத் தினமும் தண்ணீர் ஊற்றுவதைப் போல் வானொலிப் பெட்டியில் இருந்து தரைக்குள் இழுத்து புதைக்கப் பட்ட ஒயருக்கும் தண்ணீர் ஊற்றுவது தினசரி என் முதல் கடமையாக இருந்தது.

எல்லாப் பிள்ளைகளும் நேரத்துக்கு பள்ளிக்குச் சென்றுவிட்டாலும் நான் மட்டும் எதையோ படிக்கிற மாதிரியோ, எழுதுகிற மாதிரியோ பாவனை செய்தபடி வானொலியின் காலை இறுதி நிகழ்ச்சியான 'பொங்கும் பூம்புனல்' பாடல்களைக் கேட்டுவிட்டுத்தான் பல நாட்கள் பள்ளிக்குப் போயிருக்கிறேன். பாவிகள்! காலை 9.30-க்குத்தான் நல்ல நல்ல பாடல்களாக ஒலிபரப்புவார்கள்.

அதிலும் இந்த இலங்கை வானொலி அறிவிப்பாளர் கே.எஸ்.ராஜா வந்துவிட்டால் அன்றைக்கு எந்தப் பரீட்சையாக இருந்தாலும் அந்த

இடத்தைவிட்டு நகரவே மாட்டேன். என் தொல்லை தாங்காமல் ஒருநாள் என் அப்பா, விறகு உடைக்கும் கோடாரியோடு வந்து விட்டார். சொல்லிச் சொல்லிப் பார்த்துவிட்டு இறுதியாக பாடிக் கொண்டிருந்த இங்கிலாந்து வானொலிப் பெட்டியைப் பார்த்து கோடாரியாலேயே ஒரு போடு போட்டார். அன்றோடு அதன் ஆயுள் முடிந்தது.

எப்படி ஒன்றுக்குள் ஒன்றாகப் பழகி உயிரோடு இணைந்துவிட்ட காதலியை மறக்க முடியாதோ, அப்படித்தான் நானும் என் வானொலிப் பெட்டியை மறக்க முடியாமல் அலைந்தேன். இன்று நான் போகிற இடங்களில் எல்லாம் அலுவலகமானாலும், வீடானாலும் எல்லா அறைகளிலும் வெவ்வேறு வடிவங்களில், உருவங்களில் பாடல் களைக் கேட்கும் கருவிகள் இருந்தாலும் எதிலும் நாட்டமில்லை.

என் மனது இளம் பருவத்திலேயே சிக்கித் தவிக்கிறது. அழகுத் தமிழ் பேசி ஒவ்வொரு பாடலுக்கும் விளக்கம் சொல்லி ஒலிபரப்பும் அறிவிப்பாளர்களின் குரல் கேட்க மனம் அலைகிறது.

பண்பலை எனச் சொல்லி இன்று என் மொழியைச் சீர்குலைத்துக் கொலை செய்யும் போக்கினைக் கண்டு கொதித்துப் போயிருக்கிறேன். வானொலியைத் தொடவே அச்சமாக இருக்கிறது. தமிழை ஆங்கிலம் மாதிரி உச்சரிப்பதும் ஆங்கிலத்தோடு கலந்து பேசுவதும்தான் தொடர்ந்து கொண்டிருக்கிறது. இவர்களுக்கு இந்த அதிகாரத்தைக் கொடுத்தது யார்?

ஒரு மொழி என்பது காலம் காலமாக வளர்த்தெடுக்கப்பட்ட ஓர் இனத்தின் சொத்து. மொழி, பண்பாடு, கலாசாரம், அரசியல் அறிவு எதுவுமே இல்லாமல் இவர்கள் பணம் பறிப்பதற்காக இந்தப் பிழைப்பு பிழைப்பதை எவ்வாறு அனுமதிப்பது? இந்தக் கூட்டத்தைப் பார்த்து தனியார் தொலைக்காட்சிகளும் இந்த மொழிக் கொலையைச் செய்கின்றன. பணம் கொடுத்து, எவ்வளவு விலையானாலும் எதையும் வாங்கிக்கொள்ளலாம் என்பது மாதிரி மொழியை விலைக்கு வாங்கிவிட முடியுமா?

ஒருத்தரும் இதைப்பற்றி சிந்திப்பது இல்லை; பேசுவதும் இல்லை; கண்டனக் குரல் எழுப்புவதும் இல்லை. அடித்தட்டு மக்களிடத்தில் தான் தமிழ் கொஞ்சமாவது பிழைத்திருந்தது. இப்போது அதுவும் இந்த மொழிக் கொலையால் சிதைக்கப்பட்டுக் கொண்டிருக்கிறது. என் மக்களும் அதுபோலவே வேறுமொழி கலந்து பேச ஆரம்பித்து விட்டார்கள்.

இவர்களின் பேச்சுபோலவேதான் இவர்கள் ஒலிபரப்புகிற பாடல்களும் இருக்கின்றன. பேசுகிறார்களா பாடுகிறார்களா? அது

எந்த மொழிப் பாடல்? எதைப்பற்றிப் பாடுகிறான், யாருக்காகப் பாடுகிறான் என்று எதுவுமே புரியாமல் எல்லா தனியார் வானொலி களும் இதையேதான் போட்டு கத்திக்கொண்டிருக்கிறார்கள். அதிலும் ஒரு வானொலி தமிழ் மக்களைப் பார்த்து மச்சான் (மச்சி) எனச் சொல்லி அழைக்கிறது, ஒரு நடிகை தமிழர்களைப் பார்த்து மச்சான் என அழைக்கிற மாதிரி. இரண்டுமே வடநாட்டு கைங்கர்யம்தான்.

நானும் நீங்களும் இப்படிப்பட்ட வானொலிகளிடமிருந்து தப்பித்து விடலாம். நம் மொழி தப்பிக்க என்ன செய்யப்போகிறோம்?

3

சுதந்திரம் கொடுத்த நட்டமில்லாத் தொழில்

ஆடிப் பட்டத்தில் விதைப்பதற்காக உழவர்கள் நிலத்தைச் சீர்செய்து, தயார் படுத்தி ஆடி மாதம் எப்போது வரும் எனக் காத்திருப்பது போல் அரசியல்வாதிகள் தேர்தலுக்காகக் காத்திருக்கிறார்கள்.

சட்டமன்றத் தேர்தல் வரப் போகும் மாதங்கள் எண்ணப்பட்டுக் கொண்டிருக் கின்றன. என்னென்ன கணக்கு போட்டு, எப்படியெல்லாம் ஆள்பிடித்து, யார் யாருக்கு எதை எதைக் கொடுத்து, எப்படியெல்லாம் வாக்காளர்களைத் தங்கள் வலையில் வீழ்த்தலாம் என்கிற கணக்கு தொடங்கி விட்டது.

24 மணி நேரத்தில் தூங்குகிற நேரம் போக மற்ற நேரங்கள் முழுக்க இந்த மண்ணுக்கும், இனத்துக்கும், மொழிக்கும், மக்களுக் கெல்லாம் எந்தெந்தவிதங்களில் நன்மை களைச் செய்யலாம் எனச் சிந்திப்பதைவிட, எப்படி எல்லாம் தங்களின் பெருமைகளைப் பறைசாற்றிப் பீற்றிக்கொள்வது, மற்றவர்களின் செயல்பாடுகளைக் குற்றம் சொல்வது, எந்தக் கட்சியும் தங்களுடைய கட்சியை

மிஞ்சாமல் பார்த்துக்கொள்வது, இதுபோக முக்கியமாக எவ்வாறு மக்களைத் தங்களின் கட்சியின் வலையில் விழவைப்பது எனச் சிந்தித்துக்கொண்டே இருக்கிறார்கள்.

அரசியல் என்பது தொண்டாக இருந்தது மாறிப் போய், முதலீடு இல்லாமல், நட்டத்தைச் சந்திக்காத, மிகப் பெரும் வியாபாரமாக மாறிப்போனதுதான் நம் மக்களாட்சியின் மிகப்பெரும் சோகம். அளவுக்கு அதிகமாகக் கோடி கோடியாகப் பணம் குவிக்க, மற்றவர்களை மிரட்ட, விரும்பியபடி எல்லாம் குற்றங்களைச் செய்ய, செய்த குற்றங்களில் இருந்து தப்பித்துக்கொள்ள என இவற்றுக்காகவே பெரும்பாலும் மேலும் மேலும் அரசியல் கட்சிகள் உருவாகிக் கொண்டே இருக்கின்றன.

எதற்கெல்லாமோ சட்டம் இயற்றுபவர்கள், எல்லா மாற்றங்களையும் பற்றி பேசுபவர்கள் இதற்கென்று ஒரு சட்டத்தை உருவாக்குவார்களா? இந்தியாவில் உள்ள பெரும்பாலான அரசியல்வாதிகள் ஆளுக்கு ஒரு தொலைக்காட்சி, ஆளாளுக்கு ஒரு பத்திரிகை என நடத்துகிறார்கள். எவ்வாறு நேர்மையான செய்தியையும் நியாயமான கருத்துகளையும் மக்களுக்கு அவர்களால் தர முடியும்? அமெரிக்கா மற்றும் ஐரோப்பிய நாடுகளில் இருப்பதைப்போல் தேர்தல் அரசியலுக்குள் களம் இறங்குபவர்கள் ஊடகத்தைக் கைக்குள் வைத்திருக்கக்கூடாது. எந்த ஒரு தொலைக்காட்சியோ, பத்திரிகையோ, வானொலியோ தொடங்கக் கூடாது. 10 விழுக்காடு முதலீடு செய்த பங்குதாரராகக்கூட இருக்கக் கூடாது. இதேபோல் நம்நாட்டிலும் சட்டத்தை உருவாக்குவார்களா?

இவர்களிடம்தானே நாடாளுமன்றம் இருக்கிறது.

குடிக்கும் நீரிலிருந்து, நமக்கு உணவளிக்கும் மண்ணிலிருந்து, உயிர் வாழ உள்ளிழுக்கும் காற்றிலிருந்து எல்லாவற்றையுமே நாசமாக்கி விட்டார்கள். இவற்றை எல்லாம் செய்யச் சொன்னவர்கள், அனுமதி கொடுத்தவர்கள், திட்டம் தீட்டியவர்கள் எல்லாம் யார்? அன்றாடங் காய்ச்சிகளாக வாழ்க்கையை நடத்திக்கொண்டு திரியும் இந்த மக்களா செய்தார்கள்?

சரிந்துபோன தங்களின் வாக்குவங்கியைச் சரிசெய்துகொள்ளவும், மேலும் தங்களின் செல்வாக்கை வளர்த்துக்கொள்ளவும் கொண்டு வருகிற திட்டங்களால் இந்த மக்களின் எதிர்கால வாழ்வு, எக்கேடு கெட்டாலும் பரவாயில்லை என்பதாகவே இருந்ததன் விளைவுதானே இந்நிலைக்குக் காரணம்!

எந்தக் கட்சி எப்போது மாநாட்டு அறிவிப்பை வெளியிடுவார்களோ என அஞ்ச வேண்டியிருக்கிறது. இந்த மாநாடுகள் சொல்லும் சேதி என்ன? 'இங்கே பாருங்கள்... எங்களுக்கு இவ்வளவு கூட்டம் உண்டு.

எங்களைச் சாதாரணமாக நினைத்துவிடாதீர்கள். நாங்கள் யாருக்கும் சளைத்தவர்கள் அல்ல; எங்கள் செல்வாக்கைப் புரிந்துகொள்ளுங்கள்' என மக்களை மிரட்டும் செயல்தானே தவிர, வேறென்ன?

தேர்தலை மக்களுக்கும் வருமானம் தரும் நாளாக மாற்றியதில் பலருக்கும் பங்கு உண்டு. இனி, இந்தக் கூட்டத்திலிருந்து தங்களை விடுவித்துக்கொள்ளமுடியாது. கிடைத்தவரை லாபம், வாங்கிக் கொள்வதால் அவர்களுக்கு எந்த நட்டமும் இல்லை. நம்மை வைத்துப் பணம் சம்பாதிப்பதற்குத்தானே இதைத் தருகிறார்கள் என்கிற மனநிலைக்கு மக்களும் வந்துவிட்டார்கள்.

மக்களையும் தங்களின் கொள்ளைக்கு துணைசேர்த்துக்கொண்டதைப் பார்த்துக் கொதித்தெழும் செயலுக்கு இங்கு எந்த பதிலும் இல்லை.

உண்மையில் மக்கள் நலன் குறித்து, அவர்களின் எதிர்காலம் குறித்து சிந்திப்பவர்களை ஊடகங்களும் கண்டுகொள்வதே இல்லை. இதனால், மக்களும் இதனை உணர்வதில்லை. இதனாலேயே உண்மையில் மக்களுக்கானவர்கள் யாரோ, அவர்கள் இந்தத் தேர்தல் அரசியலுக்குள் வந்து பாழ்பட்டுப்போவதை விரும்பாமல் ஒதுங்கி விடுகிறார்கள். பணபலம் இல்லாமல் இங்கு எதனையும் செய்ய முடியாது எனும் மனநிலைக்குத் தள்ளப்பட்டு ஒதுங்கிவிடுவது போல், அவர்களின் கருத்தினைப் பின்பற்றி மக்களுக்குப் பணியாற்ற வருபவர்களும் ஒதுங்கிவிடுகிறார்கள்.

தன்னைப்போல தங்களுடன் இருந்த சாதாரணமானவர்கள் இன்று அரசியல் கட்சிகளில் சேர்ந்து அதனை ஒரு தொழிலாகவே நடத்திப் பணம் குவிப்பதைக் கண்டு, மனசாட்சிகளை உதறித் தள்ளிவிட்டுத் தாங்களும் வெள்ளை உடை உடுத்தி வெளிப்படையாகத் தெரிந்தும் தெரியாத மாதிரிச் சட்டைப்பையில் தங்கள் தலைவரின் படத்தை வைத்துக்கொண்டு, கொடியுடன் 'தொழிலு'க்குப் புறப்பட்டு விடுகிறார்கள். இன்று தமிழ்நாட்டில் மட்டுமல்ல; ஒட்டுமொத்த இந்தியாவிலும் நடந்துகொண்டிருக்கிற மும்முரமான வியாபாரம் அரசியல் எனும் தொழில்மட்டும்தான்!

அந்தத் தொழிலைத் தேர்ந்தெடுத்துவிட்டால் எந்தத் தொழிலையும் தொடங்கிவிடலாம். எதையும் சாதித்துவிடலாம் என்கிற நிலையைத் தான் இந்தச் சுதந்திரம் நமக்குப் பெற்றுத் தந்திருக்கிறது. ஒரு சில வெள்ளைக்காரர்கள் இந்தியாவை ஆண்டதுபோல், ஒவ்வொரு மாவட்டத்தையும் ஒரு சில குடும்பங்கள் மட்டுமே இந்தத் தேர்தல் அரசியலால் ஆண்டு கொண்டிருக்கின்றன. இதில் சுதந்திரம் எனச் சொல்லப்படுகிற விடுதலை என்ன சாதித்துக் கொண்டிருக்கிறது?

நாடாளுமன்ற உறுப்பினர்களில் எத்தனை பேர் மக்களுக்காக உழைப்பதற்காகவே சென்றிருப்பார்கள் என்பதை யாராலும் உறுதியாகச் சொல்லமுடியாது. அப்பழுக்கற்ற, தூய்மையான எண்ணத்தோடு மக்களுக்குப் பாடுபடுவது என்ற எண்ணத்தோடு மட்டுமே உருவாக்கப் பட்ட தேர்தலில், ஒரு ரூபாய்கூடச் செலவழிக்க முடியாத ஒருவர் இனிமேல் நாடாளுமன்ற உறுப்பினராகவோ சட்டமன்ற உறுப்பின ராகவோ தேர்ந்தெடுக்கப்பட வாய்ப்புள்ளதா? இது என்னுடைய கேள்வி மட்டுமே அல்ல; வாக்குகளைக் கையில் வைத்துக் கொண்டிருக்கிற ஒவ்வொரு இந்திய வாக்காளரும் கேட்டுக் கொண்டிருக்கிறார்.

வெள்ளையனின் அடிமைத்தனத்திலிருந்து விடுதலையைப் பெற்றுத் தந்த நம் முன்னோடித் தலைவர்களின் ஆன்மா, நிச்சயம் அரசியலை ஒரு தொழிலாக மாற்றிவிட்டவர்களைப் பார்த்து இந்தக் கேள்வியைக் கேட்கும் என நினைக்கிறேன். ஒருவேளை கேட்டால், என்ன பதில் இருக்கும் இவர்களிடம்?

4

மறந்துடாதீங்க

இப்ப எல்லாருக்கும் எந்த வேலை இருக்கோ தெரியாது! கட்டாயம் ஒரே ஒரு வேலையைச் செஞ்சே ஆகணும். மத்த வேலையா இருந்தா செய்யலாம், செய்யாம விட்டுட்டும் போகலாம். இதைச் செய்யாமப் போனா வீட்டுக்காரம்மா சாப்பாடு போடாது. முன்னெல்லாம் முன்னாடி 40 வயசுக்கு மேல இருக்கறவங்கதான் நடக்க ஆரம்பிச்சாங்க. இப்ப இருவத்தஞ்சு வயசுப் பசங்கல்லாம் தெருவுல எறங்கிட்டாங்க. ஏதோ மக்கள் போராட்டத்துக்குத்தான் தெருவுல எறங்கிட்டாங்கன்னு நெனைக்காதீங்க. எல்லாரும் அவுங்க அவுங்க உயிரக் காப்பாத்திக்கறதுக்குத்தான்!

இதெல்லாம் நம்மூர் சமாச்சாரமே இல்ல. வெள்ளக்காரன் குடுத்துட்டுப்போனதுல இதுவும் ஒண்ணு.

அப்பல்லாம் சினிமா நடிகருங்க மட்டும்தான் உடம்பைக் கட்டுப்கோப்பா வெச்சிக் கணும்னு கர்லாக் கட்டை சுத்தறதுன்னும், குஸ்திக் கத்துக்கறதுன்னும் இருந்தாங்க. கொஞ்சம் கிராமங்கள்ல இருக்குற

இளவட்டப் பிள்ளைகள் இதைச் செஞ்சாங்க. இப்ப ஏறக்குறைய எல்லாருமே அவுங்க மாதிரிதான் ஆயிட்டாங்க.

கருக்கல்ல சூர்ய வெளிச்சம் பூமியில படறதுக்கு முன்னாடி நாலரை மணிக்கெல்லாம் ஆரம்பிக்கிற ஓட்டம் ஒன்பது, பத்து வரைக்கும்கூட போய்ட்டிருக்கு. சின்ன வயசுல போட்ட கால் சட்டையை, நரை விழுந்த வயசுலேயும் போட வெச்சிட்டான் வெள்ளக்காரன்.

இந்த நடைப்பயிற்சிய முதன்முதலா எப்போ பாத்தேன்னு எனக்கு நெனப்பு இல்ல. நிச்சயமா சினிமாவுலதான் பாத்துருக்கணும். ‘நெஞ்சத்தைக் கிள்ளாதே’ படத்துல சுஹாசினி ஓடி வர்றதுதான் ஞாபகத்துக்கு வருது. 40 வயசுல நான் மறுபடியும் கால்சட்டையைப் போட ஆரம்பிச்சேன். என்னோட ஓடிக்கிட்டிருந்த எந்த முகமும் தெரிஞ்சதா இல்ல. ஊர்ல தொலைஞ்சுபோன ஆடு, மாடைத் தேடறப்ப ஓடுற மாதிரியும், ஏதோ தொலைஞ்சுப்போன நகையையோ, காசையோத் தேடற மாதிரியும், சில பேர் தலைக்கு மேலப் பறந்து போற ஏரோப்ளேனப் பாத்துக்கிட்டே ஓடுற மாதிரிதான் நடந்துக் கிட்டிருந்தாங்க.

நாள்பூரா செருப்பில்லாத காலோட கொதிக்கிற பொட்ட மண்ணுலேயும் கல்லுலேயும் முள்ளுளேயும் நடந்துட்டு, நாலு மைல் நடந்து ஓடி சினிமாப் படம் பாத்துட்டு வந்து, தூக்கத்திலேயே சாப்புட்டுட்டு அசந்து விழற ஒடம்ப, அதிகாலை நாலு மணியிலிருந்தே அம்மா எழுப்ப ஆரம்பிச்சிடுவாங்க. கூழுக் கலயத்தோடவும் முந்திரிப்பழம் பொறுக்க தட்டுக்கழியோடவும் கருக்கல்லேயே நாலு மைல் தூரம் நடந்துபோனதுதான் அப்ப எனக்கு ஞாபகத்துக்கு வந்திச்சி.

நண்பர்களோட, அண்ணன் தம்பியோட சினிமாவுக்கு நடந்து ஓடினதும், தெருக்கூத்துப் பாக்கறதுக்காக தீப்பந்தத்தையும், டயரையும் கொளுத்திப் புடிச்சிக்கிட்டு காட்டு வழியா அப்பாவோட சாதாரணமா 10 மைல் நடந்துபோனதும், ஒருமுறை ஆனத்தூர் சீனிவாசன் சொல்லிட்டாருன்னு பள்ளிக்கூடத்துக்குக்கூட மத்தியானத்து மேலப் போவாம, குறுக்குவழியா 20 மைலுக்கு மேல நடந்து, கட்டு சோத்தோட அப்பாவுடன் உளுந்தூர் பேட்டைக்குப் பக்கத்துல தெருக்கூத்துப் பாக்கப்போனதெல்லாம் மனசுக்கு மகிழ்ச்சியா இருந்துச்சு. தூங்குற நேரத்துல இந்த வயசுல ஒடம்ப குறைக்கறதுக்காக எழுந்து ஓடுன்னா எப்படி இருக்கும்? நெறைய்ய நண்பர்கள் சேர்ந்துட்டதால, ஆரம்பத்துல இருந்த தயக்கமும், கூச்சமும், சோம்பேறித்தனமும் கொஞ்ச நாள்ல காணாமப்போச்சு.

ஒவ்வொருத்தரும் பிரச்னைகளுக்கு மேல பிரச்னையோட வாழ்க்கைய ஓட்டிக்கிட்டிருக்கிறதெல்லாம் போய், தொந்தி தொப்பையப் பாத்துப்

பாத்து ஒடம்பக் கொறைக்கறதை நெனைச்சுக் கவலைப்படறதே பெரும் பிரச்சினையாப் போச்சு. மனுசன் உடலுழைப்ப நிறுத்தினான். மருந்துக்கடையும், மருத்துவமனையும் பெருகிப்போச்சு. இயந்திரங்கள் கிட்ட வேலையைக் குடுத்துட்டு உக்கார ஆரம்பிச்சாச்சு. ஆம்பிளைங்க தான் அப்பிடி உருண்டு புரண்டு ஓடி, ஒரு நாலு சொட்டு வேர்வையப் பாத்து சந்தோஷப்படறோமுன்னா, பாவம்... நம்மப் பொம்பளைங்க நெலமை படுமோசம். 'குனிஞ்சு நிமிர்ந்து எவ்வளவு நாளாச்சு'ன்னு கேட்டா, 'அதெல்லாம் ஞாபகம் இல்லே'ன்னுதான் பதில் வருது.

வீட்டுக்காரரு அதிக நாள் வாழ்ந்தாப் போதும்ன்னு நெனைக்கிறாங்க அவங்க. தன்னோட உடம்பு நல்லா இருந்தாப் போதுமா, மனைவியும் நல்லா இருக்கட்டுமேன்னு கொஞ்சம் பேரு அவுங்களையும் இழுத்துப் புடிச்சி... அவங்களுக்கும் 'ஷூ'வை மாட்டிவிட்டு இழுத்துட்டு வந்துடறாங்க.

இப்போ நாடு பூரா நடக்குற ஒரே வேல இந்த நடக்குற வேலதான். தெனமும் அதே எடத்துல, அதே நிமிஷத்துல, அதே முகத்தப் பார்க்க யாரும் தவறுவதில்ல. தெரிஞ்சவங்களக் கடந்துபோனா அதே சிரிப்பு, அதே ஒண்ணு ரெண்டு சுருக்கப்பட்ட வார்த்தை. இப்பிடித்தான் ஒவ்வொரு காலையும் கழியுது. இப்படிப்பட்ட ஆளுங்களாப் பார்த்து பிடிக்கறதுக்காகவே மூலைக்கி மூல நின்னுக்கிட்டு, 'இலவசமா சோதனப் பண்றேன்'னு கைய, காலப் புடிச்சி... கடைசியா ஒரு முகவரியக் குடுத்து, 'வந்துடுங்க, நாளைக்கே... ஒங்க உடம்ப நாங்க சரிபண்ணிடறோம்'னு சொல்லிட்டு நிக்கிற கூட்டம் பாடாப்படுத்துது.

நகரம் மட்டும்தான்னு இப்பிடி இல்ல. கிராமங்கள்ல என்ன வாழுதாம். அவன் இவனுக்கு மேல தொந்திய வளர்த்துட்டு நிக்கிறான். இந்த மெஷினெல்லாம் அங்கேயும் போயி எவ்வளவோ நாளாச்சு!

மாசக் கணக்குல, வருஷக் கணக்குலெல்லாம் எதிர்ல போகும்போது, கூடப் போகும்போது வணக்கம் சொன்னவங்க, திடீர்னு ஒருநாளு காணாமப் போயிடறாங்க. ஞாபகம் இருந்தா, அந்த நேரம் மட்டும் நண்பர்கள்கிட்ட விசாரிச்சுட்டு விட்டுடறோம். அப்புறம் அவங்கள மறந்தே போயிடறோம். ஒருவேளை வாழற இடத்த மாத்தியிருக் கலாம். ஒருவேளை இறந்துபோய் நமக்கு செய்தி தெரியாம இருக்கலாம். புதிய புதிய முகங்களோடு நடைப்பயிற்சி தொடர்ந்துக் கிட்டேதான் இருக்கு.

ஒருநாள் எனக்கு நடந்த அந்த சம்பவத்த மறக்கவே முடியல. ஒரு ஏழெட்டு வருஷமாவே அவர நான் பார்க்கறேன். நான் சிரிச்சாத்தான் சிரிப்பாரு. தனியா யாரோடயும் சேராம ஒரு ஓரமா நடந்துக்கிட்டே இருப்பாரு. ஏழையும் இல்ல, பணக்காரன் மாதிரியும் தெரியல.

ஒருநாள் நடந்துக்கிட்டிருந்தப்ப சாலையில சுருண்டு விழுந்துட்டாரு. 9 மணிக்கு மேல ஆயிட்டதால, யாரும் உடனே அவரைக் கவனிக்கல. இறந்துபோனவரைக் கொண்டு போய் சேக்கறதுக்கு அவர்கிட்ட எந்த அடையாளப் பொருளும் இல்ல. வாக்கிங்குப் போனப்பதான் நானே பாத்தேன். நானும் அங்கிருந்தவங்களோட சேந்து கண்டுபிடிக்க முயற்சி செஞ்சேன். பலனில்லை. என்னை மாதிரியேதான், தெனமும் அவரப் பாக்கறவங்களும் சொன்னாங்க. போலீஸ்காரங்க வந்து அவரோட ஒடம்ப எடுத்துக்கிட்டுப் போய்ட்டாங்க.

கொஞ்ச நாள் எங்க நண்பர்கள் வட்டத்துல இதே பேச்சா இருந்துச்சி. அவருக்கு நடந்த துயரம் நமக்கும் நடந்துடக்கூடாதேன்னு நெனைக்கிறதால, ஒரு துண்டு தாள்ல வீட்டோட முகவரியையும் கைப்பேசியையும் நடைப்பயிற்சி போறப்ப எடுத்துக்க மறக்கறதே இல்ல. ஆரோக்கியமா அதிக நாள் வாழணும்ங்கற ஆசையில செய்யற நடைப் பயிற்சியின்போதே உயிர் போறதுங்கறது எவ்வளவு பெரிய வேதனையான விஷயம். அதுலயும் சொந்த பந்தத்துக்கு உடனே செய்தி தெரிவிக்க முடியாமப் போகிற கொடூரம் யாருக்கும் வரக்கூடாது.

5

முறைப்படுத்தப்பட்ட முறைகேடுகள்

எப்போது இந்த நாட்டுக்கு விடுதலை கிடைத்ததோ அப்போதே, இந்த மண்ணில் லஞ்சமும் ஊழலும் முளைக்கத் தொடங்கி விட்டன. தூய்மையும், நேர்மையும், ஒழுக்கமும் இருந்தது சில காலங்களும், மூக்கைப்பிடித்துக் கொண்டு சில காலங் களும், நாற்றம் பொறுக்காமல் குமட்டி வாந்தி எடுத்தது சில காலங்களும், பின் அதுவே பழகிப்போய் இப்போது நாற்ற மெடுத்த குப்பையிலேயே வாழவும் பழகிக் கொண்டுவிட்டோம். நேர்மையுடன் செயல் படுபவர்கள் இன்று பிழைக்கத் தெரியாத வர்கள் என்பது மட்டுமல்ல பிறர் வளர்ச்சிக்கே தடையாக இருக்கிறார்கள் என அவர்கள் மேல் கோபமும் வருகிறது.

விடுதலை பெற்ற இந்த 68 ஆண்டுகளில் எது வளர்ந்ததோ ஊழலும் லஞ்சமும் மட்டும் யாராலும் கட்டுப்படுத்த முடியாத அளவுக்கு எல்லாத்துறைகளிலும் எல்லோரின் மனங்களிலும் வளர்ந்து நிற்கிறது. சமூகத்தில்

நிகழும் ஏற்றத்தாழ்வுக்கு எல்லாருக்கும் எல்லாமுமே கிடைக்கும் என்கிற நிலை இல்லாததுதானே காரணம்.

குழந்தைகளிலிருந்து இறைவன் வரைக்கும் லஞ்சம் கொடுக்கப் பழக்கப்பட்டுவிட்டது இந்த சமூகம். பணம் இருந்தால் எவ்வளவு பெரிய கூட்டத்திலும் எல்லோரையும் கடந்து தனி ஆளாக அனைத்து மரியாதைகளோடும் கடவுள் முன் நின்றுவிடலாம். பணமில்லாதவன் நாய் போல் தொலைவில் நின்று இருளில் நிற்கும் சிலையைப் பார்த்து தோராயமாகக் கும்பிட்டு விட்டுத் திரும்ப வேண்டியதுதான்.

இளம் பருவத்திலேயே தன்னைச் சுற்றி நிகழ்கிற இந்தச் செயல்களைப் பார்த்து வளரும் குழந்தைகள் அவற்றை ஒரு குற்றமாகவும் சீர்கேடாகவும் நினைக்காமல் தாங்களும் அவற்றைக் கடைப்பிடிக்கப் பழகிவிடுகிறார்கள்.

என் பள்ளிப்பருவத்தில் நிகழ்ந்த அந்த நிகழ்வு ஒன்றுதான் இப்போது எனக்கு நினைவுக்கு வருகிறது.

பிற்படுத்தப்பட்ட மாணவர்களுக்கான உதவித்தொகை 70 ரூபாயைப் பெற நான் பட்ட பாட்டைச் சொல்லாமலிருக்க முடியவில்லை. தொடர்ந்து நான்கு நாட்கள் வட்டாட்சியரிடம் கையெழுத்தைப் பெறுவதற்காக பண்ணுருட்டிக்கு காலை ஒன்பது மணிக்கெல்லாம் போய் நின்றுவிடுவேன். என்னைப்போலவே என் பள்ளியில் இருந்து நிறைய மாணவர்களும் வந்தார்கள். வட்டாட்சியர் வேகமாக வருவார், அலுவலகத்தில்தான் பல மணி நேரம் இருப்பார். பின் விர்ரென்று ஜீப்பில் போய்விடுவார்.

பள்ளிக்குப் போகாமல் அந்த ஒரு கையெழுத்துக்காக நான்கு நாள் காத்துக்கிடந்த பிறகுதான் அது எங்களுக்குக் கிடைத்தது. அதுவும் ஆளுக்கு இரண்டு ரூபாய் போட்டு அவரின் உதவியாளரிடம் கொடுத்தபின்தான் இது சாத்தியமாயிற்று.

இறுதிவரைக்கும் வட்டாட்சியரின் முகத்தை நாங்கள் பார்க்கவேயில்லை. பேருந்துக்காக வைத்திருந்த பணத்தைக் கொடுத்து விட்டதால் அந்த 13 கிலோமீட்டர் தொலைவை செருப்பில்லாத கால்களோடு நடந்து இரவு ஒன்பது மணிக்கு வந்து சேர்ந்து அம்மா சுடுதண்ணி வைத்து ஒத்தடம் கொடுத்ததை இன்னும் என்னால் மறக்க முடியவில்லை.

எப்படியாவது மக்களின் வாக்குகளைப் பெறவேண்டும் என்பதற்காக கோடிகளைச் செலவழித்து வாக்குகளைப் பெறுகிறார்கள். ஆட்சிக்கு வந்தவுடன் செலவழித்ததை அறுவடை செய்வதற்காகவும், மேலும்

ஆட்சியில் தொடர்வதற்காகவும், லஞ்சம் ஊழல் என்கிற ஆயுதத்தைக் கையிலெடுத்துக்கொள்கிறார்கள். தங்களின் காரியங்கள் நிறைவேற பணத்தைக் கொண்டுபோய் கொடுக்கிற மக்களே இந்தக் கொடுமைக்கு துணையாயிருப்பதுதான் நம் சமூகத்தின் மிகப் பெரிய அவலநிலை. நான் ஆட்சிக்கு வந்தால் லஞ்சம், ஊழல் இருக்காது என ஒருவர் சொல்லி மாற்றத்தை ஏற்படுத்த முற்பட்டாலும் மக்கள் அதனை நம்ப மாட்டார்கள். இந்தப் பரிதாபமான நிலைக்கும் காரணம் மக்களேதான். பணம் கொடுத்தால் வேலை நடக்கிறதா அதுவே போதும் என நினைக்கிறார்கள்.

லஞ்சத்தை வளர்த்ததற்காக ஒருவர் இங்கே தேர்தல் மூலம் தண்டிக்கப் பட்டிருந்தால், ஊழல் மூலம் கோடி கோடியாக மக்களின் பணத்தை கொள்ளையடித்தவர்கள் இங்கே நீதிமன்றங்களால் தண்டிக்கப் பட்டிருந்தால் சட்டமன்றங்களிலும், நாடாளுமன்றங்களிலும் நுழையாத மாதிரி சட்டத்தின் வாயிலாகத் தடுக்கப்பட்டிருந்தால் தவறு செய்பவர்களுக்குப் பயம் வந்திருக்கும்.

எவ்வளவு பெரிய குற்ற வழக்கையும் நீதிபதிகளுக்கு பணம் கொடுத்து சரி செய்துவிடலாம், எவ்வளவு காலம் வேண்டுமானாலும் வழக்கைத் தள்ளிப் போட்டுக்கொண்டே போகலாம் என்பதால் என்ன மாற்றம் இங்கே நிகழ வாய்ப்பிருக்கிறது. சட்டத்தின் மீதும், நீதிமன்றத்தின் மீதும் பயம் போய்விட்டது. இங்கே சட்டத்துக்கும், நீதிமன்றத்துக்கும், காவல்துறைக்கும் பயந்து வாழ்ந்து கொண்டிருப்பது, அலைக்கழிக்கப் படுவது அன்றாடங்காய்ச்சிகளாக வாழும் இந்நாட்டு மக்கள் மட்டும் தான். பாதிக்குப் பாதி குற்றவியல் வழக்குகளில் சிக்கியுள்ள நாடாளு மன்ற, சட்டமன்ற உறுப்பினர்களைக் கொண்டு எவ்வாறு தூய்மையான ஆட்சியைத் தந்துவிடமுடியும். இவர்களெல்லாம் மூன்று மாத காலங்களில் உடனுக்குடன் தண்டிக்கப்பட்டு அரசியலில் நுழைவது தடுக்கப்பட்டிருந்தால் இந்த மோசமான நிலை உருவாகியிருக்குமா? ஆயிரம், ஐநூறு ரூபாய் லஞ்சம் பெற்றவர் முகத்தை மூடிக்கொண்டு காவல்துறையினரால் இழுத்துக் கொண்டுபோவதை ஊடகங்களில் வெளியிடுவதும், நாட்டின் சொத்தையும், மக்களின் வரிப்பணத்தையும் குறுக்கு வழியில் கொள்ளையடிப்பவர்களுக்கு வீதி வீதியாக பதாகைகள் பதித்து வாழ்த்திக் கொண்டாடுவதும் நடந்து கொண்டுதானே இருக்கிறது.

நீதித்துறை, காவல்துறை, ஆட்சித்துறை, கல்வித்துறை என எல்லா வற்றிலும் எனக்கு நண்பர்களும், என் மேல் அன்புள்ளவர்களும் இருக்கிறார்கள். அவர்களெல்லாம் நேர்மையாகச் செயல்படுவதற்காக மட்டுமே எப்படியெல்லாம் பழிவாங்கப்படுகிறார்கள்,

துன்புறுத்தப்படுகிறார்கள், அலைக்கழிக்கப்படுகிறார்கள், அவமானப் படுத்துப்படு கிறார்கள் என்பதைக் கண்டுகொண்டேதான் இருக்கிறேன். இந்த மக்களின் சொத்துக்களான அந்த மாசற்ற மனிதர்கள் இந்தக் கூட்டத்தோடு சேர்ந்துவிட நெடுநேரம் ஆகாது. தான் சொன்னதைக் கேட்காதாதாலேயே பணி ஓய்வின் இறுதி நாட்களில் பழி சுமத்தி வஞ்சிக்கப்பட்டிருக்கிறார்கள்.

தகுதியுடைய எல்லார்க்கும் எல்லாமும் கிடைக்கும் என்றால் யாரும் யாருடையதையும் பறிக்க வேண்டியதில்லை. இங்கு தகுதியில்லாதவர் களுக்கு மட்டுமே இடம் தரப்படும் போது, தகுதியுடையவர்களும் லஞ்சம் தர தயாராகிறார்கள். கொடுத்ததை மீண்டும் எடுக்க அந்த செயலை இவர்களும் செய்து, இறுதியாக ஊழல்வாதிகளாகச் செத்து மடிகிறார்கள்.

இரண்டு பேருக்கு மட்டுமே தரப் போகிற வேலைக்காக ஆயிரம் பேர்கள் வரிசையில் நிற்கின்றனர். இதுவே லஞ்சம் கொடுக்க வழி வகை செய்கிறது. எல்லோருக்கும் வேலை வேண்டும் என்பதை யாருமே முன்வைப்பதில்லை. உற்பத்தித்துறை முற்றாக முடங்கி விட்டது. அதற்கான திட்டங்கள் எதுவும் இல்லை. சேவைத் துறை மட்டுமே வளர்ந்துகொண்டிருக்கிறது. உணவு விடுதியில் சமைப் பதற்கு ஆளில்லாமல் சாப்பிடுவதற்கு தட்டுகளோடு காத்திருக்கிற நிலைதான் நிலவுகிறது.

தொடர்ச்சியாக மீறப்பட்ட முறைகேடுகள் முறையானவையாக மாற்றப்பட்டுவிட்டன. இந்த அவல நிலைக்கு இதனை யாரும் கண்டு கொள்ளாத சமூக நிலையே காரணம். இயந்திரம் என்பது இயங்க உயவு எண்ணெய் அவ்வப்போது இடப்படுவதுபோல சமூக இயக்கத்துக்கு லஞ்சம் என்கிற எண்ணெய்யை அவசியமாக்கிவிட்டார்கள்.

6

சிந்தனை செய் மனமே!

அப்போது ஒன்பதாம் வகுப்பு படித்துக் கொண்டிருந்தேன். அப்பாவுடன்தான் முதன் முதலாக ரயிலில் பயணம் செய்தேன். ஏழு ரூபாய் நாற்பது பைசாவில் பண்ணுருட்டியில் இருந்து மெட்ராஸ் எழும்பூருக்கு வந்து இறங்கினோம். சென்னை அப்போது மெட்ராஸாக இருந்தது.

ரயிலை வைத்து அதிகமாகப் படப்பிடிப்பு நடத்தியவன் நானாகத்தான் இருக்கும் என நினைக்கிறேன். ரயில் நிலையத்தில் நின்றாலும் நாற்றம், ரயிலுக்குள் போனாலும் நாற்றம். தூய்மைக்கேட்டின் முதல் இடமாக இன்னும் அதை நாம் வைத்துக்கொண்டிருக் கிறோம்.

வெளிநாடுகளுக்கு எங்குச் சென்றாலும் நான் செல்ல விரும்புவது ரயிலில்தான். அது ஒரு சுகம். ஒரு வீடுபோலவேதான் ரயிலைத் தூய்மையாக வைத்திருக்கின்றனர். அங்கு மக்களை ஆடு, மாடுகள் மாதிரி அடைத்து வைப்பது இல்லை. ஏழை நாடுகள், பணக் கார நாடுகள் என எல்லாமும் ஒரே மாதிரி தான்இருக்கின்றன.

நெடுந்தொலைவானாலும், குறைந்த தொலைவானாலும் ரயிலைத் தான் பயன்படுத்துகிறார்கள். பொருட்களைக் கொண்டுச் செல்லப் பயன்படுத்தப்படும் பெரிய பெரிய வாகனங்கள் மட்டுமே பெரும் பாலும் நெடுஞ்சாலையில் ஓடிக்கொண்டிருக்கின்றன.

ரயிலில் இரண்டாயிரம் மைல்களை மிகச் சாதாரணமாகப் பயணம் செய்கிறார்கள். நேரம், எரிபொருள், அலைச்சல் என எல்லாவற்றையும் பற்றி சிந்தித்துதான் ரயில் போக்குவரத்தை விரிவுப்படுத்தினார்கள்.

எல்லா நாடுகளும் சிந்தித்தன. இந்தியா மட்டும் ஏன் சிந்திக்க மறுக்கிறது? நாட்டை ஆண்டவர்கள், ஆள்பவர்கள் மட்டுமல்ல; இந்த மக்களும் இதுபற்றிச் சிந்திப்பதே இல்லை.

மக்களின் நலத் திட்டங்களுக்கு நிதி ஒதுக்குவதைவிட பாதுகாப்புக்கு மட்டுமே 2 லட்சத்து 200 கோடி ரூபாய் ஒவ்வோர் ஆண்டும் ஒதுக்கப் படுகிறது. விதவிதமான ஏவுகணைகளைச் செலுத்தி வல்லரசு நாடாக பறைசாற்றிக் கொள்ள நினைப்பவர்கள் மக்களை ஆடு, மாடுபோல நடத்துவதையும் கவனிக்கவேண்டும்.

இந்தக் காலம்... உலகம் முழுவதும் மனிதர்கள் இடம்பெயர்கிற கால கட்டமாக மாறிவிட்டது. பறவைகளும் காட்டு விலங்குகளும் மட்டும் தான் இடம்பெயரும் என்பதெல்லாம் மாறி வெகு நாட்களாகிவிட்டது. நாளுக்கு நாள் நகரங்கள் உருமாறிக் கொண்டேயிருக்கின்றன. 40 ஆண்டுகளுக்கு முன் நான் பார்த்த சென்னை இது இல்லவே இல்லை. அந்த மக்கள் எங்கே போனார்கள் எனத் தெரியவில்லை. நான் வசிக்கும் தெருவில் மட்டுமல்ல; எல்லாத் தெருக்களிலும் அப்படித்தான்.

உள்ளூர்வாசிகள் எங்கோ ஒருத்தர்தான். பண்டிகைக் காலங்கள் வந்தால் இதனை உணர முடியும். அதுவும் நான்கைந்து நாட்கள் தொடர் விடுமுறை கிடைத்துவிட்டால், நீர் வற்றிய குளம்தான் சென்னை. இதேபோல்தான் எல்லாப் பெருநகரங்களும்!

தான் பிறந்த மண்ணை, தன் உறவுகளை நினைத்தபடியேதான் பிறந்த மண்ணைவிட்டு வெளியேறிவர்களின் வாழ்வு கழிகிறது. என் ஊர் சென்னைக்கு அருகிலேயே இருப்பதால் எனக்குப் பிரச்னை இல்லை. தமிழ்நாட்டின் மையப்பகுதிகளில் இருந்தும் கடைக்கோடியில் இருந்தும் பிழைக்க வந்தவர்களின் மனநிலையையும் போராட்டத்தையும் உணர்ந்திருக்கிறேன். இந்த நவீன காலத்தில்கூட இன்னமும் பத்து, பதினைந்து மணி நேரங்கள் பயணம் செய்கிற கொடுமையை யாருமே உணரவில்லையா? இதற்காக என்ன செய்தீர்கள்? கறிக்கோழி மாதிரி நம்மை அடைத்து பேருந்திலும், ரயிலிலும் ஏற்றிக்கொண்டு போகிறார்களே. இதற்காக யாராவது வாய் திறந்து பேசுகிறீர்களா?

தீபாவளியோ, பொங்கலோ வந்துவிட்டால் ஊர்ப் போய் சேருவது பற்றிய பயம் வந்து தொற்றிக் கொள்கிறது. பத்து நிமிடங்களில் ரயிலில் முன்பதிவு தீர்ந்துவிடுகிறது. அதே நிலைதான் பேருந்துகளிலும். வசதி படைத்தவர்கள் சொந்த வாகனங்களில் போய்விடுகிறார்கள். வாகனம் இல்லாதவனின் நிலையைப்பற்றி யாரும் கவலைப்படுவதே இல்லை. போய்ச் சேர்ந்தால் போதும் என எவ்வளவு பணம் கேட்டாலும் கொடுத்துவிட்டு, ஊர்ப் போய்ச்சேர்ந்துவிடுவதுதான் நடந்து கொண்டிருக்கிறது.

இது மக்கள் தொகை அதிகமான நாடு. இங்கு இப்படித்தான் இருக்கும் என ஆட்சியாளர்கள் சொல்லலாம். போக்குவரத்தைச் சீர் செய்யாத, ஒழுங்கு செய்யாத குணத்தை என்னவென்று சொல்வது?

வெளிநாடுகளுக்குச் செல்லும் அமைச்சர்களும், அதிகாரிகளும் எதைப் பார்க்கப் போகிறார்கள்? எதைப் பார்த்துவிட்டு வருகிறார்கள்? விமானத்தில் இருந்து இறங்கி, நட்சத்திர விடுதிகளுக்குள் சென்று தங்குவதோடு முடிந்துவிடுகிறதா? ஏதோ வெள்ளைக்காரன் புண்ணியத்தில் இந்த வசதியாவது நமக்குக் கிடைத்தது. 68 ஆண்டு களாக ரயில் போக்குவரத்துத்துறை மட்டும் பாதாளத்தில் கிடப்பதற்கு என்ன காரணம்? நம் ஊர் ரயில் ஓடுகிற நேரத்தைவிட நிற்கிற நேரம் தான் அதிகம் என்பது விவரம் அறிந்தவர்களுக்குத் தெரியும். உலகத்தில் உள்ள எல்லா கார் கம்பெனிகளையும் கொண்டு வருவதிலும், ஒப்பந்தம் போடுவதிலும் இருக்கின்ற ஆர்வம், ஏன் இதில் இல்லை?

லண்டலில் இருந்து பிரான்ஸுக்குக் கடல் வழியாக ரயில் போக்கு வரத்து செய்து வைத்திருப்பது மாதிரி உங்களை செய்யச் சொல்ல வில்லை. ஏற்கெனவே இருக்கிற ரயில் பாதையைத்தான் விரிவுபடுத்தக் கேட்கிறோம். மூன்று ரயில் போகிற மாதிரி, மூன்று ரயில் வருகிற மாதிரி பாதையை விரிவுபடுத்தி மாற்றிப் பாருங்கள். எவ்வளவு பொருளாதாரம் உயரும்! மக்களின் நேரம், அலைச்சல், பணம் என எல்லாமும் மிச்சமாகுமே. இந்தக் காற்று மண்டலத்தை நச்சாக்கும் புகையை உருவாக்கும் எரிபொருளில் இருந்து விடுதலை கிடைக்குமே! நெடுஞ்சாலைகளில் சுமை ஏற்றிச் செல்லும் வாகனங்கள் மட்டுமே அல்லவா இருக்கும். இதைச் செய்வதை விட்டுவிட்டு சுங்கச் சாவடிகளில் கட்டணம் அதிகம் எனச் சொல்லிக் கத்திக் கொண்டிருக்கிறோம்.

இவை மட்டுமல்ல; நெடுஞ்சாலை விபத்துகளில் உயிரிழப்பவர்களின் எண்ணிக்கை கூடிக்கொண்டே போகிறது. சாலைகளை உருவாக்குகிற முறையை வெளிநாட்டவர்கள் நம் நாட்டில்தான் பார்த்துக் கற்றுக் கொள்ளவேண்டும். பூம் பூம் மாட்டுக்காரன் சட்டை மாதிரி ஒட்டுப்

போட்டு சாலைகளை பராமரிக்கிற முறை உலகத்தில் எங்குமே பார்த்திருக்க முடியாது.

துள்ளியெழும் அலைகளில் பயணம் செய்யும் படகுப் பயணம் போலத்தான் சரிசமம் இல்லாத நம் சாலைகள். என்ன பாவம் செய்தோமோ! உயிர்ப் பலி தொடர்ந்து கொண்டேதான் இருக்கிறது.

நம் ஆட்சியாளர்கள் யார் வந்தாலும், யாரும் ரயில் பாதையை விரிவுப்படுத்தும் திட்டத்தை முன்னெடுக்க சிந்திப்பதில்லை. இந்திய அரசாங்கம்தான் இதைச் செய்யவேண்டும் எனச் சொல்லி தப்பித்துக் கொள்ளலாம். அல்லல்படுபவர்கள் தமிழ்நாட்டு மக்கள். முன்னேற்றத் தடை தமிழ்நாட்டுக்குத்தான். ஒவ்வொரு முறையும் தேர்ந்தெடுக்கப் படும் நாடாளுமன்ற உறுப்பினர்கள் இதுபற்றி சிந்தித்திருப்பார்களா?

எனக்கு இந்தக் கேள்விதான் இப்போது எழுகிறது:

எந்தக் காரணத்துக்காக தமிழ்நாட்டில் உள்ளவர்கள் எந்த வேலைக் கானாலும் சென்னைக்குத்தான் வரவேண்டும்? மற்ற நகரங்கள் எல்லாம் நகரங்கள் இல்லையா? இந்த வசதி வாய்ப்புகளை நம் மக்களுக்கு அங்கே உருவாக்கித் தர முடியாதா? ஆந்திராவையும் கர்நாடகத்தையும் தொட்டுக் கொண்டுள்ள சென்னையில் மட்டும்தான் அமைச்சரவையும் மற்ற அனைத்துத் துறை தலைமை அலுவலகங்களும் செயல்பட முடியுமா? கன்னியாகுமரியில் இருப்பவரும் கோயம்புத்தூரில் இருப்ப வரும் இன்னமும் எதற்காக எதற்கெடுத்தாலும் சென்னைக்கு ஓடிவர வேண்டும். ஆட்சியாளர்கள் சிந்திக்க மறந்தாலும் மக்களும் சிந்திக்க மறந்துவிட்டார்களா அல்லது சிந்திக்க மறுக்கிறார்களா?

‘திருச்சிராப்பள்ளிதான் தமிழ்நாட்டுக்குத் தலைநகரமாகச் செயல்படத் தகுதியான மையப் பகுதி. அதுதான் இம்மாநிலத்துக்கு வளர்ச்சியைக் கொடுக்கும்’ என எம்.ஜி.ஆர் ஒருமுறை சொன்னார். எனக்கும் அதுதான் மிகச் சரியாகப்படுகிறது.

‘கத்தி’ திரைப்படத்தில் ராஜபக்சவுடன் வணிகம் செய்பவரின் பணம் இருக்கிறது என்பதாகச் சொல்லிப் போராடும் நம் மூளைகள் இது பற்றியும் சிந்திக்கலாமே!

7

வாயில்லாப் பூச்சிகள்?

மக்கள்தொகைப் பெருகுவதற்கேற்ப நோய்களும் பெருகுவதைப்போல அவர்களின் மனமும் நோயால் பீடிக்கப்படுவதும் பெருகிக் கொண்டே செல்கிறது. நோயைக் கட்டுப்படுத்த மருத்துவர்களைத் தேடி ஓடுகிறோம். அவர்கள் உண்மையிலேயே அந்த நோயைத் தீர்க்கக் கூடியவர்களா? அதற்கான தகுதியும் திறமையும் அவர்களிடம் இருக்கிறதா என்பதெல்லாம் வேறு பிரச்னை. நம் நாட்டில் எல்லாவற்றிலும் போலிகள் பெருகிக் குவிந்துவிட்ட மாதிரி, அதிலும் போலிகள் என்பது நமக்கு ஒரு செய்தியாகவே முடிந்துவிடுகிறது.

நமக்கு உணவை உருவாக்கித் தருகிற விதைகளில் போலி, விளைச்சலுக்குப் பயன்படுத்துகிற இடுபொருள், பூச்சிக்கொல்லிகளில் போலி, நம் பிள்ளைகளுக்குக் கல்வி கற்றுத் தருகிற கல்விக்கூடங்களில் போலி, பாடம் சொல்லித் தந்து இந்த சமுதாயத்தை உருவாக்குகிற ஆசிரியர்களில் போலி, அன்றாடம் பயன்படுத்துகிற, ஒவ்வொரு குழந்தைக்கும் கட்டாயம் தேவைப்படுகிற பாலில் போலி, விற்கப்படுகிற உணவுப்

பண்டங்களில் போலி, வயிற்றுப் பசியைத் தீர்க்கிற உணவகங்களில் போலி, உயிரைத் தருகிற தண்ணீரில் போலி, மூக்கு வழியாக ஒவ்வொரு நொடியும் உள்ளே போய்க் கொண்டிருக்கிற காற்றும் போலி, மக்களை நல்வழிப்படுத்துவதற்காக உருவாக்கப்பட்டதாகச் சொல்லிக்கொள்கிற மத வழிபாடுகளை வழிநடத்துபவர்களிலும் போலி, மக்களுக்கு தொண்டாற்றுவதற்காகவேதான் தன் வாழ்நாளை ஒப்படைத்துவிட்டதாகச் சொல்லும் அரசியல்வாதிகளிலும் போலி!

எதில்தான் போலிகள் இல்லை. இதற்கு ஒரே சொல்லில் அசலே இல்லாத உலகம் என உடனே சொல்லியிருக்கலாம்.

எல்லாவற்றிலும் போலிகள் உருவானதற்கும் உருவாகிக்கொண்டு இருப்பதற்கும் யார் காரணம் என ஒரு நொடி சிந்திக்க நாம் பயப்படுகிறோம். அதற்கான பதில் நமக்கு மகிழ்ச்சியைத் தராது என்பதால் உடனே விலகிக்கொள்கிறோம்.

ஓரிடத்தில் தவறு நேரும்போது எதிர்க்குரல் எழுப்பவோ, எதிர் நடவடிக்கைகளில் செயல்படவோ நம்மால் முடிவதில்லை. கண்டும் காணாதது போல் விலகிவிடுகிறோம். ஒரு குழந்தை பிறந்து இந்த உலகத்தைக் கண்டு, ஒவ்வொரு நொடியும் கற்றுக்கொள்ளும்போது, அதன் மனதில் விதைக்கப்படுவதுதானே பின்பு விளைச்சலாகக் கிடைக்கும்? நம் குழந்தை நம்மைப் பார்த்துக் கேள்வி எழுப்பு வதையோ எதிர்குரல் எழுப்புவதையோ நாம் விரும்புவது இல்லை. உடனே, அப்பாவும் அம்மாவும் மாறி மாறி அடக்கியாள நினைக்கிறோம்.

உலகத்திலே சிறந்த இடம், மனித வாழ்வில் மிகமிக முக்கியமான இடம்... பாடசாலைகளைவிட எதுவாக இருக்க முடியும்? அறிவை உருவாக்கித் தருகிற இடமும் சூழலும், அந்தப் பாடங்களும், அதனைப் போதிக்கிற ஆசிரியர்களும் குழந்தைகளுக்குப் பிடித்தமானவர்களாக இருக்கிறார்களா?

ஒரு குற்றமும் செய்யாத பிள்ளைகளை மூன்று வயதிலேயே சிறைக்கு அனுப்பி, அடைத்துவிடுகிறோம். இரவில் மட்டும் வீடுபோன்ற ஒன்றில் தூங்கவைத்து, மீண்டும் சிறையில் கொண்டுபோய் அடைத்து விடுகிறோம். ஒழுக்கம் என்கிற பெயரிலும் அறிவு என்கிற பெயரிலும் அங்கு கற்றுக்கொடுக்கப்படுபவற்றைப்பற்றி நமக்கெல்லாம் ஒரு நிமிடம் சிந்திக்க நேரம் இருக்கிறதா?

தன் தலையிலேயே குப்பையைக் கொட்டினாலும், தன்னை எந்தெந்த வகைகளில் இடையூறு செய்தாலும், தனக்கு எதிராக எது நடந்தாலும் ஓடிவந்து வீட்டுக்குள் உட்கார்ந்துக்கொண்டு, பாதுகாப்பான வாழ்க்கை

வாழத்தானே பழகியிருக்கிறோம். அதைப் பார்க்கும் நம் பிள்ளைகள் அதேபோலத்தானே வளர்கிறார்கள்? அவர்களின் வயிற்றுப் பிழைப்பைப்பற்றி மட்டுமே சிந்திக்கக் கூடிய கல்வியைத்தானே சொல்லிக் கெ(ா)டுத்துக்கொண்டிருக்கிறோம்.

இதையே சொல்லிச் சொல்லி வளர்க்கப்பட்டவர்கள், தங்களை மட்டுமே அல்லது அதிகப்படியாகத் தன் குடும்பத்தைப்பற்றி மட்டுமே கவலைப்படுபவர்களாக வளர்கிறார்கள். நாட்டில் எது நடந்தாலும் எதைப்பற்றியும் கவலைப்படுவது இல்லை. அவனுக்கு, அவன் குடும்பத்தில் உள்ளவர்களுக்கு, அவனது வேலைக்கு சிக்கல் வந்தால் மட்டுமே போராடுகிறான். துள்ளிக் குதிக்கிறான். மனிதனைத் தவிர ஆடு, மாடுபோன்ற விலங்குகளும் மற்ற உயிரினங்களும் மேற்கொண்டு சிந்திக்கத் தெரியாமல் இதைத்தானே செய்துகொண்டிருக்கின்றன?

அதிகாரத்தாலும், ஆட்சியாளர்களாலும், அரசியல்வாதிகளாலும் நேரடியாகவோ, மறைமுகமாகவோ மிரட்டப்படுகிற இந்த மக்களுக் காகப் போராடுகிறவர்களாக உங்கள் மாணவர்களை உருவாக்கி யிருக்கிறீர்களா? அல்லது இந்த மண்ணுக்கோ, இந்த இனத்துக்கோ, இந்த மொழிக்கோ சிக்கல்கள் வரும்போதெல்லாம் எதிர்ப்புகளைத் தெரிவித்துப் போராட முன் நிற்கின்றவர்களாக உருவாக்கியிருக் கிறோமா?

ஒவ்வொருவேளையும் விதவிதமாக உண்டு மகிழ்கிறோமே! வாழ்வு முழுக்க உழைத்து உழைத்து வறுமையிலேயே கிடந்து, கடனாளி யாகவே மாண்டுவிடுகிற உழவனாக மாறுங்கள். அவன் விதியை மாற்றுங்கள் என எந்தப் பெற்றோராவது, ஆசிரியராவது, அரசியல் வாதியாவது, ஆட்சியாளர்களாவது சொல்லியிருக்கிறோமா? உழவுத் தொழிலைச் செய்யச் சொல்லித் தராமல் போனாலும், அதைச் செய்ப வனையும், அந்தத் தொழில் ஒன்று இருப்பதையும் சொல்லியாவது கொடுத்திருக்கிறோமா? அந்தத் தொழிலையும் அவர்களையும் மதிக்கக்கூடச் சொல்லித் தராத கொலையாளிகள்தான் நாம்.

வகுப்பில் உள்ள மாணவர்களைப் பார்த்து நீங்கள் என்னவாகப் போகிறீர்கள்? எதைச் செய்து கிழிக்கப் போகிறீர்கள் எனக் கேட்கிறீர்களே. ஒரே ஒரு மாணவனாவது, ''நான்... உழவுத் தொழில் செய்து இந்த மக்களுக்கு உயிர் காக்க உணவளிக்கும் வேலையைச் செய்யப் போகிறேன்'' எனச் சொல்லியிருக்கிறானா? அவ்வாறு அவன் ஒருவேளை சொன்னால், அது அங்குள்ள மாணவர்களுக்கு கவுண்ட மணி, வடிவேல் நகைச்சுவைக் காட்சிபோலல்லவா அது ஆகியிருக்கும். அல்லது எந்த ஆசிரியராவது இந்தத் தொழிலைச் செய்யுங்கள் என்றாவதுதான் சொல்லிருயிப்பீர்களா?

ஒன்று நீங்களும் சொல்லமாட்டீர்கள். அப்படிச் சொன்னால் அவர்களின் பெற்றோர்களும் உங்களை உயிரோடுவிடமாட்டார்கள். பிறகு நீங்கள் சார்ந்திருக்கிற கல்வி நிறுவனமே உங்களின் வேலையைப் பறித்துவிடும்.

'உழவுத் தொழில் என்பது படிக்காதவன் செய்கிற வேலை' என நாம் சொன்னதால்தான், இன்று நாம் தன்னலவாதியாக, சோம்பேறிகளாக, வேலையில்லாதவர்களாக மாறிவிட்டோம். இதைச் செய்ததெல்லாம் இந்தக் கல்வி நிறுவனங்களும் அதற்குத் துணையாக இருந்த நம் பெற்றோர்களும் எல்லாரையும் வழிநடத்துகிற அரசாங்கங்களும் தானே. அவர்கள்தானே இவற்றுக்கெல்லாம் பொறுப்பேற்க வேண்டும்? தமிழ்நாட்டில் மட்டும் ஐநூறைத் தாண்டும் பொறியியல் கல்லூரிகள். ஆனால், வேளாண்மைக் கல்லூரிகளை இரண்டு கை விரல்களுக்குள் எண்ணிவிடலாம்.

அங்கு படிக்க வந்தவர்களில் பெரும்பாலானோர் ஆர்வத்தோடு அதனைப் படிக்க வந்தவர்கள் இல்லை. ஐ.ஏ.எஸ்., ஐ.பி.எஸ்., ஐ.எப்.எஸ். என இந்திய அரசுப் பணிகளில் சேருவதற்காகக் குறுக்கு வழிகளைத் தேடி வந்தவர்கள். இந்த லட்சணத்தில் எங்கள் பள்ளிதான் சிறந்த பள்ளி, எங்கள் கல்லூரிதான் சிறந்த கல்லூரி என ஆர்ப்பாட்டமும் பெருமிதமும் வேறு.

'எங்கள் கல்லூரியில், பள்ளியில் படித்தவர்கள் தாங்கள் ஆற்றிவரும் பதவிகளில், பொறுப்புகளில், நிர்வாகத்தில் நேர்மையாகவும் கண்ணிய மாகவும், பொறுப்புடனும் சமுதாயத்துக்கு வழிகாட்டுபவர் களாகவும், எதிர்காலத் தலைமுறைக்கு முன்னோடிகளாகவும், நம் சமுதாயத்துக்கு அடையாளமாகவும் விளங்குகிறார்கள். அவர் களெல்லாம் இவர்கள்தான்' எனும் பட்டியலைக் கொஞ்சம் வெளியிடுங்களேன். 'எங்கள் கல்லூரியில் படித்தால் உடனே வேலை' என மட்டும் விளம்பரப்படுத்துகிறீர்கள். வேலையை வாங்கிகொண்டு அவன் என்ன செய்வான்? 'அவன் உண்டு... அவன் வேலை உண்டு' எனச் சமுதாயத்தைவிட்டு ஒதுங்கிவிடுகிறான். அல்லது இந்த ஊரே வேண்டாம் என நாட்டைவிட்டே ஓடிவிடுகிறான்.

எல்லா போலிகளையுமே உருவாக்கித் தருகிற கூடமாக கல்விக் கூடங்கள் மாற்றப்பட்டுவிட்டன என எப்போது நாம் உணரப் போகிறோம்? இவர்கள்தான் தூய்மையானவர்கள், இவர்கள்தான் நம் தலைவர்கள், இவர்களெல்லாம் நாம் போற்றப்பட வேண்டியவர்கள், இவர்கள்போல்தான் நீயும் உருவாகவேண்டும் என யார், யாரை சுட்டிக்காட்டிப் பிள்ளைகளை வளர்க்கப்போகிறோம்? கொஞ்சம் நம் இளைய தலைமுறைகளிடம், நம் மாணவர்களிடம், நம் மக்களிடம்

யார் யாரெல்லாம் இந்த சமூகத்தில் முக்கியமானவர்கள், யார் யாரை நீங்கள் மதிக்கிறீர்கள் எனக் கேளுங்களேன்.

அவ்வப்போது ஒரு நேர்மையான அதிகாரியையோ மக்கள் பிரச்னை களுக்காகப் போராடுபவர்களையோ பார்க்கிறோம், கேள்விப் படுகிறோம். அந்த நேரத்தில் எல்லாம் மனதளவிலோ அருகில் உள்ளவர்களிடத்திலோ பாராட்டிவிட்டு, நம் வேலையைப் பார்க்கத் தொடங்கிவிடுகிறோம். இந்தச் சமுதாயத்தில் நிகழ்கிற அநியாயத்தைக் கண்டு போராடுபவர்களுக்கும் கொதித்தெழுபவர்களுக்கும் நாம் எப்போதாவது துணையிருந்திருக்கிறோமா?

நேர்மையான அதிகாரி என்றால் சகாயம் மட்டும்தானா? அவர்களைப் போன்றவர்கள் நேர்மையான கடமையைச் செய்வதற்காகவே எவ்வா றெல்லாம் பழிவாங்கப்படுகிறார்கள்? எவ்வாறெல்லாம் பந்தாடப் படுகிறார்கள்? அவர்களைப் போன்றவர்களுக்கு நாம் வெறும் பாராட்டை மட்டும் தெரிவித்துவிட்டால், நம் கடமை முடிந்து விடுகிறதா? நம்மால் செய்ய முடியாததை, அவர்கள் செய்கிறார்கள். நம்மால் சாதிக்க முடியாததை, அவர்கள் சாதிக்கிறார்கள். நம் சமுதாயத்துக்கு வழிகாட்டியாக மாறுகிறார்கள்.

அதேபோல் தொடர்ந்து பொதுநல வழக்குகளைத் தொடுத்து, எத்தனை இன்னல்கள் வந்தாலும் போராடிக்கொண்டேயிருக்கிற டிராபிக் ராமசாமியை எத்தனைபேருக்குத் தெரியும்? மக்களுக்கும் சுற்றுச் சூழ்லுக்கும் கேடு விளைவிப்பதாகச் சொல்லி, விளம்பர பதாகை களுக்கு உயர் நீதிமன்றம் தடைவிதித்தபோதும், அதைச் சிறிதும் மதிக்காமல் தங்களுக்கு பிழைப்புக் காட்டும் தலைவர்களுக்கு வினைல் விளம்பரம் வைத்து நன்றி செலுத்த நினைத்தார்களே. இதனை எதிர்த்து எத்தனையோ முறை அவர் போராடியிருப்பார். தாக்குதலுக்கும் ஆளாகியிருப்பார். எந்த மக்கள் அவருக்குத் துணையாய் நின்றார்கள்?

தன்னுயிரையும், தன் குடும்பத்தையும் பொருட்படுத்தாமல் அவ்வப் போது கோடியில் ஒருவராக உருவாகும் இவர்களைப் போன்ற ஆளுமைகளை நாம் எவ்வாறு பாதுகாக்கப் போகிறோம்? அவர்கள் செல்லும் நேர்மையான பாதையை வேடிக்கை பார்த்துக்கொண்டு கைகட்டி நிற்கப் போகிறோமா? பொதுநலவாதிகளை, சிந்தனை வாதிகளை, போராளிகளைப் பாதுகாப்பதுதான் நம் கடமை. வெறும் பாராட்டை மட்டும் தெரிவிப்பதல்ல. சமூக வளைதளங்களில் லைக் போட்டு, ஷேர் போட்டு கடமையை முடித்துக் கொள்வதல்ல. அங்கும் கூட நம் தலைமுறை போலிப் பெயரில்தான் தங்களின் கருத்துகளைத் தெரிவிக்கிறது.

நம் பெற்றோர்களும், நம் ஆசிரியர்களும், கல்விக்கூடங்களும் சமுதாயப் பற்றை, மொழிப் பற்றை, மண் பற்றை, இனப் பற்றை விதைக்க மறுத்தாலும் மறந்தாலும் நம் பிள்ளைகளிடம் முற்றிலுமாக அந்தப் பயிர் வளராமல் போய்விடவில்லை. நெறிப்படுத்தி வழிகாட்டும் ஒரு தலைமைக்காக ஏங்கிக் கொண்டிருக்கிறார்கள். சமூக வலைதளங்களில் மட்டும் துளிர்விட்டுக் கொண்டிருக்கிற நம் சிந்தனைகளும் போராட்டக் குணங்களும் கணினியோடு முடங்கிப் போகக்கூடியவையா? எல்லாருடைய போராட்டக் குணமும், உணர்ச்சிகளும் கணினிக்குள்தான் அடக்கி வைக்கப்பட்டிருக் கின்றனவா? மின்சாரத்தை நிறுத்திவிட்டால் கணினி இயங்காது. கணினி இயங்காமல் போனால் நம் உணர்வுகளும் அடங்கிப் போகும். அவ்வப்போது தடைபடும் மின்சாரத்தை நம்பி விடுதலை உணர்வை முடக்கிக் கொண்டிருப்பது... இந்த மண்ணுக்கும், இனத்துக்கும், மொழிக்கும், சமுதாயத்துக்கும் இழைக்கும் பெரும் துரோகம் இல்லையா? எகிப்து மற்றும் சூடான் நாட்டில் சமூக வலைதளத்தால் நடந்த எழுச்சி இங்கு நடக்கும் எனச் சொன்னால் நம்பமாட்டேன்.

வெளியில் கிடக்கிற அதே சமூக அவலங்கள்தான் சமூக வலைதளங் களில் நிரம்பிக் கிடக்கின்றன. சாதி நோய், மத நோய், சினிமா நடிகர்கள் நோய், தேர்தல் அரசியல் நோய் போன்ற நோய்களால் சமூக வலைதளங்கள் நோய்த்தளங்களாக ஆகிவிட்டிருக்கின்றன. எது தமிழ் அரசியல்? எது தமிழர்களுக்கான அரசியல்? யார், யாரை நாம் வளர்த் தெடுக்கவேண்டும்? இந்தச் சமுதாய மேம்பாட்டுக்கு வேண்டியவர்கள் யார் என்பதை எல்லாம் விழிப்புணர்ச்சி இல்லாதவர்களும் உணர மறுப்பவர்களும்தான் நிரம்பிக் கிடக்கிறார்கள்.

இந்த வலைதளங்களில் என்னதான் நடக்கிறது என்பதைக் கவனிக் கத்தான் நானும் கணக்கைத் தொடங்கினேன். மிக மிக முக்கியமான சிந்தனையாளர்கள் என் நட்பு வட்டத்தில் இருக்கிறார்கள். அவர்களின் கருத்துகள் கவனிக்கப்படுவதில்லை. தமிழ்நாட்டில் உள்ள தமிழர் களுக்கு இழைக்கப்படும் கொடுமைகள், அநீதிகள், துரோகங்கள் பற்றியெல்லாம் பெரும்பாலானவர்கள் பெரிதாகக் கண்டுகொள்வதே இல்லை. இரண்டு வாரங்களாக ‘கத்தி’ திரைப்படம் பற்றிக் கருத்துத் தெரிவித்தவர்களுக்கு, இதற்கு முன்பு தமிழ்நாட்டுத் தமிழர்களுக்கு நடந்தவற்றுக்கோ, இந்த இடைப்பட்ட காலகட்டத்தில் நடந்த வற்றுக்கோ தன் பார்வையையும், கவனத்தையும் திருப்பவில்லை. ஒவ்வொரு நிமிடமும், ஒவ்வொரு நாளும் இந்த மக்களுக்கு நிகழ்ந்து கொண்டிருக்கிற இழப்புக்களைக் கண்டுகொள்ளாமல், இன்னொரு பிரச்னை கிடைக்காமல் ஏங்கிக் கொண்டிருக்கிறோம்.

8

மேரேஜ் எனும் திருமணம்!

தமிழர்கள் அடையாளத்தை இழந்து வருவது போலவே திருமண அழைப்பிதழ்களும் அதன் தோற்றத்தை இழந்துகொண்டு வருகின்றன. ஒரு சாதாரண மஞ்சள் தாளில் அச்சடித்திருந்த அந்தப் பழைய அழைப்பிதழ் களில் இருந்த உயிரும் நெருக்கமும் புதிதில் இல்லை. பழைய அழைப்பிதழ்கள் நடை பெறவிருந்த திருமணத்தை மட்டும் நினைவுப் படுத்தின. புதிய பத்திரிகைகள் நமக்குத் தொடர் பில்லாத, ஆடம்பர விழாவுக்கு அழைப்பது போலவே தோன்றுகின்றன.

ஒருவர்கூடத் தவறாமல் ஆங்கிலத்தில் அழைப்பிதழ் அச்சடிப்பதன் நோக்கம் விளங்கவேயில்லை. அழைப்பிதழ்களில் இருக்கிற அந்நியத்தன்மையை அப்படிப் பட்டத் திருமணங்களுக்குச் செல்லும் போதும் உணர்கின்றேன். வரவேற்பு எனும் பெயரில் நடக்கும் நிகழ்வுகள் திரைப்படப் படப்பிடிப்புப்போலவே எனக்குத் தோன்றுகிறது. மகிழ்ச்சியோடு பேசி, உறவாடும் நிலை இல்லாமல் போய், வாசலில் நிற்கிற முன்பின் தெரியாத இளம் பெண்களிடமும் குழந்தைகளிடமும் பொய்ச்

சிரிப்பை உதிர்த்துவிட்டு, சந்தனத்தை எடுத்துத் தடவிக்கொள்வதிலிருந்து திருமணக்கூடத்தை விட்டு வெளியேறுவதுவரை எல்லாமும் செயற்கையாகவே நடந்தேறுகிறது.

இசைக் கச்சேரி எனும் பெயரில் நடத்தப்படுகிற அந்தக் கொடுமையான பாட்டையும் சத்தத்தையும் எப்படி இந்த மக்கள் ரசிக்கிறார்கள்? நாம் யாரைப் பார்க்கப் போகிறோமோ அவர் மணமக்களின் பக்கத்தில் நின்றுகொண்டு வீடியோ கேமராவுக்கும் புகைப்படக் கேமராவுக்கும் ஒத்துழைப்பு கொடுத்து மணமக்களிடத்தில் விருந்தினர்களை அறிமுகப்படுத்திக்கொண்டே இருப்பார். போட்டோவுக்குப் பேசாமல் முறைத்துக் கொண்டிருப்பதுபோலவே, வீடியோ கேமராவுக்கும் நிற்கிற நம் மக்களின் முகத்தைப் பார்க்கிறபோது எனக்குப் பரிதாபமாக இருக்கும். இயல்பான நிகழ்வுகளைப் படம் பிடிக்கத் தெரியாதவர்களையும், இயல்பாக கேமரா முன் இருக்கத் தெரியாத நம் மக்களையும் எவ்வளவு காலமாற்றம், கண்டுபிடிப்புகள் நிகழ்ந்தாலும் மாற்றவே முடியாது.

பாட்டுக்காரர்கள் போடுகிற சத்தத்தில் யார் பேசுவதும் யாருக்கும் கேட்பதில்லை. ஒரு சிலரைத் தவிர எவரும் மணமக்களை வாழ்த்துவதும் இல்லை. வாக்குச் சாவடிகளில் வரிசையில் நிற்கிற மாதிரி நின்று, மொய் உறையைக் கொடுத்துவிட்டு கேமராவைப் பார்த்து முறைத்துவிட்டுச் சென்றுவிடுகிறார்கள். அதேபோல் பளபளப்புத் தாள் சுற்றப்பட்ட மலர்க் கொத்தைக் கொடுப்பதும், வாங்கிய வேகத்திலேயே மணமக்கள் அடுத்த விருந்தினருக்குத் தயாராவதையும் பார்க்கும்போது, எதற்காக இதனை எல்லாம் நடத்திக்காட்டவேண்டும் எனும் கேள்வி எனக்கு எழுகிறது.

இவை முடிந்து, சாப்பிடப் போனால் ஹோட்டலுக்குத்தான் சாப்பிட வந்திருக்கிறோமா என்பதுபோலவே கூலிக்கு அமர்த்தப்பட்ட முன்பின் தெரியாதவர்கள், சமைத்த உணவுப் பண்டங்களை இலையில் வைத்துக்கொண்டே போவார்கள். பின் அவற்றில் பாதிக்கு மேல் குப்பையில் கொண்டுபோய்க் கொட்டுவதும் சகித்துக்கொள்ள முடியாதது.

வந்த விருந்தினர்களுக்கு விருந்து படைப்பது அவசியம்தான். அதற்காக அவர்கள் விரும்புகிறார்களோ, இல்லையோ தொடர்ந்து ஒருவர் பின் ஒருவராக வந்து கொட்டி, வீணாக்கப்படுகிற உணவுப் பண்டங்களைப்பற்றி யாராவது நினைத்துப் பார்க்கிறார்களா? பரிமாறப்படும் உணவுப் பண்டங்களின் பெயர்களே நம் மக்களில் பாதி பேருக்குத் தெரியாது.

இந்தப் பண்டங்கள் இந்த இலைக்கு எவற்றையெல்லாம் கடந்து வந்திருக்கிறது எனத் தெரியுமா?

உழவுக்கு முன்னும் பின்னும் நிலம் காத்துக் கிடக்கின்ற காலம், பின் விதைப்பு, களையெடுப்பு, இரவு பகலாக பாம்பு, பூச்சி எனப் பார்க்காமல் நீர்ப் பாய்ச்சல், உரம், பூச்சி மருந்துத் தெளிப்பு, அதன்பின் அறுவடை! இதோடு முடிந்து விடுவதில்லை. சுத்தப்படுத்தி பல கைகளுக்கு மாற்றப்பட்டு எவ்வளவோ கணக்கற்ற உழைப்புகளுக்குப் பிறகு பக்குவமாக சமைத்து பரிமாறப்படும் உணவுப் பண்டங்களை, ஒரு நொடிகூட சிந்திக்காமல் மூடி வைத்துவிட்டு வந்து விடுகிறோமே... இது குற்றமில்லையா?

பணக்கார விருந்துகளில் வீணாக்கப்படும் உணவுப் பண்டங்களை மிச்சப்படுத்தினாலே கோடிக்கணக்கான மனிதர்கள் உயிர் வாழ முடியுமே! பகட்டுத்தனத்துக்காக உணவுப் பண்டங்களை வீணாக்கு பவர்கள் யாரும் படிக்காதவர்கள் இல்லை. தங்கள் பண பலத்தை காண்பிப்பதற்காகவே இன்றைக்குப் படித்தவர்களின் திருமணங்கள் அரங்கேறுகின்றன.

படிக்காத மற்றும் ஏழை, எளிய மக்களின் திருமணங்கள்தான் தன் சுற்றத்தோடும் ரத்த உறவுகளோடும் எளிய முறையில் நடந்தேறுகின்றன. உண்மையான அன்பையும், நெருக்கத்தையும், மனமகிழ்ச்சியையும் அந்த வியர்வை வழியும் மக்களிடம்தான் கவனிக்க முடிகிறது. நம் கலாசாரத்தில் இல்லாத கேரளக்காரர்களின் செண்டை மேளம் இல்லை. காதைப் பிளக்கும் பாட்டுக் கச்சேரி இல்லை. கண்கள் கூசும் விளக்கொளிகள் இல்லை. ஆடம்பர உடைகள் இல்லை. சாப்பிட முடியாமல் மூடி வைத்துவிட்டுப் போகும் அளவுக்கு விருந்தோம்பல் இல்லை. ஆனால், அந்த எளிய மஞ்சள் பத்திரிகை மாதிரி உண்மையான திருமணமாக இருக்கிறது.

ஒருநாள் வாடகையை மிச்சப்படுத்துவதற்காகத்தான் அண்மைக் காலமாக உருவாக்கப்பட்டது இந்த ரிசப்ஷன் எனும் வரவேற்பு. சென்ற ஆண்டு, நண்பர் ஒருவருடைய மகள் திருமணத்துக்குச் சென்றிருந்தேன். கட்டுக்கடங்காதக் கூட்டம். எந்தெந்த வகைகளிலெல்லாம் செலவு செய்ய முடியுமோ, அவ்வாறெல்லாம் செலவு செய்திருந்தார். 60 லட்சம் ரூபாயில் மணமகனுக்கு ஆடம்பரக் கார் பரிசளித்திருந்தார்.

வெளிநாட்டில் தொழில் செய்யும் அந்த நண்பரின் மகளை இரண்டு மாதங்களுக்கு முன்பு சென்னை விமான நிலையத்தில் பார்த்தேன். அவளின் அப்பாபற்றி விசாரித்துவிட்டு மாப்பிள்ளைப் பற்றியும் விசாரித்தேன். பதில் சொல்லாமல் போய்விட்டாள். என் விமானத்தில் தான் பயணித்தாள். கோயம்புத்தூரில் இறங்கி வெளியேறும்போது

என்னிடம் வந்து பேசினாள். வரவேற்பு முடிந்த அன்று இரவு நண்பர்களுடன் வெளியில் சென்றபோது கார் விபத்தில் தலையில் அடிபட்டு நினைவிழந்துபோனாராம் அவளுடைய மாப்பிள்ளை. இதுவரை அவர் குணமடையவில்லையாம். திருமணம் நின்று போனதும், அப்பா வேறு திருமணத்தை நடத்தி வைக்க முயன்றும் அவள் ஏற்றுக் கொள்ளவில்லையாம். இனி அவர் தேறி வரமாட்டார் எனத் தெரிந்தும் அவளால் அவரை மறக்க முடியவில்லை. திருமணத்துக்கு முன்பாக நான்கு மாத காலம் நெருங்கிப் பழகியதால் மட்டுமல்ல; திருமண வரவேற்பே தனக்கு திருமணம் போல்தான் இருந்தது. தாலி மட்டும்தான் அவர் எனக்குக் கட்டவில்லை என அந்தப் பெண் சொன்னார்.

அதன்பின் நண்பரிடம் தொலைபேசியில் தொடர்பு கொண்டேன். மாப்பிள்ளையை மறக்க முடியவில்லை என மகள் அழுகிறாள். திருமணத்துக்கு முன்பு மாப்பிள்ளையிடம் நேரில் சந்திக்கவும், போனில் பேசவும் மகளை அனுமதித்ததே பெரும் வினையாகி விட்டது. ஒருவழியாக சமாதானம் சொல்லி வேறொரு மாப்பிள்ளை தயார்படுத்தியிருக்கிறேன். கண்டிப்பாக நீங்கள் திருமணத்துக்கு வரணும். இந்த முறை வரவேற்பெல்லாம் கிடையாது. முதலில் திருமணம் அதன் பின் மாலையில்தான் வரவேற்பு எனச் சொன்னார். அந்த மேரேஜைவிட இந்தத் திருமணம் நண்பரின் மகளுக்கு இனிதாக அமைய எனக்குள் வேண்டிக்கொள்கிறேன்.

9

பாடாய்ப்படுத்தும் பாட்டு

முன்பெல்லாம் பாடல்கள் என்றால் திரைப் படத்தில் அதற்கான காரணமும் சூழ்நிலையும் இருக்கும்.

கூடவே அதில் மனநிலையும் வெளிப்படும். கவிதை நயமும், மொழி வளமும், குரல் வளமும்கூட இருக்கும். மெட்டுக்களும் இசையும் நம்மை மெய்மறக்கச் செய்யும்.

இப்போது உள்ள பல பாடல்கள் எல்லாம் பாடல்கள்தானா?

காக்காய் கூட்டத்தை விரட்டுவதற்குப் பயன் படும் தகர டப்பா பாடல்களைத்தான், என் மகன்களும் காது சவ்வு கிழியும் அளவுக்கு வைத்து என் வீட்டு உடற்பயிற்சி அறையில் ஒலிக்கவிடுகிறார்கள். பொருளற்ற, இசையற்ற, மொழியற்ற, குரல் வளமற்ற இந்தச் சத்தத்தை வேறு வழியே இல்லாமல் நானும் தினமும் இரண்டு மணிநேரம் கேட்டுத் தொலைக்கிறேன். தலைமுறையைக் கடந்தவன் எனச் சொல்லிவிடுவார்களோ என்பதற்காக எவ்வளவுதான் சகித்துக் கொள்வது? ஏதோ நூறில் ஒன்று தேறுகிறது

எனும் என் கருத்து அவர்களுக்கு என் மீது பரிதாபத்தை ஏற்படுத்துகிறது.

நான் உயர்நிலைப் பள்ளிப் படிப்பை முடித்துவிட்டு, சென்னைக்குப் புறப்படும்போது என் வீட்டிலிருந்து அறுநூறுக்கும் மேற்பட்ட இசைத் தட்டுக்களை எல்லாம் கொஞ்சம் கொஞ்சமாக எடுத்து வந்து என்னுடன் வைத்துக்கொண்டேன். உலகம் முழுக்கப் பரவியிருக்கிற இலங்கைத் தமிழர்களிடத்தில் இருந்தும், போகிற நாடுகளில் எல்லாம் வாங்கி வந்து சேகரித்தும் வைத்திருக்கிறேன். எனக்குப் பிடித்தப் பாடல்களை மட்டும் சுமார் 400 மணி நேரம் கேட்கும் அளவுக்குக் கணினியில் சேகரித்து வைத்துள்ளேன். அவை நான் பயணப்படுகிற எல்லா இடங்களுக்கும் என்னுடன் பயணப்படுகின்றன. நினைக்கும்போது கேட்கிறபடி கைப்பேசியிலும் சேமித்து வைத்திருக்கிறேன்.

வாழ்க்கை பற்றிய குழப்பங்கள், அமைதி, மகிழ்ச்சி, தனிமை என எது ஏற்பட்டாலும் எனக்கு ஒரே துணை இந்தப் பழைய திரைப்படப் பாடல்கள்தான். அதனை உருவாக்கிய கவிஞர்களும், பாடகர்களும், இயக்குநர்களும், இசையமைப்பாளர்களும், தயாரிப்பாளர்களும் இந்தத் தமிழனுக்கு விட்டுவிட்டுப்போன சொத்துக்கள் அவை. அவர்கள் இதற்காகப் பெற்ற ஊதியமும், வசதி வாய்ப்புகளும், அனுபவித்ததும் இன்றைய நிலையைப் பார்க்கும்போது ஒன்றுமே இல்லை.

முன்பெல்லாம் ஒரு பாடலைக் கேட்கும் போது அதில் இருந்த மெட்டையும், இசையையும், பொருளையும், குரலையும் ரசிப்பேன். எப்போது நம் மொழியைப் பற்றிய அறிவும், சிந்தனையும், உணர்வும் வளரத் தொடங்கியதோ அப்போது முதல் என் மனதில் குடிகொண்ட, மெய்மறந்த பாடல்கள்கூட எனக்குப் பிடிக்காமல் போய்க் கொண்டிருக்கின்றன. என் படங்களில் இடம்பெற்ற, என் பங்களிப்பும் முழுமையாக இருந்த பாடல்களும் இதில் அடக்கம்.

தமிழ்த் திரைப்பாடல்களில் அந்த நாளில் இருந்து இந்த நாள்வரை சமஸ்கிருதச் சொற்களைப் பயன்படுத்தாமல் பாடல்களை உருவாக்க முடியவில்லை. மெட்டுக்கு ஏற்றபடி சொற்களைப் பொருத்தவேண்டி யிருக்கிறது. இது இப்படியென்றால், முதலில் பாடலை எழுதிவிட்டு பின்பு மெட்டுக்கள் அமைத்து உருவாக்கிய பாடல்களுக்கும் இதே கதிதான். பிற மொழி கலந்து பேசுவதையோ, எழுதுவதையோ பற்றிக் கேள்வி எழுப்பியவர்கள் இந்தச் சிக்கலைக் கண்டுகொண்டதே இல்லை.

அதனால் காலப்போக்கில் ஒரு பாடலில் இருக்கிற நூற்றில் இருபத்தைந்து சமஸ்கிருதச் சொற்களும் தமிழ் சொற்களாகவே மாறிவிட்டன.

நான் அடிக்கடி நினைப்பதுண்டு. இன்னும் ஒரு பத்து ஆண்டுகள் கண்ணதாசன் உயிரோடு இருந்து இளையராஜாவின் இசைக்கு முழு மூச்சாக எழுதியிருந்தால், காலத்தால் அழிக்க முடியாத இன்னொரு பெரும் இசைச்செல்வம் நமக்குக் கிடைத்திருக்கும். இளையராஜா எனும் பெரும் கலைஞனின் மெட்டு, ராகம், இசையைத் தாங்கியே பெரும் பாலான பாடல்கள் நிலைத்து நிற்கின்றன. அவர் இசையில் உருவாகிய கதைச்சூழலுக்கும், பாத்திரத்துக்கும் பொருந்திய பாடல்கள் என்றும் அழியாதவை. வெறும் மெட்டுக்காக வரிகள் இட்டு நிரப்பப்பட்ட அவர் இசையமைத்த பல பாடல்களை இப்போது கேட்கும்போது மீண்டும் எனக்கு கண்ணதாசனே நினைவுக்கு வருகிறார்.

இனிமேலாவது நேரம் இருந்தால் நீங்களும் கேட்டுப் பாருங்கள். குறிப்பிட்ட ஒரு மெட்டில் அடங்குகிறது என்பதற்காக குறிப்பிட்ட பத்துக்கும் குறைவான சொற்கள் பல பாடல்களில் கையாளப் பட்டிருப்பது புரியும். அதில் பெரும்பாலான பாடல்கள் எனக்கு மட்டுமல்ல; எல்லோருக்குமே பிடித்தவை.

இளையராஜா என்னும் பெருங்கலைஞனின் ஓட்டத்துக்கும் கலைத் திறமைக்கும் ஈடுகொடுக்க முடியாமல் பாடலின் வரிகள் திணறுவதை எளிதாகக் கவனிக்கலாம். அப்பாடல்களில் சிறிதும் தன் மொழியைப் பற்றிக் கவலைப்படாமல் எழுதப்பட்ட சமஸ்கிருதச் சொற்கள் என்னை எரிச்சல் அடையவைக்கின்றன. எப்படியிருந்தாலும் அவை என் தமிழ்ப் பாடல்கள் அல்லவா! இனிவரும் காலங்களிலாவது திரைப்படப் பாடல் எழுதும் கவிஞர்கள் இது பற்றிச் சிந்திக்கவேண்டும்.

உண்மையான தமிழ்ச் சொத்தாக மாறிவிட்ட சில பாடல்களை நான் கேட்கும்போது என் காதலியின் காலில் விழுந்துக் கிடக்கின்றேன். என் தாய், தந்தையரை நினைத்து அழுகின்றேன். உடன் பிறந்தவர்களை நினைத்து ஏங்குகின்றேன். கண்ணதாசன், பட்டுக்கோட்டையார், வாலி எனும் பெருங்கலைஞர்களைத் தினம் பலமுறை வணங்குகிறேன். கே.வி.மகாதேவன், விஸ்வநாதன், ராமமூர்த்தி, ஜி.ராமநாதன், சி.ஆர்.சுப்புராமன், வி.குமார், இளையராஜா போன்ற பெருங்கலைஞர் களை நினைத்துப் பெருமிதம் கொள்கிறேன். டி.எம்.சவுந்தர ரராஜனையும், சுசீலாவையும், பி.பி.சீனிவாஸையும் பாராட்டிப் பாராட்டி 'பைத்தியக்காரன்' எனச் சொல்லும் அளவுக்கு ஆகிவிட்டேன்.

எஸ்.பி.பாலசுப்பிரமணியமும், கே.ஜே.யேசுதாசும், பி.சுசீலாவும் சேர்ந்து பாடிய பாடல்கள்... மெட்டுக்களும், ராகங்களும், குரல் வளமும், பாடல் வரிகளும், சூழ்நிலைகளும் ஒன்றுக்கொன்றுக் குறையாமல் கேட்பவர்களைக் கர்வம்கொள்ளச் செய்கின்றன.

வேற்று மொழிகளைத் தாய் மொழியாகக் கொண்ட டி.எம்.சவுந்தரரா ஜனும், பி.சுசீலாவும், எஸ்.ஜானகியும், எஸ்.பி.பாலசுப்பிரமணியமும் எப்படியெல்லாம் தமிழை அழகாக அதன் உணர்ச்சி, வளமைக் குறை யாமல் உச்சரித்தார்கள்! தமிழன் எனச் சொல்லிக் கொள்கிற இந்தத் தலைமுறையில் பாட்டுப் பாடுபவர்களை நினைத்தால் பாவமாக இருக்கிறது. இவற்றையெல்லாம் என் மகன்களிடம் பேசினால் என்னை ஏளனமாகப் பார்த்து பரிகாசம் செய்கின்றனர்.

எவ்வாறு கெட்ட நீரை, கெட்ட காற்றை, ரசாயனத்தில் தோய்ந்த உணவை உண்பதைப் பற்றியெல்லாம் உணராமல் பெருமிதமாக சிந்திக்க மறந்து வாழ்கிறார்களோ, அவ்வாறேதான் ஒன்றுக்கும் உதவாத தரம் குறைந்த பாடல்களை விதவிதமான நவீன கருவிகளில் ஒலிக்கவிட்டு ஆர்ப்பாட்டம் செய்கிறார்கள். இது தலைமுறை இடைவெளியின் பிரச்னை மட்டுமல்ல...வாழ்க்கையை உணராமல் போனதன் சீர்கேடு என்பதை அவர்களின் பிற்காலத்திலாவது உணர்வார்கள் என்கிற நம்பிக்கை எனக்கு இல்லை.

பேட்டரி வாங்க காசு இல்லாமல் பழைய பேட்டரிகளைத் தேடித் தேடி எடுத்துப்போட்டு ஒரு பாட்டுக் கேட்பதும், உடனே பிடிக்காத பாடல் வரும் நேரத்தில் பேட்டரியைக் கழற்றி வெய்யிலில் காய வைத்து சக்தியேற்றி மீண்டும் பொருத்தி, பிடித்த பாடலைக் கேட்ட காலங்கள் தான் என் வாழ்நாளில் நான் வாழ்ந்த காலங்கள். பழைய பாடல்களும், பழைய அறிவிப்பு குரல்களும், வானொலியில் இருந்து மறைந்து கொண்டிருக்கின்றன. என் மொழியைத் தூய்மையாகப் பேச என் வானொலி மறுக்கிறது.

என் தமிழைக் கவிதையாகப் பாடாமல் இரைச்சலிடுகிறது. ஏனென்று கேட்டால், 'எதைப் பற்றியும் சிந்திக்காத என் இளைய தலைமுறையை மேலும் மகிழ்ச்சிப்படுத்துவதற்காகவே' என்கின்றனர் பொறுப்பை உணராத சில திரைப் படைப்பாளிகளும் ஊடகத்தினரும். நான் யாரிடம் போய்ச் சொல்வது?

10

கருவேல மரங்களும் கான்வென்ட் பள்ளிகளும்

உங்களுக்கு நேரமிருந்தால், வாய்ப்பிருந்தால், விருப்பமிருந்தால் ஏதாவதொரு அரசுப் பள்ளிக்கூடத்தையோ அதில் பயிலும் மாணவர்களையோ கூர்ந்து பாருங்கள். அதே போல் ஆங்கிலப்பள்ளியில் படிக்கும் மாணவர்களின் செயல்பாடுகளைக் கவனித்துப் பாருங்கள். நம் பிள்ளைகள், எதிர்கால தலைமுறையினர் குறித்த சிந்தனை உங்களுக்கு ஏற்படாமலிருக்காது.

நாம் பேசிக்கொண்டேயிருக்கிறோம், எழுதிக் கொண்டேயிருக்கிறோம்! மாற்றங்களை ஏற்படுத்த ஆள்பவர்கள் மனதில் நேரமில்லையா ஈரமில்லையா தெரியவில்லை. தான் பிறந்த மண்ணை, மக்களை, பெற்றோர்களை, உறவினர்களை விட்டு பிரிப்பது கல்வி ஒன்று மட்டும்தான். பிறந்ததிலிருந்து பின் அவர்களை ஒரு பணியில் அமர்த்திவிடும் வரை இன்று ஒவ்வொருப் பெற்றோரும் பிள்ளைகளின் கல்விக்காகவே மட்டும் உழைக்கவேண்டியிருக்கிறது. இவற்றுக்குச் செலவழிப்பதற்காகவே நெறிமுறைகளை மீறிப் பொருள் சேர்க்கவேண்டியிருக்கிறது.

வணிகர்கள் கையில் கல்வியைக் கொடுத்துவிட்டு அரசு மெல்ல நழுவிக்கொண்டுவிட்டது.

கல்வித்துறை எனும் பெயரில் தேர்வு ஒன்றை நடத்தி, இருக்கிற ஏதோ ஒன்றைக் கொடுத்துப் படிக்கச் செய்வது மட்டுமே போதும் என நினைத்துவிட்டது. இங்கிருக்கிற கல்வி எதற்கும் உதவாது என்பதைச் சொல்லிப் போராட ஆசிரியர்களுக்கும் பெற்றோர்களுக்கும் துணிவும் இல்லை நேரமும் இல்லை. சம்பளத்திலும் பணியில் அமர்த்தும் தகுதி குறித்தும் மட்டுமே போராடினால் போதும் என ஆசிரியர்கள் நினைக்கிறார்கள். பணத்தைச் சேர்த்து இந்தக் கொள்ளைக்கூடங்களில் கொட்டவும், பிள்ளைகளுக்கு வேண்டியதைச் சம்பாதிக்கவும் மட்டுமே பெற்றோர்களுக்கு நேரமிருக்கிறது. தங்களின் சொந்தப் பிரச்னைகளுக்குப் போராடுவதுபோல் அரசியில் கட்சிகளும் கல்வி போன்ற நம் தலைமுறையினரின் முதன்மையான பிரச்னைகளுக்காக ஒன்று சேர்ந்து போராடுவதில்லை. இங்கு எல்லாமே தனித்தனி அறிக்கையோடு முடிந்துபோகிறது. அனைவருமே இங்குள்ள மக்கள் கொத்தடிமைகளாகவும், அகதிகளாகவும் ஆக்கப்படுவது குறித்துக் கவலைப்படாமல் ராஜபக்ஷேவின் செயல்பாடுகளை மட்டுமே கவனித்துக் கொண்டிருக்கிறார்கள்.

நாட்டின் விடுதலைக்குப்பின் மக்களாட்சி எனும் பெயரில் மக்களின் கையில் வாக்குரிமையைக் கொடுத்துவிட்டு அவர்களை சிந்திக்க மறந்த அடிமைகளாக்கி அவர்களின் கையாலேயே ஆளும் அதிகாரத்தைக் கைப்பற்றும் தொழிலைத்தான் இன்று அரசியல் கட்சிகள் கையிலெடுத்துக் கொண்டுள்ளன. ஒவ்வொரு கட்சிகளும், ஒவ்வொரு நிறுவனங்களாக இன்று செயல்படத் தொடங்கிவிட்டன. மக்களும் எதையும் கண்டுகொள்வதில்லை.

வயது வந்தவர்களின் மூளைகளை மதுக்கடைகள் பிடுங்கிக் கொள்கின்றன. இளம் தலைமுறையினரின் மூளைகளை முடக்கி தனியார் கல்வி நிறுவனங்கள் கொள்ளையடிக்கின்றன. அடிமையாய் இருப்பவர்களைவிட தாங்கள் அடிமைகள்தான் என்பதை உணராதவர் களின் நிலைமைதான் கொடுமையானது என்பதைச் சொன்ன ஒரு சிந்தனையாளனின் வரிகள்தான் நினைவுக்கு வருகின்றன.

கருவேல மரங்களை இன்று எத்தனைத் திட்டங்கள் போட்டாலும் அழிக்கவே முடியாது. ஊருக்குள் மட்டும் அவை பரவவில்லை. நாடெங்கிலும் பரவி நிலத்தின் வளத்தையும், நீர்ப்பிடிப்பையும் அழித்துவிட்டன. இது நமக்கான தாவரமில்லை. இந்த மக்களுக்கு ஏதோ நன்மை செய்வதாக நினைத்துத்தான் இந்த செடிகளை இங்கு கொண்டுவந்திருப்பார்கள் நம் ஆட்சியாளர்கள். அதேபோலத்தான்

இம்மக்களுக்கு நல்லதைச் செய்வதாக நினைத்து ஆங்கிலக் கல்வியை மூலைமுடுக்கெல்லாம் தூவினார்கள். கருவேல மரங்கள் நம் ஆதாரங்களையே அழித்ததுபோல் இந்த ஆங்கிலக்கல்வி நம் தாய் மொழி முதற்கொண்டு வாழ்வியலின் அனைத்து அடிப்படைக் கூறுகளையும் அழித்துவிட்டன.

இந்தக் கல்வித்திட்டம் நம்மை அடிமைகளாக வைத்திருந்தவர்கள் கொண்டு வந்த திட்டம். ஏர்க்காடு உணவகம் ஒன்றில் மேசையில் துணிக்குப் பதிலாக பெரியதாள் ஒன்றில் அச்சடித்து வைக்கப்பட்டிருந்த வரிகள் எனக்குத் தந்த அதிர்வுகள்போல் நம்மில் எத்தனைப் பேருக்கு இது இருந்திருக்கும் எனத் தெரியவில்லை.

*1835*ஆம் ஆண்டில் பிரிட்டன் அரசாங்கத்தின் பணியாளாக இந்தியாவுக்கு வந்த 'லார்ட் மெக்காலே' இந்தியாவைச் சுற்றிப் பார்த்து விட்டு இரண்டாண்டுகளுக்குப்பின் ஆங்கிலேய அரசாங்கத்துக்கு இப்படி எழுதுகிறான்.

''இந்தியாவை இரண்டாண்டுகள் குறுக்கிலும் அதன் நெடுக்கிலும் சுற்றிப்பார்த்து இந்த மடலை எழுதுகின்றேன். எல்லா வளங்களும் நிறைந்த நாடு. மக்கள் பண்பாட்டிலும், நாகரிகத்திலும் சிறந்து விளங்கு வதாக இருக்கிறார்கள். இந்தக் காலத்தில் எங்குமே ஒரே ஒரு பிச்சைக் காரனையோ, ஒரு திருடனையோ நான் பார்க்கவில்லை. அறநெறி களை உருவாக்கி அதனை மதித்து வாழும் இவர்கள் ஒன்றைப் பார்த்து மட்டும் பயப்படுகிறார்கள். அந்நியர்கள், அந்நிய மொழி!

குறிப்பாக ஆங்கிலம் பேசினால் பயப்படுகிறார்கள், மதிக்கிறார்கள். இவர்களின் வாழ்க்கையை சிதைத்து நம் கட்டுப்பாட்டில் கொண்டுவர ஒரே ஒரு வழிதான் இருக்கிறது. இவர்களின் கல்வி, மருத்துவம், கணிதம், அறிவியல் என எல்லாவற்றையும் அழித்துவிட்டு நம் முறையைப் புகுத்தினால் நிரந்தர அடிமைகளாகி விடுவார்கள்'' என எழுதியிருந்தான்.

இந்தக் கடிதத்தைக் காண்பித்துதான் சென்ற ஆண்டு' தலைமுறைகள்', 'தங்கமீன்கள்' படத்துக்காக என் கருத்துகளை ஆணித்தரமாக எடுத்துரைத்து விருதுகளைப் பெற செயல்பட்டேன்.

மெக்காலே *185* ஆண்டுகளுக்கு முன் எழுதிய கடிதம் செயல்படத் தொடங்கியதில் நாம் இப்போது நம் அடையாளங்களை இழந்து நிற்கிறோம். தாய்மொழியும் தெரியாத, அயல் மொழியும் தெரியாத ஒரு சமூகமாகச் சிதைந்து கிடக்கிறது. நம் மக்களைப்பற்றி சிந்தித்த, நம் மக்களுக்காகவே வாழ்ந்த தலைவர்களை உருவாக்கிய நம் அரசுப் பள்ளிக்கூடங்கள் கொஞ்சம் கொஞ்சமாகத் தேய்ந்து மாணவர் களில்லாத மாட்டுக்கொட்டகைகளாகிவிட்டன.

ஐந்து வயது வரும்போது பள்ளிக்கு அனுப்பலாம் என்றிருந்த பெற்றோர்கள் இன்று குழந்தை கருவுற்ற உடனேயே பணம் கொடுத்து பள்ளியில் இடம்பிடிக்கத் தொடங்கிவிட்டார்கள். மூன்று வயதிலிருந்தே வீட்டிலும் படிப்பு, பள்ளியிலும் படிப்பு. இந்த வயிற்றுப் பிழைப்பு கல்வியில் எம் தலைமுறையினர் அழிக்கப்படுவதைப்பற்றி யாருக்கும் கவலையில்லை.

எல்லாப் பெற்றோர்களைப்போலவே நானும் அதே தவறினைச் செய்தேன். நண்பர் ஒருவரின் கேட்கக்கூடாத சொல்லைக்கேட்டு இந்தக் கறிக்கோழிகள் உருவாக்கப்படும் இடங்களைப் போலுள்ள வெளியூரிலுள்ள ஆங்கிலப் பள்ளிக்கூடத்தில் என் மகனைச் சேர்த்தேன். அந்த இரண்டாண்டு காலத்தில்தான் இந்த மாணவர்கள்படும் துயரங்களும் அவர்களுக்குக் கொடுக்கப்படும் கல்வியும், அவை தரப்படும் விதங்களும் புரிந்தது. ஒவ்வொரு ஆங்கிலப்பள்ளிக் கூடங்களும், சிறைக்கூடங்கள்தான் என்பதை உணர்ந்தேன். மனநோயாளி அளவுக்கு மாற்றப்படும் பிள்ளைகள் ஆசிரியரைக் கொலை செய்யும் அளவுக்கு மாற்றப்படுவது இப்பள்ளிகளில்தான். அவர்கள் அதிக அளவில் தேர்ச்சியைப் பெற்று அதனைக் காண்பிப்பதற்குத்தான் அத்தனை கொடுமைகளும் நிகழ்த்தப்படுகின்றன. தனது குடும்பத்துக்கும், தனது சமூகத்துக்கும், இவ்வுலகத்துக்கும் அவர்கள் பங்களிப்பு செய்யவேண்டும் என்பதற்காக அல்ல.

பயந்து நடுங்கிய மனதோடும், சோர்ந்து போய் குழி விழுந்த இருண்ட கண்களோடும்தான் என் மகனை வீட்டுக்கு அழைத்து வந்தேன். தன்னம்பிக்கை இழந்த, தன்னைப்பற்றி மட்டுமே நினைத்துக் கொண்டிருக்கிற சிறு பிரச்னைகளைக் கண்டுகூட அஞ்சுகிற, சமூகத்தைப்பற்றி சிந்திக்க மறுக்கிற அவனை சமநிலைக்குக் கொண்டு வருவதுப்பற்றித்தான் இப்போது கவலைகொள்கிறேன். அவனுக்குச் சொல்லிக்கொடுத்த ஆசிரியர்களையும், பள்ளியின் பொறுப்பாளர்களையும் பார்த்தபோது நான் அடைந்த வேதனைகளை என்னால் எழுத முடியவில்லை.

ஒட்டுமொத்த சமூகமும் அழிக்கப்படுவதைப் பார்த்து நான் கொள்ளும் கவலை இது. அந்தப் பள்ளி மட்டுமல்ல தமிழ்நாட்டின் எல்லாப் பள்ளிகளிலுமே ப்ளஸ் 1 பாடத்தைக் கற்பிக்காமல் நேரடியாகவே பன்னிரெண்டாம் வகுப்புப் பாடங்களை மட்டுமே மனப்பாடம் செய்யக் கட்டாயப்படுத்துப்படுகிறார்கள். இதனால் ஐ.ஐ.டி, ஐ.எம்.எம். போன்ற தேர்வுகளில் தமிழக மாணவர்களின் தேர்ச்சி எண்ணிக்கை மிகவும் குறைந்துபோகிறது. பிளஸ் 1 பாடத்திலிருந்து பாதி கேள்விகள் கேட்கப்படுவதால் மாணவர்கள் விடை தெரியாமல் தோல்வியடை

கிறார்கள். மூன்று மாதங்களுக்கொருமுறை பருவத்தேர்வை நடத்தி இதனைச் சரி செய்யலாம். யாருக்கு இங்கே இதற்கெல்லாம் நேரம் இருக்கிறது?

தன் மொழியைப் பற்றியும், நாட்டைப் பற்றியும் இம்மக்களைப் பற்றியும் சுற்றி நடக்கிற எதைப் பற்றியும் கவலை கொள்ளாத தலைமுறைகளைத்தான் இந்த கல்வித்திட்டம் உருவாக்கிக்கொண்டு வருகிறது. தங்களுக்கு நல்ல அடிமைகள் வேண்டும் என்பதற்காகவே இதில் எந்த மாற்றத்தையும் கொண்டுவரத் தயங்குகிறார்கள். கல்வி என்பது வெறும் விவரங்களைக் கொடுப்பது என்பதாக இல்லாமல் அறிவைக் கொடுப்பதாக இருக்கவேண்டும். உலக அளவில் தலை சிறந்ததாக அறிவிக்கப்பட்டுள்ள சிறந்த பல்கலைக்கழகங்களின் பட்டியலில் முதல் இருநூறில்கூட இந்தியாவிலிருக்கிற 700 பல்கலைக் கழகங்களில் ஒன்றுமே இல்லை. உலக மக்கள் தொகையில் இரண்டாம் இடத்தில் இருக்கும் நாடு! வல்லரசாக உருவெடுக்கக் கனவு காணும் நாடு!

ஆங்கிலக் கல்வி கொடுத்து எம்மக்களை முன்னேற்றுபவர்களாகச் சொல்லி மார்தட்டிக்கொள்பவர்கள் கொஞ்சம் இதற்கு பதில் சொல்லுங்களேன். விதைத் தானியத்தை தின்று வயிறு வளர்ப்பவர் களால் எதுவும் சொல்ல முடியாது. மொழி, பண்பாடு, கலாசாரம், அறம், நாட்டுப்பற்று இவற்றை வளர்ப்பதாகக் கல்வி இருக்க வேண்டும். அதனைப் புரிந்துகொண்ட நாடுகள்தான் இன்று உண்மை யாக கல்வியைக் கற்றுத்தருகின்றன. எல்லாமுமே ஆங்கிலத்தில்தான் இருக்கின்றன என நினைக்கும் முட்டாள்தனம் அவர்களிடத்தில் இல்லை.

பணம் கொடுத்தால் எந்த பதவியையும் வாங்கலாம். துணைவேந்தர் பொறுப்பு என்பது எப்படிப்பட்டது! அரசியல் உயர் பொறுப்பில், செல்வாக்கின் அச்சாணியைக் கையில் வைத்திருக்கிற பணத்தாசைப் பிடித்தவர்கள்தான் இவர்களை நியமிக்கிறார்களாமே என வெளி நாட்டிலிருந்து தமிழ் கற்க வந்திருக்கிற ஒரு மாணவர் என்னிடம் கேட்கிறார். க,ங,ச 18 எழுத்தை வரிசையாகச் சொல்லத் தெரியாமல் மாட்டிக்கொண்டு தவித்த முனைவர் பட்டம் பெற்றவரைக் காட்டட்டுமா என அவர் என்னிடம் கேட்கிறார். வெளிநாட்டுக்காரர் தமிழ்மொழியின், நம் பழைய கல்வித் திட்டத்தின் மேன்மை அறிந்து வியக்கிற நிலையில் இருக்கும்போது முனைவர் க,ங,ச தெரியாமல் கோட்டு சூட்டுடன் அலைவதும், மனப்பாடக் கல்வி மூலம் 500 மதிப்பெண்களில் 496 பெற்று பீற்றிக்கொள்வதும்தான் நம் கல்வித்திட்டம் சாதித்திருப்பது.

முதல் மதிப்பெண்ணைப் பெறும் ஒரே நோக்கத்துக்காகவே ஒரு மாணவனை உருவாக்கிக்கொண்டிருக்கும் இந்தப் பெற்றோரிடமும், கல்வி நிறுவனங்களிடமும், ஆசிரியர்களிடமும் நான் ஒன்றை மட்டும் தெரிந்து கொள்ள நினைக்கிறேன். கொஞ்சம் விசாரித்து சொல்ல முடியுமா?

கடந்த 25 ஆண்டுகளில் தமிழ்நாட்டில் மதிப்பெண் தேர்ச்சியில் முதல் 25 இடங்களில் தேறிய மாணவர்களெல்லாம் இப்போது என்ன செய்து கொண்டிருக்கிறார்கள். எங்கே, எப்படி வாழ்கிறார்கள் என்பதைச் சொல்லுங்களேன்.

இதிலிருந்து நம் கல்வித்திட்டத்தின் அருமை பெருமை என்னவென்பது நிச்சயம் தெரிந்துவிடும்.

11

எமன்

முதன்முதலாக மின்சார விளக்கை எங்கள் பக்கத்து ஊர் ராஜா டாக்கீஸில்தான் பார்த்தேன். அங்கிருந்து எங்கள் ஊருக்கு மின்சார இணைப்பைக் கொண்டுவர ஐந்து ஆண்டுகள் பிடித்தது. தொலைவு வெறும் இரண்டு கிலோமீட்டர்தான். சிறிய மண்ணெண்ணை விளக்கில்தான் எல்லோருடைய படிப்பும். ஒரு விளக்குக்கு வீட்டில் மூன்று பேர் சுற்றி உட்கார்ந்து படித்தோம். வீட்டிற்கு மின்சாரம் இணைப்பு வரப்போகிறது என்கிற செய்தியில் திக்குமுக்காடிப் போனோம். பாண்டிச்சேரியி லிருந்து அதற்கான உபகரணங்களை வாங்கி வந்து பொருத்தினார்கள். மின்சாரம் இல்லாத அந்த பொத்தானைத் தொட்டுப் பார்க்கவும், இயக்கிப் பார்க்கவும் நண்பர் களிடமிருந்து அதற்கான கட்டணமாக முந்திரிக்கொட்டைகளை நானும் என் அண்ணனும் வீட்டிலுள்ளவர்களுக்குத் தெரியாமல் வாங்கிக்கொண்டோம். மூன்று மாதங்கள் இருக்கலாம்! திடீரென ஒரு நாள் நாளை காலை இணைப்பு எனத் தெரிவித் தார்கள். இரவு முழுக்க தூக்கம் பறந்து போனது.

ஊரில் என் வீட்டுக்குத்தான் முதல் இணைப்பைக் கொடுத்திருந்தார்கள். செய்தி கேள்விப்பட்டு மணி அடித்தவுடன் முதல் ஆளாக சிட்டாகப் பறந்து ஓடிவந்தோம்.

ஒவ்வொரு பொத்தானையும் அழுத்திப்பார்த்து விளக்கை எரிய வைத்து சோதனை செய்தோம். எனக்கு முந்தைய அண்ணனுக்கு பொத்தானில் இருந்த துளையில் விரலை வைத்துப் பார்க்க ஆசை. இரண்டு விரலையும் கொண்டு போய் துளைக்குள் செருகினார். அந்த அலறலை என் காலம் உள்ளவரை மறக்க முடியாது.

மின்சாரம் வந்தவுடன் ஊரில் எல்லோருடைய வாழ்க்கைப் போக்கும் மாறின. தெரு விளக்கில் தொடங்கி வீடுகளுக்குள்ளும் குண்டு பல்பு மறைந்து வாழைத்தண்டு பல்பு வந்தது. இதுபோலவே உழவுத் தொழிலிலும் மாற்றம் வந்தது. ஊரிலிருந்த வாய்க்காலிலிருந்தும், குளம், ஏரி, கிணற்றிலிருந்தும் கபிலை, ஏற்றம், டீசல் எஞ்சின் கொண்டு நீர் இறைத்த முறை மாறி மின்சாரத்தில் நீர்ப்பாசனம் செய்யும் பம்ப்செட் முறைக்கு மாறினார்கள்.

நீர் இறைக்கப் பயன்படுத்திய வடமும், சாலும் பரணையில் தூக்கிப் போடப்பட்டது. விவசாயத்தைச் செழிக்க வைக்கவும், உழவர்களை வாழ வைக்கவும் எனச் சொல்லி அரசாங்கம் கிணறு வெட்டவும், பம்ப்செட் வாங்கவும் கடன் கொடுத்தார்கள். கிணற்றை மட்டும் வெட்டி வைத்துவிட்டு வாங்கிய கடனைத் திருப்பிக்கொடுக்க முடியாமலும், மேற்கொண்டு கடனை வாங்கி விவசாயம் செய்ய முடியாமலும் ஊருக்கு பத்து குடும்பங்கள் கொத்துக்கொத்தாகத் தற்கொலை செய்துகொண்டன. கொஞ்சம் கையில் பசை இருந்தவர் களும், இருந்த நிலத்தில் ஒரு பகுதியை விற்று பணம் புரட்டியவர்களும் மட்டுமே மின்சாரம் பயன்படுத்தி உழவுத்தொழில் செய்தார்கள்.

இரவில் மட்டுமே விவசாயத்துக்கு மின்சாரம் கொடுத்ததால் வயலுக்கு நீர் பாய்ச்சல் போனவர்களில் பல பேர் பாம்பு கடித்து பிழைக்க வைக்க முடியாமல் போய்ச் சேர்ந்தார்கள். தொடக்கத்தில் ஐம்பத்தைந்து அடியில் நீர்மட்டம் தென்பட்டது போய் இப்போது எழுநூறு அடியைத் தாண்டிவிட்டது. நாற்பது ஆண்டுகளில் நிலத்தடி நீர் மட்டும் அறுநூறு அடி கீழே போய் இருக்கிறது.

எனக்கு நன்றாக நினைவிருக்கிறது. மழைக்காலம் வந்துவிட்டால் ஒரு மாத காலம் ஊரைச் சுற்றியிருக்கிற ஓடைகளில் சிறிய நீர்வீழ்ச்சியி லிருந்து மாதக்கணக்கில் தண்ணீர் கொட்டிக் கொண்டேயிருக்கும். குத்துப்பள்ளத்து ஓடையில் ஓட்டமாக ஓடிவந்து மூன்று கரணம் போட்டக் காலமும் உண்டு. சுற்று வட்டாரத்திலுள்ள நாற்பத்துக்கு மேற்பட்ட ஊர்களிலிருந்தும் எங்கள் ஊரில் தேவநதி என

அழைக்கப்படும் ஆண்டு முழுவதும் வற்றாத தாழம்பூ அடர்ந்த நீரோடையில் குளிக்க பொங்கல் பண்டிகையின் கரிநாளன்று குளிக்க வருவார்கள். ஆனால் இன்று அதே ஊரில் ஓடை இருந்த தடயம் மட்டும் கொஞ்சம் இருக்கிறது. இன்று மின்சாரம் இல்லாத நீர் நிலைகள் முற்றிலுமாக அருகிவிட்டன. இந்நிலை எங்கள் ஊரில் மட்டுமில்லை. சுற்றியுள்ள நூற்றைம்பது கிலோமீட்டர் வரைக்கும் நிலத்தடி நீர் பாதாளத்துக்குப் போய்விட்டது.

ஆர்ட்டீசியன் ஊற்றுப்பகுதியாக இருந்த எங்கள் பகுதி இன்று பாலைவனமாகும் நிலைக்குத் தள்ளப்பட்டிருக்கிறது. என்றைக்கு நெய்வேலிப் பகுதியில் நிலக்கரி கண்டுபிடித்தார்களோ அன்றைக்கே இந்த மண் பாலைவனமாக மாறத் தொடங்கிவிட்டது.

2400 அடியில் கிடக்கிற நிலக்கரியை வெட்டி எடுக்க அதுவரையுள்ள எல்லாத் தண்ணீரையும் வெளியேற்றினால் மட்டுமே முடியும். 12 அடி விட்டமுள்ள குழாய்கள் மூன்றின் மூலம் 24 மணி நேரமும் ராட்சத இயந்திரங்களை வைத்து நீர் இறைத்துக் கொண்டிருக்கிறார்கள். வெறும் 8 நிமிடங்கள் இயந்திரங்கள் நின்று போனால் சுரங்கம் மூழ்கத் தொடங்கிவிடுமாம். இதுமட்டுமில்லை. வெளியேற்றிய நீர் வயலில் பாய்ந்து கரித்துகள்கள் படிந்து நிலத்தை மலடாக்கிவிடுகின்றன. இந்தச் செய்தி கொஞ்ச காலத்துக்கு முன்புதான் இம்மக்களுக்குத் தெரியவந்தது.

இதுபோக இருபத்தி நான்கு மணிநேரமும் நிலக்கரியை எடுப்பதினால் வெளியேற்றப்படும் கரித்துகள்கள் அவ்வளவு மக்களுக்கும் நோய் களை வாரி வாரி வழங்குகின்றன. ஒரு ஐந்து நிமிடங்கள் வாகனங்களை நிறுத்தி வைத்துவிட்டு எடுக்கும்போது பளிச்சென்றுத் தெரியும் அளவுக்கு உங்களின் பெயரை வாகனத்தின்மேல் படர்ந்திருக்கும் கரித்தூளில் எழுதிப் பார்க்கலாம். இந்தத் துகள்கள் உணவுப் பயிர்களின் மேல் படிந்து விளைச்சலையும் பாதித்துவிட்டன.

நெய்வேலியைப் பற்றித் தமிழர்கள் பெருமையாகப் பேசிக் கொண்டிருக்கும் வேளையில் இந்த செய்தி பலருக்குத் தேவையற்ற தாகவும் அதிர்ச்சியூட்டுவதாகவும் தோன்றலாம். சுரங்கத்துக்காக விரட்டப்பட்ட இருநூக்கும் மேற்பட்ட கிராமங்களைச் சேர்ந்த மண்ணின் மைந்தர்கள் மனநோயாளிகளாக அகதிகளாக அங்கேயே சுற்றிக்கொண்டு வருவதை யாரும் கேள்விப்பட்டிருக்க நியாய மில்லை. எந்தெந்த மாநிலத்துக்காரர்களோ வந்து கோலோச்சி அவர் களை ஆட்டிப் படைக்கிறார்கள். மூன்றில் ஒரு பகுதியைவிடக் குறைவாகவே தமிழ்நாட்டுக்கு மின்சாரத்தைக்கொடுத்துவிட்டு பிற மாநிலங்களுக்குக் கடத்திவிடுகிறார்கள்.

இதனைக் காரணம் காட்டித்தான் பத்தாண்டுகளுக்கு முன் காவிரி சிக்கல் பெரிதானபோது தமிழ்த் திரையுலகத்தினர் கூட்டியிருந்த ஆலோசனைக் கூட்டத்தில் நெய்வேலியில் போராட்டத்தை முடுக்கி மின்சாரத்தை முடக்கவேண்டும் எனக் கடுங்கோபத்துடன் பேசினேன். பெரும் பரபரப்பினையும் எழுச்சியினையும் உருவாக்கிய அந்தக் கூட்டத்தால் போராட்டம் வெடித்தது. நெய்வேலியில் நடந்த கூட்டத்தில் யார் யாரெல்லாமோ பேசி தங்களின் அரசியல் ஆதாயத்தைத் தேடிக் கொண்டார்கள். என்னைப் பேச அனுமதிக்காததால் ஆறு கிலோமீட்டர் நடந்தே என் உறவினர் வீட்டுக்கு வந்துவிட்டேன்.

எல்லோரும் புகழ்ந்து கொண்டிருந்த நெய்வேலி எனக்கு எமனாகத் தெரிந்தது. அதனால்தான் எமன் எனும் நாவலை 1992-ஆம் ஆண்டு எழுதத் தொடங்கினேன்.1874-ஆம் ஆண்டு மேட்டுக்குப்பத்தில் ராமலிங்க அடிகள் உருவம் மறைந்த பத்து நிமிடத்துக்குப் பின் பக்கத்து வீட்டில் பிறக்கிற குழந்தையிடமிருந்து நாவல் தொடங்குகிறது. 2009-ஆம் ஆண்டு மேல்மருவத்தூரில் முடிகிற இந்த நாவல் கடந்த காலங்களில் ஏற்பட்ட அனைத்துத் துறை சார்ந்த மாற்றங்களினால் சீரழிந்த தமிழர்களின் வாழ்வியல் போக்குகளைத் தோலுரிக்கும் படைப்பு. எண்ணூறு பக்கங்களுக்கு மேலாக எனக்கிருந்த தொழில் சிக்கல், பொருளாதாரச் சிக்கல் என எல்லாவற்றையும் தாண்டி 1950ஆம் ஆண்டு வரையிலான நிகழ்வுகளைப் புனைந்திருந்தேன். இரண்டு ஆண்டுக்கு முன் நான் தற்போது குடியிருக்கும் சென்னை வீடு புதுப்பிக்கப்பட்டபோது என்னுடைய கவனக்குறைவால் காணாமல் போனது.

அது கை விட்டுப்போன வேளைதான் என் வாழ்வில் தாங்கிக்கொள்ள முடியாத துயரமான நாட்கள். பொருள் வைத்திருந்த பெட்டிகள் இடம் மாற்றப்பட்டதில் காவலுக்கு இருந்தவரின் கவனக்குறைவால் எமன் நாவலை இழந்ததோடு என் மன நிம்மதியையும் இழந்துவிட்டேன். தேடி அலைந்து முடிந்து ஒரு மாதம் கடந்திருக்கலாம். வீட்டின் மாடியில் நின்றியிருந்தபோதுதான் அதனைக் கவனித்தேன். குப்பை பொறுக்கும் இரண்டு சிறுவர்கள் வெற்றிடமாகக் கிடந்த பக்கத்து மனைப்பரப்பில் சிதறிக்கிடந்த தாள்களை பொறுக்கிக்கொண்டி ருந்ததைக் கவனித்தேன். காலம் கடந்துதான் அந்தத் தாள்கள் கண்ணில் பட்டன. நூற்றி ஐம்பது பக்கங்களுக்குத் தேறலாம். ஒன்றுக்கொன்றுத் தொடர்பில்லாத பக்கங்கள்! என்னால் எதனையும் ஒரு வரிகூடப் படித்துப் பார்க்கமுடியவில்லை.

கண்டுபிடித்த பக்கங்கள் மேலும் மேலும் என் மனச்சுமையைத்தான் கூட்டின. நெய்வேலி அனல்மின் நிலையம்தான் எமனாக வந்து

எங்களின் வாழ்வாதாரத்தையும் இயற்கை வளங்களையும் அழித்தது என்றால் இந்த எமன் நாவலும் என்னைக்கொன்று விடும் என முடிவு செய்து எடைக்குப் போடப்படும் செய்தித்தாள்களுக்கிடையிலேயே யாருக்கும் தெரியாமல் வைத்துவிட்டேன். இனி மறுபடியும், எப்போது எனக்கு எழுதுகிற மனநிலையும், நேரமும் கிடைக்கப்போகிறது?! நான் அந்த நாவலை முழுமையாக எழுதி முடிப்பேனா எனத் தெரியவில்லை.

ஊர்ப்பக்கம் போகவே பிடிக்கவில்லை. மின்சாரம் வந்ததும் கிணற்றை மறந்துபோனார்கள். ஊருக்கு ஒரு கிணறுகூட இல்லை. மின்சாரம் வந்தால்தான் குடிக்கவே நீர் கிடைக்கும் என்கிற நிலையில் 700 அடியிலிருந்து தண்ணீர் எடுத்து விவசாயம் செய்து பிழைக்க முடியுமா? காலம் காலமாக ஏதோ கொஞ்சம் வயிற்றுக்கு கஞ்சி ஊற்றி வந்த பலாமரங்களும், முந்திரி மரங்களும் 'தானே' புயலால் தரைமட்ட மாகிப்போனது. ஒருபக்கம் நெய்வேலிகாரன் 24 மணி நேரமும் நிலத்தடி நீரை உறிஞ்சி வெளியேற்றுகிறான். சென்னைக்குத் தண்ணீர் தேவைப்படும்போதெல்லாம் அரசு அமைத்த ராட்சத ஆழ்துளைக் கிணறுகளிலிருந்து தண்ணீர் உறிஞ்சப்பட்டு யானை மாதிரியான பெரிய பெரிய குழாய்கள் மூலம் இம்மண்ணுக்குள்ளிருந்து வெளியேறிக் கொண்டிருக்கின்றன. தானே புயல் நிதியின் மூலம் வளர்க்கப்பட்ட பலா, முந்திரிக்கன்று நாற்றுகள் தோண்டிக்கொண்டிருக்கும் 700 அடி ஆழக் கிணறுகளிலிருந்து தண்ணீரைப்பெற்று மீண்டும் மரமாகக் காத்திருக்கின்றன.

காத்திருப்பது நாற்றுகள் மட்டுமல்ல, பிழைக்க வேறு வழி தெரியாத இம்மக்களும்தான்.

12

கண்கள் இழந்த தமிழன்!

திரைப்படக்கலை உருவான பின் உலக வரலாற்றிலேயே சினிமாவுக்குள்ளேயே வாழ்க்கையைக் குழிதோண்டிப் புதைத்துக் கொண்டவன் தமிழன் மட்டுமே. நூறு ஆண்டுகள் கடந்தும் இன்னும் சினிமாவின் போதை மயக்கத்திலிருந்து எழுந்திருக்க வில்லை. சினிமாக்காரர்களுக்கு வாடகைக்கு வீடு கொடுக்கத் தயங்குபவர்கள் மகிழ்ச்சி யோடு நாட்டைக் கொடுப்பார்கள். ஐந்து முதலமைச்சர்களை நாற்காலியில் அமர்த்தி அழகு பார்த்தவர்கள் ஆறாவதாக ஒரு ஆளைத் தேடி விடுவார்களோ என்பதில் குழப்பத்துக்கும் அச்சத்துக்கும் இடமிருப்ப தாகவே தோன்றுகிறது.

சென்ற ஆண்டு தேசிய திரைப்பட விருதுக் குழுவில் இருந்தபோது மற்ற மாநிலத்து உறுப்பினர்களால் ஒரு நாள் அளவுக்கதிகமாக இதற்காகவே நையாண்டி செய்யப்பட்டேன். உங்கள் அறிவியல் அறிவு, இலக்கிய அறிவு, அரசியல் அறிவு, கலை அறிவு அத்தனையையும் சொல்ல உங்களுக்குத் தகுதியில்லை என்றார்கள். பழம் பெருமைகளைப் பேசி

காலந்தள்ளுவதை விட்டுவிட்டு நிகழ்கால வாழ்க்கைக்கு வாருங்கள் எனச் சொன்னார்கள். அன்றைக்கு நான் வேட்டியில்தான் படம் பார்க்க அரங்குக்குச் சென்றிருந்தேன்.

சொல்லி வைத்த மாதிரி எல்லோரிடமிருந்தும் ஒரே முகபாவம். அந்த சிரிப்பில் ஏளனம் ஒட்டிக்கொண்டிருந்தது. விவரம் புரியாமல் நான் விழித்தபோது அசாம் மாநிலத்தைச் சேர்ந்த அந்த படைப்பாளி எனக்கு அதற்கான காரணத்தைச் சொல்லி, மென்மையாக இதனை எடுத்து கொள்ளுங்கள் எனச் சொன்னபோது வெட்கித் தலை குனிந்து போனேன். அதன் பின் திரையில் என் மனது ஒன்றுவதற்கு நெடுநேரம் எடுத்துக்கொண்டது.

அன்றைய இரவும் அதே நண்பர்களிடம் வெளிப்படையாகவே இதுபற்றி உரையாடினேன்.

வேட்டியைப் பார்த்தாலே எங்களுக்கு தமிழ்நாட்டு அரசியல்வாதிகள் தான் நினைவுக்கு வருகிறது. ஊழலை இந்தியாவிலுள்ள அனைத்து மாநிலங்களுக்கும் கற்றுக்கொடுத்தது அவர்கள்தான். ஆனால், அதைப்பற்றி எந்தக் குற்றவுணர்வும் இல்லாமல் பெருமையோடு அலைவதுதான் வேதனையாக இருக்கிறது எனச் சொன்னார்கள். நாங்கள் வேட்டியை மடித்துக்கட்டாமல் கட்டுகிறோம். நீங்கள் வளைத்து முறுக்கி விதம் விதமாகக்கட்டி அதே ஊழலைச் செய்ய வில்லையா என நானும் பதிலுக்குக் கேட்டேன். அதன் பிறகும் பல நாட்கள் வேட்டியுடன்தான் படங்களைப் பார்த்தேன்.

நான் அவர்களுடன் இருந்த ஆறு வாரங்களில் நம்மைப்பற்றிய மதிப்பீடு அவர்களின் மனதில் என்னவாக இருக்கிறது என்பதை தெரிந்துகொண்டேன். 'மொழி வெறியர்கள்' என ஒற்றை வரியில் எல்லாரும் சொல்கிறார்கள். அவ்வாறு உண்மையிலேயே நாம் இருந்தால் என்னைவிட மகிழ்ச்சி அடைய யார் இருக்கிறார்கள்? அப்படித்தானடா ஒரு காலத்தில் இருந்தோம் எனச் சொல்லத் தோன்றியது! இப்போது நாம் இருக்கிற நிலையை நெருங்கி வந்து பார்த்தால் பொறாமைப்பட்டு வயிறு எரிந்தவர்கள் மகிழ்ச்சியில் மூழ்கிப் போவார்கள். இந்தியை எதிர்த்த ஒரே காரணத்துக்காக மட்டுமே நம்மை எதிரியாகப் பார்க்கிறார்கள்.

தமிழர்களில் 99 விழுக்காடு மக்களுக்கு தமிழில் பெயர்கள்கூட இல்லை; தமிழில் தங்கள் குழந்தைகள் பேசுவதையோ, தமிழைப் படிப்பதையோ அவர்கள் விரும்புவதில்லை; தமிழில் பேசிவிட்டால் குழந்தைகள் பள்ளிகளில் தண்டிக்கப்படுகிறார்கள்; ஒரு தமிழன் இன்னொரு தமிழனிடம் தமிழில் பேசுவதை இழிவாக நினைக்கிறான்; குடும்ப

நிகழ்ச்சிகளுக்கும், விழாக்களுக்குமான அழைப்பிதழில்கூட தமிழை ஒதுக்கிவிட்டான்; கோவில்களில் தமிழில் வழிபாடு செய்யச்சொல்லி வற்புறுத்தாமல் சமஸ்கிருதத்தில் சொல்லப்படும் மந்திரத்தையே விரும்புகிறான்; தன் வாழ்வில் தமிழுக்காக எந்த இடத்தையும் தராமல் மகிழ்ச்சியோடு தமிழன் என நினைத்து வாழ்கிறான்; நீதிமன்றங்களில் தமிழில் வாதாடுவதற்காக மனுபோட்டு கெஞ்சிக் கொண்டிருக்கிறான்; அதுமட்டுமா ஒரே ஒரு நிமிடம் ஆங்கிலத்தையோ, சமஸ்கிருதத்தையோ கலக்காமல் தமிழில் பேசச் சொன்னால் எல்லா தமிழனும் தோற்றுப் போகிறான். இதுதான் தமிழனின் இன்றைய நிலை. அது அவர்களுக்குத் தெரிய வாய்ப்பில்லை.

ஆனால், எங்களுக்காக ஒரு மாநிலம் வேண்டும் எனச்சொல்லி 72 நாட்கள் உண்ணாநிலையிலிருந்து போராடி சங்கரலிங்கனார் உயிர் நீத்தார். நாங்களும் எங்கள் மாநிலம் தமிழ்நாடு எனவும், எங்கள் அரசு தமிழ்நாடு அரசு எனவும் அழைத்துக்கொண்டு வருகிறோம்.

நாங்கள் தமிழர்கள்தான் என்பதை காட்டிக்கொள்ள ஒரு தமிழர் அவமானப்படுத்தப்பட்டதற்காக கொதித்து எழுந்து உடனடியாக சட்டமன்றத்தில் வேட்டிகட்ட உரிமை வாங்கித்தந்து சட்டம் இயற்றினோம். இந்தப் பெருமை எந்த மாநிலத்துக்காவது இருக்கிறதா?

உடனடியாக ஊடகங்கள் முழுக்க அதற்கு பாராட்டு தெரிவித்து கொண்டாடினார்கள். இதைவைத்து வியாபாரம் செய்யும் ஆடை நிறுவனமும் மலையாள நடிகர் வேட்டி கட்டி வணக்கம் செலுத்தும் படத்தைப்போட்டு பத்திரிகைகளில் முதல் பக்கத்திலேயே தமிழர்களின் மானத்தை மீட்டுத் தந்ததற்காகப் பாராட்டும் நன்றியும் தெரிவிக்கும் விதமாக 'தமிழக அரசுக்கு' சல்யூட் என்றார்கள்.

உலகம் முழுக்க முக்கால்வாசி நாடுகளுக்கு சென்று வந்திருக்கிறேன். தமிழன் தன் தாய்மொழியைக் கண்டுகொள்ளாமல் விட்டுவிட்ட அவல நிலை உலகத்தில் எங்குமே இல்லை. இரண்டாயிரம் ஆண்டுகளுக்கு முன்பாகவே இலக்கணத்தை வகுத்த செம்மொழி இன்று தமிழனின் நாக்கில் ஒரு நிமிடம் பேச முடியாமல் தள்ளாடிக்கொண்டிருக்கிறது. எல்லாருமே சூப்பர் தமிழராகிவிட்டோம்.

தன் தாய்மொழி, தன் இசை, தன்கலை, தன் இலக்கியம், தன் மருத்துவம், தன் அறிவியல் என எல்லாவற்றையும் வெளிநாட்டவர்கள் தங்களின் பிள்ளைகளுக்குத் தொடக்கத்திலேயே கற்றுக்கொடுக்கிறார்கள். பின் உலகத்திலுள்ள அவர்கள் விரும்பிய மொழியை எல்லாம் கற்கிறார்கள். இதனால் அவர்களின் அடையாளங்கள் பாதுகாக்கப்படுகின்றன. அவனது இனத்தையும் மொழியையும் நாட்டையும் கண்களாகக் கருதுகிறார்கள்.

அறிவுக்காக உருவாக்கப்பட்ட கல்வி இன்று வயிற்றுப்பிழைப்புக்காக என மாறிப்போயிருக்கிறது. நான் அரசமரத்தடியில் தரையில் அமர்ந்து படித்த சிறிய கிராமத்துப் பள்ளிகளில்கூட இன்று தமிழ் வழியில் படிக்க ஆள் இல்லை. என் கிராமத்தில் அரசுப்பள்ளித்தவிர மூன்று ஆங்கிலப் பள்ளிகள் தொடங்கப்பட்டுவிட்டன. இதுபோக பக்கத்து சிறு நகரங்களிலிருந்தும் பேருந்துகள் வந்து அதிகாலை ஆறரை மணிக்கே குழந்தைகளை அள்ளிக்கொண்டு போய்விடுகின்றன. எல்லாருமே இன்று டாக்டர், இன்ஜினியர் ஆகவேண்டும் என பெற்றோர்கள் அலைந்துகொண்டிருக்கிறார்கள்.

ஏற்கெனவே தமிழ் வழியில் படித்தவர்களுக்கு வேலையில்லை. அவர்களுக்கு வேலை தர அனைவருமே மறுக்கிறார்கள். இதனால் அரசுப் பள்ளிகள் மூடப்பட்டுக்கொண்டேயிருக்கின்றன. இதுபற்றிய எந்தக் கவலையும் நம்மை ஆண்டவர்களுக்கும், ஆள்பவர்களுக்கும் இல்லை. தமிழில் படிப்பவர்களுக்கு வேலைத்திட்டங்களை உருவாக்கித் தரவும் முயலவில்லை.

பெயரளவுக்கே தொலைக்காட்சிகளும், வானொலிகளும் தமிழை இணைப்பு மொழியாக ஆங்கிலத்தோடும், சமஸ்கிருதத்தோடும் பயன்படுத்தி தமிழ்மொழியைச் சிதைத்துக் கொலை செய்து கொண்டிருக்கின்றன. சட்டமன்றத்திலிருந்து கீரை விற்கும் பாட்டி வரைக்கும் சூப்பர் எனச் சொல்லத் தொடங்கிவிட்டார்கள்.

தமிழ்த்திரைப்படத்துறையில் பலபேருக்கு வெளியில் காட்டிக்கொள்ள முடியாத கோபமிருக்கிறது. எதற்காக நாம் தமிழில் படத்தின் பெயரை சூட்டவேண்டும் என நினைக்கிறார்கள். பிறமொழிகளில் பெயர் சூட்டக்கூடாது; தமிழிலேயேதான் இருக்கவேண்டும் என்பதற்காக உருவாக்கப்பட்ட விதியின்படி வெளியாகியிருக்கிற படங்களில் எழுபது விழுக்காடுப் படங்கள் சமஸ்கிருதத்தைத் தலைப்பாகக் கொண்டவைதான். தமிழை நன்கறிந்தவர்களுக்கும் தமிழறிஞர் களுக்கும் மட்டுமே இது தெரியும். மக்களுக்கும் மற்றவர்களுக்கும் இந்த சூழ்ச்சி புரிவதில்லை. அரசாங்கமும் இதனைக் கண்டு கொள்ளாமல் வரிச்சலுகை வழங்கிவிடுகிறது. சமஸ்கிருதத்தில் தலைப்பு வைக்கும் போது ஆங்கிலத்திலேயே சூட்டிவிடலாமே! பிறகு ஏன் இதற்கு ஒரு விதி, வரிச்சலுகை அதற்கு சான்றிதழ் வழங்க ஒரு அமைச்சரகம்?

நம் இளம் படைப்பாளிகளும் தயாரிப்பாளர்களும் பத்திரிகைகளில் வெளியிடுகிற சில விளம்பரங்களில் படத்தின் தலைப்பு மட்டுமே தமிழில் இருக்கின்றன. மற்ற விவரங்கள் குறிப்பாக தொழில் நுட்பக்கலைஞர்கள் பற்றிய விவரங்கள் ஆங்கிலத்தில் இருப்பதையே பெருமையாகக் கருதுகிறார்கள். போராட்டம், எதிர்ப்பு என்றால் அது

ஈழத்தமிழர் அரசியல்தான் என்றாகிவிட்ட பிறகு இதனையெல்லாம் கேட்க யார் இருக்கிறார்கள்?

தமிழர்கள், தமிழில் தங்கள் குழந்தைகளைப் படிக்க வைப்பதிலோ, தமிழைப் பேசுவதிலோ, வேலைவாய்ப்பைப் பெறுவதிலோ, வாழ்வியலில் தமிழர்களின் அடையாளத்தை மீட்டெடுப்பதிலோ தமிழில் பெயர் சூட்டுவதிலோ அக்கறை காட்டுவதில்லை. வேட்டிக்கு நேர்ந்த அவமானத்தை தமிழனுக்கு நேர்ந்த அவமானமாகக் கருதிய அரசு தமிழ் படிக்காத பிள்ளைகளைத் தமிழில் படிக்க வைக்கவும், அவர்களுக்கு வேலை தரவும் ஏன் சட்ட திட்டங்களை உருவாக்க மறுக்கிறது?

தமிழ்நாடு எனும் பெயரில் தமிழர்களாக தமிழ் இனமாக வாழ்ந்து கொண்டிருக்கும் எங்களுக்கு தமிழில் கல்வி கொடுங்கள், தமிழில் படித்தவர்களுக்கு மட்டுமே உயர்நிலை பதவி கொடுங்கள், எங்களுக்கு 80 விழுக்காடு வேலை கொடுத்ததுபோக மீதியை மற்றவர்களுக்குக் கொடுங்கள். அப்போதுதான் தமிழர் வேட்டி கட்டுவது பொருத்த மாகவும் பெருமையாகவும் இருக்கும். அதுவரை வேட்டி கட்டும் மலையாளியைப் பார்த்து ஏங்கிக் கொண்டிருக்கவேண்டியதுதான். ஏனென்றால், வேட்டியிருந்தும் மொழியிழந்த, கண்களிழந்த குருடர்கள்தான் இந்தத் தமிழர்கள்.

13

கடவுள் என்ன செய்கிறார்?

நான் பள்ளிக்கூடம் போக மாரியம்மன் கோவில் வழியாகத்தான் போயாகவேண்டும். பள்ளிக்குப் போகும்போது இருக்கிற பக்தி திரும்பும்போது இருப்பதில்லை. தேர்வு நெருங்க நெருங்க பயமும் பக்தியும் கூடிக் கொண்டே போகும். திறந்தே கிடக்கும் கோவிலில் திருநீறை எப்போது வேண்டு மானாலும் எடுத்துக்கொள்ளலாம். எந்தப் பக்கத்தில் நின்று பார்த்தாலும் மாரியாத் தாளின் கண்கள் என்னைப் பார்க்கிற மாதிரியே இருக்கும். படிக்காமலேயே அதிக மதிப்பெண் பெறவேண்டும் என வேண்டிக் கொள்வதும், சின்னச் சின்னத் திருட்டுக்களை செய்து விட்டு தனியாகச் சென்று மன்னிப்பு கோருவதும் சிறுவயதில் நடந்தவை. வளர்ந்து விபரங்கள் தெரியத்தெரிய கடவுளின் மீதிருந்த நெருக்கமும், பற்றும், பயமும் குறைந்தே போனது.

பாட்டன்கள் கட்டிய கோவில் பழுதாகிப் போனதாகச் சொல்லி என் வயதையொத்த வர்கள் அழகாகவும் கலை நேர்த்தியுடனும் இருந்த கோவிலை இடித்துவிட்டுப் புதிய தொன்றைக் கட்டினார்கள். நாள்தோறும்

வழிபாடு செய்வதற்காக முறையாக மந்திரம் கற்ற பூசாரி ஒருவரையும் நியமித்து பூட்டுக்களைப் போட்டு பூட்டியும் வைத்தார்கள். கொஞ்ச நாள்தான் அவரால் அங்கு தாக்குப்பிடிக்க முடிந்தது. திடீரென ஒருநாள் சாவியை ஒப்படைத்து விட்டுப்போன காரணம் எனக்கு இப்போது விளங்குகிறது. வருமானம் இல்லாத சாமிக்கு மரியாதை இருக்குமா? வேடிக்கை பார்க்கப்போன என்னை ஓடைநீரில் தள்ளி திருநீறு பூசி காவடியைத் தோளில் தூக்கி வைத்தார்கள். ஆள் இல்லாத குறைக்கு அப்போது நான்தான் கிடைத்தேன். எவ்வளவோ முயற்சி செய்தும் எனக்குக் கடைசி வரைக்கும் சாமியே வரவில்லை. எத்தனை அடிகள் மாற்றி அடித்தும், பம்பையையும், உடுக்கையும் என்னை அசைக்க முடியவில்லை. வேறு வழியே இல்லாமல் சாமி வந்த மாதிரி நடிக்க வேண்டியதாகிவிட்டது.

அன்றைக்கு ஆடியதிலேயே எனக்குத்தான் உண்மையாக சாமி வந்திருக்கிறது என நினைத்து கோலிசோடா வாங்கி உடைத்து தாகத்தைத் தீர்த்தார்கள்.

ஒளிப்பதிவு தொழிலைத் தேர்ந்தெடுத்தபின் படப்பிடிப்புகளுக்குச் செல்லும்போதும் திருமணமானபின் மனைவியின் வற்புறுத் தலுக்காகவும் செல்லும்போது பலதரப்பட்ட கோவில்களுக்கு சென்று பார்க்கிற வாய்ப்பு கிடைத்தது. கோவில்களில் எனக்குப் பிடித்தது அங்கிருக்கிற சிற்ப வேலைப்பாடுகள்தான். கலையின் உச்சம் அதுதான் என்றே சொல்லலாம். நம் முன்னோர்களின் மிகச் சிறந்த கலையாளுமை நம் பழைய கோவில்களில் மட்டுமே இன்னும் கிடைக்கின்றன. வாழ்நாள் முழுக்க இருக்கிற ஒவ்வொரு கோவில் களின் சிற்பங்களை மட்டுமே படம்பிடிக்கச் சொன்னாலும் மகிழ்ச்சி யோடு செய்து கொண்டிருப்பேன். நம் முன்னோர்களின் வாழ்க்கை முறையை ஆய்வு செய்வதற்கு கோவில்தான் சிறந்த இடம் எனக் கருதுகிறேன்.

வாழ்வின் அறங்களைக் கற்றுக்கொடுத்த இடமாக நம் கோவில்கள் இருந்திருக்கின்றன. வெளிநாட்டவர்கள் தமிழ்நாட்டுக்கு வருவதே பெரும்பாலும் கோவில்களை சுற்றிப் பார்க்கத்தான். விமானத்திலிருந்து இறங்கியதில் ஆரம்பித்துப் பழமையான கோவில்களுக்குச் செல்லும் வரைக்கும் அவர்கள் பார்வையில் படுகிற நம் செயல்பாடுகளும் காட்சிகளும் நம்மைப்பற்றி அவர்கள் அறிந்திருந்த அத்தனையையும் தவிடுபொடியாக்கிவிடுகின்றன. கோவிலுக்குள் சென்றவுடன் வழியில் கண்டவை எல்லாம் அவர்களுக்கு மறந்து போகின்றன. நானூறு ஆண்டுகளுக்கு மேல் பழமையான ஆலயங்கள் அமெரிக்காவில் இல்லாததால் இவ்வளவு கலைத் திறமைகள்

இவர்களிடத்தில் எப்படி வந்தது என்கிற எண்ணமே உருவாகிறது. நாம் கிறிஸ்தவர்கள், வேறு மதத்தைச் சார்ந்தவர்கள் என்கிற எண்ணங் களெல்லாம் அவர்களுக்கு மறந்துபோகிறது. அறிவியல் தொழில் நுட்பங்களை ஆராய்ந்து ஒவ்வொன்றாகக் கண்டுபிடித்துத்தரும் அவர்களுக்கு நம் பழங்கால அறிவியல் தொழில்நுட்பங்கள் மலைக்கவும், அசரவும் வைத்துவிடுகின்றன.

ஃபிரான்ஸிலிருந்து வந்திருந்த திரைப்பட இயக்குநர், மற்றும் ஒளிப்பதி வாளரை சிதம்பரம் நடராஜர் கோவிலுக்கு அழைத்துச் சென்றிருந்தேன். கிழக்கு வாசல் கோபுரத்தைப் பார்த்தவுடனேயே அவர்களின் பயணத் திட்டங்கள் மாறிப்போனது. இரண்டு மணிநேரம்தான் அங்கிருக்கத் திட்டமிட்டிருந்தோம். புதுச்சேரியிலிருந்த பணிகளையெல்லாம் உடனே தள்ளிப்போட்டுவிட்டு கேமிராவை எடுத்துக்கொண்டு அங்கேயே உட்கார்ந்துவிட்டார்கள். இரண்டு நாட்கள் அதிகாலை யிலிருந்து இரவு வரைக்கும் அவர்களுடனேயே இருக்கவேண்டியதாகி விட்டது. பின் மனமில்லாமல்தான் நடராஜர் கோவிலிருந்து திரும்பிப் போனார்கள்.

அவர்களுடன் நானிருந்த ஒருவாரகாலமும் நம் வாழ்க்கை நிலை சீரழிந்தது பற்றியே பேசிக் கொண்டிருந்தார்கள். அவர்களின் கேள்வி களுக்கு என்னிடம் பதில்களே இல்லை. நந்தனார் பற்றிய கதையைச் சொன்னபோது அதனை அவர்களால் ஏற்றுக்கொள்ளவே முடிய வில்லை. இவ்வளவு மிகச் சிறந்த வாழ்க்கையை வாழ்ந்தவர்கள் ஏன் இவ்வளவு மோசமாகவும் வாழ்ந்தார்கள் எனும் கேள்வியை எழுப்பினார்கள். எந்த சாதியைப் பற்றியோ, எந்த ஒரு மதத்தைப் பற்றியோ, எந்த ஒரு கடவுளைப் பற்றியோ குறிப்பிட்டு திருவள்ளுவர் திருக்குறளை எழுதாதபோது எவ்வாறு இத்தனை சாதிகள் உள்ளே நுழைந்தன எனும் கேள்விகள் எனக்கு அதன்பின் எழுந்தது.

ஒவ்வொரு கல்லாக, மண்ணாக, பாறைகளாகச் சுமந்து வெறும் சோற்றுக்காக மட்டுமே அத்தனை சிற்பங்களை வடிவமைத்து அன்றைய அந்த ஏழை சாதி மக்கள் கோபுரங்களையும் கோவில் களையும் குளங்களையும் கட்டி முடித்தார்கள். வானைத்தொட்டுக் கொண்டு நிற்கும் இந்தக் கோபுரங்களின் மீது ஒருமுறை ஏறச் சொன்னால் மயக்கம் போட்டு விழுந்து விடுபவர்கள் இன்று கோவிலைச் சொந்தமாக்கிக் கொண்டார்கள். அவர்கள் ஒரே ஒரு கல்லையோ ஒரு கைப்பிடி மண்ணையோ சுமந்திருப்பார்களா? எல்லாவற்றையும் அரும்பாடுபட்டு உருவாக்கி சிலையையும் செய்து முடித்துக் கருவறையில் வைத்தபின் அதற்குத் தண்ணீர் தெளித்து உயிர் உண்டாகிவிட்டது எனச்சொல்லி அத்தனைப் பேரையும் வெளியில் நிற்கச் செய்துவிட்டார்கள். மற்றவர்களுக்குச் சிலைவரைக்குமாவது

சென்று தொலைவில் நின்று பார்க்க அனுமதி கிடைத்தது. கல்லையும் மண்ணையும் சுமந்த பரம்பரையில் வந்த நந்தனாரையும் அவருடைய சாதியினரையும் வெளியில் நிறுத்திவிட்டார்களே! தாழ்ந்த சாதியில் தான் பிறப்பேன் என நந்தனார் ஆசைப்பட்டாரா? அடுக்கடுக்கான சாதியக் கட்டுமானங்களை உருவாக்கியதன் அரசியல் பின்னணி என்ன? நம்மையெல்லாம் பிரித்து நாசமாக்குவதற்கு தோண்டப்பட்ட புதைகுழிதானே இந்த சாதி என்பதை இன்றும் நம்மவர்களே உணரவில்லையே! தாழ்ந்த சாதியில் கிடப்பவர்களும்கூட தனக்குக் கீழாக ஒரு சாதி இருந்தால் அதனை நினைத்துத் தன்னை உயர்வாக எண்ணிச் சமாதானப்படுத்திக் கொள்கிற கொடுமையான நிலையை நமக்கு உருவாக்கியவர்கள் யார்?

இம்மக்கள் தாழ்ந்த சாதிக்காரனாக பிறப்பட்ட சாதிக்காரனாக இருக்க வேண்டும் என ஆசைப்பட்டார்களா? தங்களை நல்ல நிலைக்குக் கடவுள் உயர்த்துவார் என நினைத்துத்தான் கல்லையும், மண்ணையும் சுமந்திருப்பார்கள். அவர்களையெல்லாம் குடியிருக்க இடமில்லாமல் சாக்கடையிலும் கொசுக்கடியிலும் இருக்கச் செய்தவர்தான் கடவுளா? கோவிலை உருவாக்க ஒரு சொட்டு வியர்வையைக் கூடச் சிந்தாமல் சுகமாக இருந்து வேடிக்கைப் பார்த்தவர்களையெல்லாம் இன்று எங்கோ வைத்திருக்கிறாயே! கடவுளாகிய உன்னுடைய வேலைதான் என்ன? நாங்கள் நாசமாகப் போவதையும் தினம் தினம் செத்துப் பிழைப்பதையும் பார்த்துக்கொண்டிருப்பது மட்டும்தானா?

இருக்கின்ற கோயில்களெல்லாம் போதாதென்று இன்னும் மூலைக்கு மூலை கோவிலைக் கட்டிக் கொண்டேப் போகிறோமே! எப்போது இதனைப் புரிந்து நிறுத்தப்போகிறோம். எங்களைக் கோவிலைக் கட்டவும், குளத்தை வெட்டவும் சொல்லிவிட்டு சிலருக்கு மட்டும் கல்வியைக் கொடுத்தாயே! எங்கள் கண்களில் இப்போதுதானே எழுத்தைக் காட்டினாய். எங்கள் பிள்ளைகள் இந்த ஒரே தலை முறையில் எல்லாவற்றையும் கற்றுக் கொண்டபோது இந்தக் கல்வியை அவர்களுக்குக் கொடுத்தபோதே எங்களுக்கும் கொடுத் திருந்தால் நாங்கள் எங்கோவல்லவா போயிருப்போம்! வெறும் கையெழுத்தைமட்டுமே எழுதத் தெரிந்த என் அப்பாவுக்கும், அது கூடத்தெரியாத அம்மாவுக்கும் பிறந்த நான் சிந்திக்கத் தொடங்கி யிருக்கும்போது இனி எங்கள் பிள்ளைகள் எப்படியெல்லாம் உன்னைக் கேள்வி கேட்பார்கள் என்பது கடவுளாகிய உனக்குக் கட்டாயம் புரிந்திருக்கும்!

சரி, போனால் போகிறது எங்கள் முன்னோர்கள் உருவாக்கியதுதானே என கோயிலுக்குள் வந்தால் உன்னைப் பார்ப்பதற்குள் நாங்கள் என்ன

பாடுபடுகிறோம் என்பதைப் பார்த்துக்கொண்டுதானே இருக்கிறாய்! பிச்சைக்காரர்கள் இல்லாத கோயில்களையும் உன்னைப் பார்க்க பணம் கேட்கும் பூசாரிகள் இல்லாத கோயில்களையும் எப்போது நாங்கள் பார்க்கப்போகிறோம்? ஆயிரம் ரூபாய் கொடுப்பவனை உன் பக்கத்திலேயும் ஒன்றும் கொடுக்காதவனை உன் கண்களுக்கே தெரியாத தொலைவிலேயும் நிற்க வைக்கிறாயே உனக்கு உண்மையிலேயே கண்கள் இருக்கிறதா? உன்னுடைய வேலைதான் என்ன? பாமர மக்களின் உழைப்பைச் சுரண்டி, அவர்களின் சிந்தனையை மழுங்கடித்து, ஏமாற்றி, ஏழைகளின் வயிற்றெரிச்சலில் கொள்ளையடித்த பணத்தையெல்லாம் உன்னிடத்தில் கொண்டு வந்து கொட்டுகிறார்களே! அதானால்தான் அவர்களையெல்லாம் மேலும் மேலும் ஒரு வீட்டுக்கு பத்து வீடாக, ஒரு காருக்கு பத்துகாராக, ஊரில் இருக்கிற எல்லாச் சொத்துகளையும் அவர்கள் சொத்தாக மாறிக்கொண்டிருக்கிறதோ! கொள்ளையடித்த சொத்தில் உனக்கும் பங்கு இருக்கிறது என்பதால்தான் இதனையெல்லாம் பார்த்துக் கொண்டிருக்கிறாயா?

சரி, எப்படியாவது உன்னைப் பார்த்தால்போதும் என எல்லா வேலைகளையும் விட்டுவிட்டு கோயிலுக்குள் நுழைந்தால் அங்கே நடக்கிற கூத்தெல்லாம் உனக்குத் தெரியுமா? ஏகப்பட்ட சண்டை போட்டு, வழக்கெல்லாம்போட்டு தமிழ்க் கடவுளுக்கு தமிழ் நாட்டில் தமிழில் வழிபாடு செய்யுங்கள் என ஆணை பிறப்பித்தால் அதாவது நடக்கிறதா? 'தமிழிலும் அர்ச்சனை செய்யப்படும்'-என ஒரு மூலையில் எழுதி வைத்திருப்பதோடு சரி.

நான் கோயிலுக்கு போகும்போதெல்லாம் தமிழில் வழிபாடு செய்யுங்கள் அதுதான் எனக்குப் புரியும் எங்கள் சாமிக்கும் புரியும் எனச் சொல்கிறேன். ஒரே ஒரு நாள்கூட மனம் உவந்து சாமி கும்பிட்டு வந்ததேயில்லை. பெயருக்கு இரண்டு வரி தமிழில் சொல்லிவிட்டு மீதியை சமஸ்கிருதத்தில் சொல்லி முடித்துவிட்டு என்னை எப்போது வெளியில் அனுப்பலாம் என்பதிலேயே குறியாக இருக்கிறார்கள். சில பூசாரிகள் எங்களுக்கு தமிழில் மந்திரம் தெரியாது என சொல்லித் தப்பித்துக்கொள்கிறார்கள்.

உண்மையிலேயே தெரியவில்லையா, கற்றுக் கொள்ளப் பிடிக்கவில்லையா அல்லது வேண்டாம் என நினைக்கிறீர்களா என்று கேட்டால் இத்தனைபேர் பேசாமல் கும்பிட்டுவிட்டுப் போகும்போது உங்களுக்கு மட்டும் என்ன எனக் கேட்பவர்களும் உண்டு. என்னுடன் அங்கிருக்கிற ஒரே ஒருவர்கூட எனக்கு ஆதரவாகவோ, தங்களுக்கும் சமஸ்கிருதம் புரியவில்லை தமிழில் மந்திரத்தைச் சொல்லுங்கள் என்றோ கேட்டதில்லை. இதனாலேயே எனக்கும் என் மனைவிக்கும் சண்டை வருவதுண்டு. எதையும் கேட்காதீர்கள் எனச்சொல்லி என்னை

வற்புறுத்துவதாலேயே என் முன்னோர்கள் எழுப்பிய எனக்குப் பிடித்த கோவில்களுக்குள் செல்லப்பிடிப்பதில்லை. நிறத்தால், மதத்தால், சாதியால் அடிமைப்படுத்துபவர்கள் என்னை என் தாய்மொழியை அவமானப்படுத்தி மொழியால் அடிமைப்படுத்துவதைப் பொறுத்துக் கொள்ள முடியவில்லை.

இந்த எல்லா நிகழ்வுகளையும் என்னுடன் வந்த பிரெஞ்சு வெள்ளைக் கார நண்பர்கள் போகிற இடங்களையெல்லாம் கண்டு வெறுத்துப் போனார்கள். கடவுள் சிலையைப் பார்ப்பதற்கு முன்பாகவே தட்டில் போடுவதற்கு பணத்தை எடுத்து வைத்துக்கொள்ளும் செயலே என்னிடமிருக்கும் கடவுள் சிந்தனையை விலக்கிவிடுகிறது. என்னைப் போன்ற பலருக்கும் இதுபோன்ற கசப்பான அனுபவங்கள் நிகழ்ந்து கொண்டுதானிருக்கிறது. எல்லாவற்றையும்போல் இதுபற்றி யாரும் கண்டுகொள்வதாக இல்லை.

ஒவ்வொருமுறையும் என்னைத் தேற்றி என் மனைவி கோவிலுக்கு அழைக்கும்போதெல்லாம் உள்ளே போனதிலிருந்து வெளியே வரும் வரைக்கும் நிகழ்கிற பிக்கல், பிடுங்கல்களினாலும் தமிழில் வழிபாடு செய்யாததாலும் என்னால் சாமி கும்பிட முடியவில்லை. வீட்டிலேயே நிம்மதியாக கும்பிட்டுக்கொள்கிறேன் எனச் சொல்லி அனுப்பி வைத்து விடுகிறேன். எனக்கு எழுந்த கேள்விகளே என் மகன்களுக்கும் எழத் தொடங்கியிருக்கிறது. அவர்களும் கொஞ்ச நாளில் போவதை நிறுத்திக் கொள்ளலாம். எல்லாவற்றையும் எதிர்த்து கேள்வி எழுப்பும் என் மனைவியும், மற்றவர்களும் எதையும் கேட்காமல் கோவிலுக்குள் சென்று கொண்டிருக்கும் காட்சியைப் பரிதாபத்தோடு பார்த்து கொண்டிருக்கிறேன்.

தன்னைச் சுற்றி நடக்கிற எல்லாக் கொடுமைகளையும் கண்டு கொள்ளாத கடவுள் இதைப்பற்றியெல்லாமா கண்டு கொள்ளப் போகிறார் என்ற எண்ணம் ஒருமூலையில் இருக்கிறது என்றாலும் கோவிலுக்குள் செல்பவர்கள் முடிந்தால் எனக்காக நம் கடவுளர்களிடம் என் எண்ணங்களைச் சொல்லுங்கள்.

14

தூய்மை இந்தியாவும் நாறும் மனிதர்களும்!

தூய்மையை விரும்பாத மனித மனம் இருக்க முடியுமா? ஒவ்வொரு மனிதனுக்குள்ளும் தூய்மை உருவாக என்ன செய்யலாம்? இதற்கும் திட்டம் உருவாக்க முடியுமா? திட்டத்தை யார் உருவாக்குவது?

இந்தியா தூய்மை பெறவேண்டும் என்பதை நமது தலைமை அமைச்சர் நரேந்திர மோடி அவர்கள் மட்டும் விரும்பவில்லை. நாம் எல்லோரும்தான் விரும்புகிறோம். தூய்மை என்றால் எது என்பதை சிந்திக்கவேண்டிய நெருக்கடியான காலகட்டம் இது.

சென்ற மாதத்தில் இத்திட்டம் அறிவித்தவுடன் ஊடகங்களில் நான் கண்ட காட்சி இது. ஏதோ ஒரு வட மாநிலத்தில் இத்திட்டம் தொடங்குவதற்காக அரசு அதிகாரிகளும் ஊழியர்களும் ஆயத்தமாகிக் கொண்டிருக்கிறார்கள். அவசர அவசரமாக அதற்கான வாசகங்கள் பொறித்த பதாகைகள் சாலையில் நாட்டப்படுகின்றன. தூய்மை என்றால் அப்படி ஒரு தூய்மையான ஆடையோடு அமைச்சர்களும், அரசியல்வாதிகளும், உயர் அதிகாரிகளும் ஊர்திகளிலிருந்து வந்து இறங்குகிறார்கள்.

இதனைப் படம் பிடித்து மக்களுக்கு தூய்மைத் திட்டத்தை அறிவுறுத்த ஊடகத்தினர் பரபரப்புடன் இயங்கிக் கொண்டிருக்கின்றனர்.

இப்போது எல்லோரும் ஆயத்தமாகிவிட்டார்கள். கையில் நின்ற படியே பெருக்கித் தள்ளக்கூடிய நீண்ட துடைப்பத்தை உரியவர்களிடம் கையில் கொடுத்துவிட்டார்கள். எதைத் தூய்மைப்படுத்துவது என்பது தான் யாருக்கும் தெரியவில்லை. அதிகாரிகளின் ஆணைப்படி கடைநிலை ஊழியர் ஒருவர் தள்ளுவண்டியை இழுத்துக்கொண்டு ஓடுகிறார். மரத்தின் கீழே குவித்து வைக்கப்பட்டிருந்த காய்ந்த சருகுகளை அள்ளிப்போட்டு கொண்டு விறுவிறுப்புடன் வந்து காத்திருந்தவர்கள் முன்னே அவற்றைக் கொட்டுகிறார். சருகுகள் தரையெங்கும் இறைக்கப்படுகின்றன. ஒரே நேரத்தில் அத்தனைத் துடைப்பங்களும் சருகுகளை கூட்டிப் பெருக்கித் தள்ளிக் கொண்டிருக் கின்றன. இக்காட்சி ஊடகத்தினால் படம் பிடிக்கப்பட்டு மக்களின் பார்வைக்கு வருகின்றன. இப்போது தூய்மைத் திட்டம் தொடங்கப் பட்டுவிட்டது. இத்திட்டத்தை மக்களிடம் கொண்டு செல்ல இந்தியா முழுமையிலும் உள்ள மக்களுக்கு நன்கு தெரிந்த முகங்கள் தேர்வு செய்யப்பட்டு அறிவிக்கப்படுகின்றன.

இவையெல்லாம் திட்டமிட்டு செயல்படுத்தப்பட்ட காட்சிதான் என்றாலும் அவை நம் மனத்தில் விதைக்கும் செய்தி, நாம் நம் சுற்றுப் புறத்தைத் தூய்மையாக வைத்திருக்கவேண்டும் என்பதுதான்.

தூய்மை என்பது புறம் சார்ந்தது மட்டுமல்ல; அகம் சார்ந்ததும்தான். எவ்வளவோ மேலை நாடுகளுக்குச் செல்கிறோம். அதுபோல் ஏன் நம் நாடு இருப்பதில்லை? விமானத்தில் ஏறி அமர்ந்ததுமே அசுத்தம் ஏற்படுத்தினால் தரப்படும் தண்டனைக்கும் பயந்து தூய்மைவாதியாக மாறிவிடுகிறோம். ஆனால், நம் நாட்டில் விமானம் தரையிறங்கி நாம் வெளியேறிய உடனேயே அங்கேயே நம்மிடமிருந்த தூய்மை எண்ணம் தூக்கியெறியப்படுகிறது. விமான நிலையத்திலிருந்து வீடு வருவதற்குள் மீண்டும் மனம் குப்பையாகி அசுத்தமாகிவிடுகிறது. சிறு துண்டுத் தாளைக்கூட வீசுவதற்குக்கூட குப்பைத் தொட்டியைத் தேடிக் கொண்டிருந்தவர்கள், வரும் வழியிலேயே அதுவரை பத்திரப் படுத்தியதை எல்லாம் சாலையிலேயே வீசியெறிந்து விடுகிறோம். இம்மனநிலைக்கு என்ன காரணமாக இருக்க முடியும்? தூய்மை இந்நாட்டுக்குத் தேவையில்லை என நினைக்கிறோம். அல்லது நாம் ஒருவன் நினைத்தால் மட்டும் போதுமா, எல்லாமுமே குப்பையாகத் தானே இருக்கிறது என்கிறது எண்ணமும் சேர்ந்து கொள்கிறதா?

வெளிநாடுகள்போல நம் நாடும் தூய்மைபெறவேண்டும் என ஒவ்வொருவரும் நினைக்கிறோம். நாம் நினைத்தால் மட்டும் இது

நிறைவேறுமா? நம்மை ஆள்கிற அரசுகளும் இதை நினைக்க வேண்டும். ஆண்டு முடித்த அரசுகளும் நினைத்திருக்கவேண்டும். வெளிநாடுகளில் அரசாங்கம் நினைப்பதைப்போலவே, மக்களும் அதன் வழி நடந்து தூய்மையைக் கடைப்பிடிக்கிறார்கள். அதனால் அங்கு வீடுபோன்றே தெருக்களும் மிளிர்கின்றன. சுற்றுப்புறத்தை மட்டுமல்ல; உணவுகளை உற்பத்தி செய்து தரும் மண்ணை, அத்தனை உயிர்களும் உயிர்வாழத் தேவையான நீரை, காற்று மண்டலத்தை என அனைத்தையும் தூய்மையாக வைத்திருப்பதுபற்றி சிந்திக்கிறார்கள். அதற்காகத் திட்டமிடுகிறார்கள். அதன்படிச் செயல்படுகிறார்கள்.

இங்கு எல்லாமுமே கெட்டுப்போன பின்தான் திட்டமிடப்படுகிறது. இனி எந்தக் குப்பையை எங்கே கொண்டுபோய் போடுவது? நம்நாட்டில் அழுக்கு என்பதோ குப்பை என்பதோ வெறும் சாலை களிலும் சுற்றுப்புறங்களில் மட்டுமா இருக்கிறது? முதலில் நாம் தூய்மைத் திட்டத்தைத் தொடங்கவேண்டிய இடம் ஆள்பவர் களிடத்திலும், அடுத்து அந்த இடத்துக்கு வர ஏங்குபவர்களிடத்திலும், அனைத்து மக்களிடத்திலும் இந்த மண்ணுக்கும் இயற்கைவளங் களுக்கும் கேட்டினை உருவாக்கித் தருகிற அதிகாரிகளிடத்திலும்தான்.

எதையும் புள்ளிவிவரமாகத் தருவதில் வல்லவர்கள் உலகத்திலேயே நம்மவர்கள்தான். உறக்கத்தில் எழுப்பிக்கேட்டால்கூட ஒவ்வொன்றையும் மனப்பாடமாகக் கொட்டுவார்கள். வெறும் புள்ளிவிவரங்களை மக்களிடத்தில் அறிவிப்பதோடு எல்லாம் முடிந்துவிடுகிறதா? எல்லோருக்கும் கல்வி கொடுத்தால் போதும் வளமான நாடாக மாற்றிவிடலாம் என நினைக்கிறோம்.

உலக சுகாதார நிறுவனங்களால் தடைசெய்யப்பட்ட அத்தனை தொழிற் சாலைகளையும் நீங்கள் எங்கேயும் தேடவேண்டாம். எல்லாமுமே நம் நாட்டில் மட்டும்தான் இருக்கின்றன. ஒவ்வொரு முன்னேற்றத் திட்டமும் வெளிநாட்டினரால் வகுக்கப்படும்போது, வெளியேற்றப் படும் கழிவுகளை எங்கே கொண்டுபோய்க் கொட்டலாம் எனப் பட்டியலிடும்போது ஏழை நாடுகள்தான் அவர்களுக்கு முதலில் நினைவில் வருமாம். அதில் முதலில் அவர்கள் மனதில் உதிப்பது இந்தியாதான்.

எந்தெந்தப் பொருள்கள் அவனுக்கு வேண்டுமோ, அதை உற்பத்தி செய்து தருவதற்குத்தானே நம் மக்கள் இருக்கிறார்கள்! சுற்றுப் புறத்தையும், மண்ணையும், நீர் நிலைகளையும் நச்சுப்படுத்துகிற கழிவுகளை உருவாக்குகிற எந்தப் பொருளையும் அவர்கள் உருவாக்குவது இல்லை. அப்படிப்பட்ட நிறுவனங்களுக்கு அங்கு அனுமதியும் இல்லை.

பொன்னாய் விளைந்த மண்ணையும் அமுதமாய் இருந்த நீரையும் என் மக்களையும் 18 வயதிலேயே நோயாளிகளாக மாற்றிப் படுக்க வைத்து விட்டவர்கள், படிக்காதவர்கள் இல்லை. எப்போது இத்தகைய கொலைகள் தொடங்கப்பட்டன. எல்லாமுமே நம் நாட்டின் விடுதலைக்குப் பின்தான். வேலைவாய்ப்பினை உருவாக்கித் தருகிறோம், எல்லோருக்கும் உணவினைத் தருகிறோம் எனச் சொல்லியே எல்லாவற்றையும் நஞ்சாக்கிவிட்டதோடு, இம்மக்களின் மனத்திலும் நஞ்சை விதைத்துவிட்டார்கள்.

இந்தியா என்பது உலக நாடுகளின் பார்வையில் ஒரு குப்பை நாடு என்பதை எப்போது இந்த அரசியல்வாதிகளும் ஆட்சியாளர்களும் புரிந்துகொள்ளப்போகிறார்கள்? எப்போது ஏற்கெனவே கொண்டு வந்த குப்பைத் திட்டங்களை நிறுத்தப்போகிறார்கள்? இதனைப் படிக்கிற நாம் இன்னும் ஒரு நூறு ஆண்டில் இறந்துபோய்விடலாம். இனி, நமக்கு அடுத்த நம் தலைமுறைக்கு எதைக் கொடுத்துவிட்டுப் போகப் போகிறோம்? மலடாகிவிட்ட மண்ணையும் நஞ்சான காற்றையும் கேடு விளைவிக்கும் தண்ணீரையுமா?

தூய்மை பற்றிப் பேசுகிறோம். திட்டம் போடுகிறோம். இத்திட்டத்தை அறிவித்தவுடனேயே என் மனதுக்கு வந்தது இந்த ஊர்கள்தான். நம் மதிப்புக்குரிய தலைமை அமைச்சர் நரேந்திர மோடி, ஒரே ஒரு முறை இந்த ஊர்களுக்கு மட்டுமாவது வரவேண்டும். அமிலங்களையும் வேதிப் பொருட்களையும் உற்பத்தி செய்து தருகிற கடலூர் சிப்காட், ஆண்டுக்கு 20 ஆயிரம் கோடி ஏற்றுமதிக்கான ஆடைகளை உற்பத்தி செய்து தருகிற திருப்பூர், தோல் தொழில்களை உள்ளடக்கிய காலணிகள், தோல் ஆடைகளை உற்பத்தி செய்து தரும் ஆம்பூர், வாணியம்பாடி,பேர்ணாம்பட்டு, ராணிப்பேட்டை பகுதிகள் என இம்மூன்றையும் மட்டும் பாருங்கள். ஒருநாள் முழுக்க நீங்கள் இருக்கவேண்டாம். ஒரு இரண்டு மணி நேரம் ஒவ்வோர் ஊரிலும் அந்தப் பகுதிகளிலும் நடந்து சென்று பாருங்கள். முடிந்தால் தூய்மைத் திட்டத்தை விளம்பரப்படுத்தும் ஒன்பது தூதர்களையும் துணைக்கு அழைத்துகொள்ளுங்கள். ஒவ்வொரு மாநிலத்துக்கும் ஒவ்வொரு நாள்போதும். அதன் பின் சொல்லுங்கள்! நாம் முதலில் துடைத்துத் தள்ளவேண்டியது குப்பைகளையா இத்தகைய தொழிற்சாலை களையா?

ஒரு மணிநேரம்கூட இந்தக் காற்றை உள்ளிழுத்து உயிர் வாழ முடியாத இம்மக்களின் நிலையை, புல் பூண்டுகள்கூட முளைக்காத இம்மண்ணை, பாட்டில்களில் அடைக்கப்பட்டு எங்கிருந்தோ கொண்டு வரப்படும் தகுதியற்ற குடிநீர் என அனைத்தையும் பாருங்கள். இந்த இயந்திரங் களை எல்லாம் உருவாக்கித் தந்த வெளிநாட்டுக்காரனுக்கு இந்த

நூலையும் ஆடைகளையும் உற்பத்தி செய்யத் தெரியாதா? தோல் காலணிகளும் ஆடைகளும் இல்லாமல் அவனால் வாழ முடியுமா? அவன் ஊரில் இந்தத் தோல் இல்லையா? அங்கேயே அவனால் இதனை உற்பத்தி செய்துகொள்ள முடியாதா? கண்டுபிடித்த அத்தனை அமிலங்களும், வேதியியல் பொருட்களும் நம்நாட்டில் மட்டும்தான் உற்பத்தி செய்ய இயலுமா? நாம் செத்து ஒழியட்டும் நம் வாழ் வாதாரங்கள் வீணாகி அழியட்டும் என நினைத்துதானே இந்நிலைக்கு நம்மைத் தள்ளிவிட்டான்.

இந்த நிலைக்கு இந்த நாட்டைக் கொண்டுவந்ததற்கு யார் பொறுப் பேற்கப் போகிறோம்? ஆட்சியாளர்களா... அதிகாரிகளா? சில முதலாளிகள் மட்டும் பணம் கொழித்தால் போதும்; எவன் செத்தால் நமக்கு என்ன... என கண்டும் காணாமல் துணைபோன அரசியல் கட்சிகளா? இப்படிப்பட்ட ஆபத்தான பகுதிகளில் அந்தத் தொழிற் சாலைகளுக்கு உரிமையான முதலாளிகளோ அவர்களின் குடும்பங்களோ வசிப்பதில்லை என்பதெல்லாம் எத்தனை பேருக்குத் தெரியும்?

தூய்மையை எங்கிருந்து தொடங்கலாம் என்பதை இப்போது மக்களுக்குச் சொல்லுங்கள் ஐயா!

15

படிக்க... கிழிக்க...

மாற்றங்களை எளிதில் ஏற்றுக்கொள்ளாத மனங்கள் எல்லாம் எல்லாவற்றையும் ஏற்றுக் கொள்ளத் தயாராகிவிட்டன. மாற்றங்கள் தான் வாழ்க்கை என ஒரு வரியில் சொல்லி விடலாம். எதில்தான் மாற்றம் இல்லை? உண்ணும் உணவில், உடுத்தும் உடைகளில், அன்றாடப் பழக்க வழக்கங்களில், பேசும் பேச்சுக்களில், நினைக்கும் நினைப்புகளில், சிந்திக்கும் சிந்தனைகளில், வசிக்கும் வீடுகளில், போக்குவரத்து ஊர்திகளில், ஊடகங்களில், சுற்றுப்புறச் சூழ்நிலைகளில்... என எல்லாம் மாறிக்கொண்டே இருக்கின்றன. மாற்றங்களை நாம் விரும்பினாலும் விரும்பா விட்டாலும் அது நிகழ்ந்து கொண்டேதான் இருக்கும்.

இது இப்படித்தான் இருக்கவேண்டும் என இனி எதைப்பற்றியும் சொல்வதற்கு இல்லை. அரசியல் என்பது தொண்டாக இருந்தது மாறிப் போய் பிழைப்பாகவும் பணம் சேர்க்கும் தொழிலாகவும் மாறிப் போனமாதிரிதான்! காந்தியையும் காமராஜரையும் கக்கனையும் இன்னும் எவ்வளவு நாட்களுக்குத்தான் சொல்லிக்கொண்டே இருக்கப் போகிறோம்?

நகரங்களில் நாள்தோறும் புதிதாக வந்து குடியேறுபவர்கள் மீண்டும் கிராமங்களுக்கு இடம்பெயர்வதில்லை. பண்டிகை விடுமுறைகளுக்கோ நெருங்கிய உறவினர் காரியங்களுக்கோ எப்போதாவது சென்று வருகிற மாதிரி மட்டும் அவரவர்கள் பிறந்து வளர்ந்த கிராமங்கள் தொலைவில் போய்க்கொண்டிருக்கின்றன. நகரம்தான் தனக்கு சோறு போடும் என ஒவ்வொருவரும் எண்ணத் தொடங்கி விட்டனர். இப்படியே போனால் இன்னும் சில ஆண்டுகளில் நகரங்கள் மட்டுமே இருக்கும்.

கிராமங்கள் தேய்ந்து நகரங்களாக மாறிக் கொண்டிருப்பது நல்லது தானா? நல்லது என்றால் மகிழ்ச்சியாக ஏற்றுக்கொண்டுவிடலாம். நல்லதில்லை என்றால்... என்ன செய்யலாம்? யார் செய்வது?

ஆட்சியாளர்கள்தான் செய்யவேண்டும்!

'ஒரு நாட்டுக்கு கிராமங்கள்தான் முதுகெலும்பு' என காந்தி சொன்னார். ஆனால், கிராமங்களை அழிக்கிற வேலை மட்டும்தான் இப்போது நடந்துகொண்டிருக்கிறது. இதற்கு மேல் இந்த பலூனை ஊத முடியாது. ஊதினால் வெடிக்கும் எனத் தெரிந்தும் ஊதிக்கொண்டேயிருக்கிறோம்.

நகரத்துக்கு வந்து குவிபவர்களைக் கட்டுப்படுத்தாமல், அவர்களுக்கான நலத் திட்டங்களையும் நகர வளர்ச்சியையுமே செய்து கொண்டிருக்கிறோம் என்று சொல்லிக்கொண்டு ஆள்பவர்கள் பெருமை அடைவது எந்த வகையில் சரியானது? மக்கள் எதற்காக நகரங்களை நாடவேண்டும்... அந்த மக்களின் தேவைதான் என்ன... என்பதுபற்றி அவர்கள் சிந்திக்கிறார்களா?

இந்தியாவில் குடியரசுத் தலைவரோ, தலைமை அமைச்சரோ, மற்றைய அமைச்சர்களோ, முதலமைச்சர்களோ, அதிகாரிகளோ கிராமங்களில் என்னதான் நடக்கிறது என அங்கு நேரில் சென்று பார்த்திருக்கிறார்களா? கிராமத்து மக்களின் வாக்குகள் வேண்டும் என்பதற்காக தேர்தல் வந்தால் மட்டும் அங்கு சென்று 20 நாட்கள் ஓயாமல் உழைக்கிறார்கள். ஹெலிகாப்டரில் இருந்து கிராமங்களைப் பார்த்தால் என்ன தெரியும்? சாலை வழியாக வந்தால் நெடுஞ் சாலைகளில் நட்டுவைக்கப்பட்டுள்ள அவர்களின் விளம்பரப் பதாகைகளே மக்களை மறைத்துவிடும் என்பதால்தான் ஹெலிகாப்டரில் இருந்து பார்க்கிறார்களோ எனத் தோன்றும்.

இவர்களெல்லாம் வாரத்துக்கு இரண்டு நாள்... என கிராமங்களில் தங்கி மக்களின் தேவைகளை அறிந்து கொள்ளமுடியாதா? தங்களின் தலைவர்களுக்கு ஏதாவது பிரச்னை என்றால் மண்சோறு தின்பவர்கள்,

தரையில் விழுந்து புரள்பவர்கள் கிராமத்திலேயே ஏதாவதொரு வீட்டில் தங்கி அந்த மக்கள் தருகின்ற உணவை உண்டு, அலுவல்களைக் கவனிக்கமுடியாதா?

குடியரசுத் தலைவர் அந்த மாளிகையை விட்டு வெளியே வருவதே அரிதாக நிகழ்கிறது. தலைமை அமைச்சரோ... நாடு நாடாக பயணப் பட்டுக் கொண்டிருக்கிறார். சத்தியமாக முதல் அமைச்சர்கள் எந்தக் காலத்துக்கும் தங்களின் தரத்தைக் குறைத்துக்கொண்டு கிராமங்களில் தங்கி வேலைகளை கவனிக்க முன்வரமாட்டார்கள். தலைநகரத்தில் இருந்து 600 கிலோ மீட்டர் தொலைவில் உள்ள மக்களுக்காக, அத்தனை அமைச்சர்களும் ஒரே இடத்தில் தலைநகரத்தில் இருந்தபடிதான் வேலை செய்துகொண்டிருக்கிறார்கள். மக்களால் தேர்ந்தெடுக்கப் படுகிற இவர்களே இப்படி என்றால்... கடிகாரத்தைப் பார்த்து வேலை செய்கிற அதிகாரிகளைப்பற்றி நாம் கேட்க முடியுமா?

உலகத்துக்கே சட்டாம்பிள்ளையாக இருக்கிற அமெரிக்காவின் தலைவர் ஒபாமாவே தனக்கும், தன் குடும்பத்துக்கும் தேவையான பொருட்களைக் கடைகளுக்குச் சென்று அவரேதான் வாங்குகிறார்.

உணவகத்துக்குச் சென்று சாப்பிட்டுவிட்டு, தன்னுடைய கடன் அட்டை செயல்படாமல் போனதால் மனைவியின் அட்டையில் இருந்து பணத்தைச் செலுத்திவிட்டுச் செல்கிறார்.

ஒபாமாவும் மக்களால் தேர்ந்தெடுக்கப்பட்டவர்தான். பாதுகாவல் என்கிற பெயரில் நம் நாட்டுத் தலைவர்கள்போல் ஒரு பெருங் கூட்டத்தையும், அணிவகுத்து மிரட்டிச் செல்லும் கார்களையும் அவர் வைத்துக் கொள்ளவில்லை. தலைவன் எவ்வழி செல்வானோ அவ்வழிதானே தொண்டனும் செல்வான்.

மக்களின் அடிப்படைத் தேவைகளை உணராதவர்கள், அவர்களுடன் பழகி பணியினை செய்யத் தெரியாதவர்கள், அவர்களின் வாக்கு களுக்காக மட்டுமே திட்டங்கள் தீட்டுபவர்கள் எவ்வாறு அவர்களை வழி நடத்துவார்கள்?

நம் ஆட்சியாளர்கள் மனமிருந்தால் ஒரு முறை தனியாளாக மாறு வேடத்திலாவது ஒவ்வொரு கிராமங்களுக்கும் சென்று பாருங்கள். வேளாண் தொழிலுக்கு ஆட்கள் இல்லை. நீர் கொடுத்த குளம், குட்டைகள், ஓடைகள், ஏரிகள் என எதுவும் இல்லை. ஒருவேளை இருந்தால் அங்கே நீர்ப்பிடிப்பு இல்லை.

பள்ளிகளில் மாணவர்கள் இல்லை. ஆரம்ப சுகாதார மருத்துவமனை, நூலகங்கள், கால்நடை மருத்துவமனைகள் என எல்லாமுமே பெயர்ப் பலகை தாங்கிக்கொண்டு பெயரளவுக்குமட்டும் செயல்பட்டுக்

கொண்டிருக்கின்றன. ஆடு, மாடுகள் எங்கேயாவது ஒன்றிரண்டைப் பார்த்துவிட்டால்... நீங்கள் கொடுத்துவைத்தவர்தான். எல்லா வீடுகளிலும் தொலைக்காட்சிப் பெட்டி இருக்கிறது. வடிவேலு, விவேக், சந்தானம் ஆகியோர் 24 மணி நேரமும் சிரிப்பு மூட்டிக் கொண்டிருக்கிறார்கள்.

அப்படியே கொஞ்சம் தெருக்களை இணைக்கிற சாலைக்கு வாருங்கள். கட்டாயம் தேநீர் கடைகள் இருக்கும். வெட்டிப்பேச்சு பேசியபடி வேலை செய்ய விரும்பாத படித்த இளைஞர்கள், வேலை செய்ய முடியாத மது போதையிலிருக்கிற இன்றோ நாளையோ சாகப் போகிறவர்களைப் பார்க்கலாம். அநேகமாக எல்லா வீடுகளிலும் அவர்களின் குடும்பத்தில் உள்ளவர்களின் படங்களைப் போட்டு, திரைப்படக் கதாநாயகர்களுடனோ அரசியல்வாதிகளுடனோ காட்சி யளிக்கும் பதாகைகளை வாசலிலோ, வீட்டுக்கூரையிலோ, வைக்கோல்போரிலோ காண்பீர்கள் என்பதைக் குறிப்பிட மறந்து விட்டேன். அதுபோக அனைத்து கட்சிக் கொடிகள் கம்பத்தில் பறந்து கொண்டிருப்பதையும், வரிசையாக நிற்கிற மேற்சொன்ன வீட்டு விளரம்பரங்களையும் அதனருகில் பாருங்கள். நீங்கள் காணும் ஒவ்வொன்றுமே அரசியல்வாதிகள் மூலம் அறிமுகப்படுத்தப்பட்டது தான்.

அவர்களெல்லாம் வேறு யாருமில்லை,கடந்த கால ஆட்சியாளர்கள் உருவாக்கிய திட்டத்தால் உருவான தொழிற்கல்லூரிகளில் படிப் பதற்காக, குடும்பத்துக்கு சோறுபோட்ட கொஞ்ச நிலத்தையும் விற்றுக் கொடுத்துவிட்டு தொழில் இல்லாமல் வீட்டிலேயே முடங்கப் பிடிக்காமல் தேநீர் கடையிலும் பேருந்து நிலையத்திலும் போவோர் வருவோர்களைப் பார்த்துக்கொண்டிருக்கிற இளைஞர்கள்தான் அவர்கள். எல்லாவற்றுக்கும் புள்ளிவிவரங்களைத் தரத் தயாராக இருப்பவர்கள், 50 வயதுக்கு மேல் உயிர் வாழ்கிற ஆண்களின் பட்டியலைத் தாருங்கள். முடிந்தால் தெருவுக்கு எத்தனை இளம் விதவைகள் இருக்கிறார்கள் என்கிற கணக்கினையும் மறைக்காமல் தாருங்கள்.

கிராமத்தில் தன்னுடன் இருந்த யார், யாரெல்லாம் பணக்காரர்களாகி விட்டார்கள் என்பதை மக்கள் பார்த்துவிட்டார்கள். மற்றெல்லாரையும் விட அரசியல் கட்சியில் சேர்ந்தால் மட்டுமே கார், பங்களா, அடியாட்கள், பெரிய மனிதர்கள் தொடர்பு, ஊடகங்களில் இடம் கிடைக்கும் என நினைத்த இளைஞர்கள் 'தொழிலு'க்குப் புறப்பட்டு விட்டதையும் தவறாமல் அறியலாம்.

16

வாய்கள் பேசாது...
காதுகள் கேட்காது!

முன்பெல்லாம் பண்டிகைக் காலங்களில் மட்டும்தான் நகரங்கள் மக்கள் நெருக்கடியில் மூழ்கித்திணறும். இப்போது ஒரு குறிப் பிட்ட நாளில்தான் புத்தாடை, தங்க நகைகள் வாங்குவது என்றில்லாமல், நினைத்த நாளில் வாங்கிவிடுகிறபடி வாழ்க்கைமுறை மாறி விட்டது. கிராமத்துக்கும் நகரத்துக்குமான இடைவெளி குறையக் குறைய எல்லாத் தேவைகளுக்குமே சிறு நகரத்துக்கும் பெரு நகரத்துக்கும் தேடிப்போவது வழக்கமாகி விட்டது.

நகரங்களில் இப்போதே இவ்வளவு போக்கு வரத்து நெருக்கடி என்றால், மிச்ச காலத்தும் என்ன ஆகப் போகிறதோ தெரியவில்லை. இரண்டு சக்கர வாகனங்கள் இல்லாத வீடுகளே இல்லை என்பது மாறிப் போய், நான்கு சக்கர வாகனங்கள் இல்லாத வீடுகளே இல்லை என்கிற நிலைமை உருவாகிக் கொண்டிருக்கிறது. அத்துடன், ஒன்றுக்கு இரண்டு வாகனங்களைப் பெரும்பாலான வீடுகளில் பயன்படுத்தத் தொடங்கி

விட்டார்கள். ஆனால் அதை நிறுத்தி வைக்கவோ ஓட்டிச் செல்லவோதான் இடமில்லை.

100 அடி சாலைகளை 60 அடிகளாகவும், 60 அடி சாலைகளை 40 அடி சாலைகளாகவும் மாற்றுவதில் உலகத்திலேயே நம்மவர்களை யாரும் மிஞ்ச முடியாது. சாலைகளில் நடந்து செல்வதற்கு என்று தனிப் பாதைகள் வேண்டும் என்பதை இன்னும் எவ்வளவு காலத்துக்குத்தான் நாம் உணராமல் இருக்கப்போகிறோம்?

சாலைகளில் நான் அதிகமாக கவனிப்பது நடந்து செல்லும் மக்களைத்தான். உயிரைக் கையில் பிடித்துக் கொண்டுதான் இவர்கள் நடக்கவேண்டியிருக்கிறது. நடந்து செல்பவர்களை ஏளனமாகப் பார்ப்பதும், பயந்து பயந்து அவசர அவசரமாகக் சாலையைக் கடப்பவர்களை வசை மொழியில் திட்டுவதும் நம் ஊரில்தான் பார்க்க முடியும். அதிலும் வேகமாக நடக்க இயலாதவர்கள், சிறுவர்கள், முதியவர்கள் என இவர்களுக்கெல்லாம் சாலையைக் கடந்து போகக்கூடிய நேரத்தை ஒதுக்கி நாம் முன்னுரிமை தருவதில்லை.

விதியை உருவாக்கக் காரணமாக இருப்பவர்களும் நாம்தான். அதை மீறும்போது ஏற்படும் விளைவுகளைக் கண்டு குற்றம் சொல்பவர்களும் நாம்தான். நகரங்கள் உருவாக்கப்படும்போதே அடிப்படைத் தேவைகளையும், நெடுங்காலத் தேவைகளையும், தொலைநோக்கில் உணர்ந்து திட்டங்களை வரைபவர்கள் வெளிநாட்டினர். அதனால் நடந்து செல்பவர்கள், மிதிவண்டியில் செல்பவர்கள், பெரிய வாகனங்களில் செல்பவர்கள் என ஒவ்வொன்றுக்கும் தனித்தனிப் பாதை அமைக்கவும், இது குடியிருப்புப் பகுதி, இது வணிக வளாகப் பகுதி என ஒவ்வொன்றையும் முறையாக தனித்தனியாக உருவாக்கவும் அவர்கள் பழகியிருக்கிறார்கள். இதனால் யாருக்கும் நேரம் விரையமில்லை; விபத்துகள் இல்லை; விரைவாகச் செல்வதால் வெளியேறும் எரிபொருள் மாசுவின் பாதிப்பும் குறைவாக இருக்கிறது. எரிபொருளும் மிச்சமாகிறது.

வெள்ளைக்காரனிடம் இருந்து ஆங்கிலத்தைக் கற்றுக்கொண்டு பெருமைப்பட்டுக்கொள்ளும் நாம், அவனிடம் உள்ள நல்ல பழக்கங்களைப் பின்பற்ற மறுக்கிறோம். மக்கள் குடியேறிய பின்தான் இங்கு எல்லாத் திட்டங்களும் செயல்படுத்தப்படுகிறது. ஒவ்வொரு நாளும் நகரங்களுக்கு நிரந்தரமாகக் குடியேறுபவர்கள் எவ்வளவு பேர்? அவசர அலுவல்கள் காரணமாக நகரத்துக்கு வந்துபோகிறவர்கள் எவ்வளவு பேர் எனக் கணக்கெடுத்தால் அதிர்ச்சிதான் ஏற்படும்!

சிக்கல்கள் உருவாவதற்கு முன்னே இந்த மக்களுக்கான தேவைகளை அறிந்து திட்டங்கள் தீட்டி, உருவாக்கித் தருவதற்குப் பெயர்தான்

அரசாங்கம்! வணிகவளாகப் பகுதிகளாக இருந்தவை, மேலும் மேலும் அடுக்கடுக்கான கட்டடங்களாக அதன் ஆபத்தைப்பற்றிக் கவலைப் படாமல் உயர்ந்து கொண்டே போவதும், குடியிருப்புப் பகுதிகள் அதன் காரணமாக வணிகவளாகப் பகுதிகளாக மாறிக்கொண்டே போவதும் இனி நிற்கப் போவதில்லை.

30 ஆண்டுகளுக்கு முன்பு நான் திரைப்படக் கல்லூரிப் படிப்பை முடித்து, சென்னை தியாகராய நகர் பகுதியில்தான் 10 ஆண்டு காலம் தங்கியிருந்தேன். அப்போது இருந்த அந்தச் சாலைகளின் அகலங்களும் தெருக்களின் அகலங்களும் அப்படியே இருக்கின்றன. ஆனால், மக்கள் தொகை நெருக்கடியும் கட்டடங்களின் எண்ணிக்கையும் 100 மடங்கு உயர்ந்திருக்கிறது. இதைவிடக் கூடுதலான எண்ணிக்கையில் அரசுப் பேருந்துகளும், 100 மடங்கு வாகனங்களும் அந்த சாலைகளில் சென்று கொண்டிருக்கின்றன. இந்த அளவுக்கு இங்கே நெருக்கடி உருவாகக் காரணம் அந்த இடம் முழுக்கவும் வணிகப் பகுதிகளாக மாறிக் கொண்டே இருப்பதுதான்.

இன்றைக்கு நேரம் என்பது ஒவ்வொருவருக்கும் மிக முக்கியமானதாகி விட்டது. தியாகராய நகரைக் கடக்காமல் சென்னையின் பிற பகுதிகளை அடைய முடியாது. இதேபோல்தான் சென்னை நகரம் மட்டுமல்ல; இந்திய நகரங்களின் அனைத்துப் பகுதிகளும் மாறிக்கொண்டு வருகின்றன. அதுவும் பண்டிகைக் காலங்கள் என்றால் போக்குவரத்தே முடங்கிவிடுகிறது. விபத்து ஏற்பட்டால் தான் நடவடிக்கைகளும் திட்டங்கள் தீட்டுவதும் இங்கே நடைபெறுகிறது. அதைக்கூட நீதிமன்றம் செல்லாமல் பெற முடிவதில்லை. ஒருமுறை அங்கிருக்கிற கடைகளுக்கு இது தொடர்பான அதிகாரிகள் சென்று பாருங்கள். ஒரு குந்துமணி போட்டால்கூட கீழே விழாதபடி காலையிலிருந்து இரவு வரைக்கும் மக்கள் வெள்ளம் திணறிக்கொண்டேயிருக்கிறது. இந்த மக்களெல்லாம் எங்கிருந்து வருகிறார்கள்... எதில் வருகிறார்கள்... வாகனங்களை எங்கே நிறுத்துகிறார்கள்... அவர்களுக்கான அடிப்படை வசதிகள் இருக்கின்றனவா என கண்காணித்துச் செய்து தருபவர்கள் யார்?

இப்பகுதிகளில் கும்பகோணம் போன்ற தீ விபத்தோ, சென்னை மவுலிவாக்கம் 11 மாடிக் கட்டடம் போன்ற கட்டட விபத்தோ ஏற்படாது என யாராவது உறுதியாகச் சொல்லிவிட முடியுமா? அவ்வாறு நிகழாது என ஒருவேளை யாராவது சொன்னால் நீங்கள் அதனை ஏற்றுக்கொள்கிறீர்களா? என்றைக்காவது அதுபோன்ற ஒரு விபத்து ஏற்பட்டால், எவ்வாறு அம்மக்களைக் காப்பாற்றுவீர்கள்? ரெங்கநாதன் தெரு போன்ற தெருக்களில் தீயணைப்பு வண்டி நினைத்த மாத்திரத்தில் சென்று பாதிப்புக்கு உள்ளாகிறவர்களைக் காப்பாற்றிவிட

முடியுமா? சென்று சேர்வதற்குள் தீ விபத்து ஒரு கடையோடு நின்று விடுமா?

ஏகப்பட்ட காவல்துறையினரை நிறுத்தி நகைத் திருட்டு, துணித் திருட்டு செய்பவர்களைத்தான் நம்மால் பிடிக்க முடியும். நகரத்தின் தொலைநோக்கு வளர்ச்சியைக் கருத்தில் கொண்டு எந்தெந்த வணிகப் பகுதிகள் போக்குவரத்துக்கும், சுற்றுச் சூழலைப் பாதுகாப்பதற்கும், மக்களின் பாதுகாப்புக்கும் தடையாக இருக்கின்றதோ, அவற்றை இப்போதே கணக்கெடுத்து அகற்றி இடம் மாற்றுவதுதானே சரியானதாக இருக்கும். இந்த நகைகளையும் பாத்திரங்களையும் துணிகளையும் எங்கு வைத்தும் விற்கலாமே! அயல்நாடுகளில் இருப்பதுபோல ஒவ்வொரு பொருளுக்கும் ஒரு விற்பனைப் பகுதியை உருவாக்கி, அவர்களுக்கான வசதிகளை ஏற்படுத்தித் தந்து, இவற்றை இடம் மாற்றுவதுபற்றி முடிவெடுக்கவேண்டிய நெருக்கடியான காலகட்டம் இது.

சாலைகளை விரிவுபடுத்தி போக்குவரத்து நெரிசலைச் சீராக்காமல், வருகிற எல்லா வெளிநாட்டு கார் கம்பெனிகளுக்கும் அனுமதி கொடுத்துக் கொண்டேயிருப்பதும் எந்த வகையில் சரியானது? மக்கள் கேட்டால்தான் செய்வோம் என பொறுப்பில் இருப்பவர்கள் நினைக்கலாம். இந்த மக்கள் எந்தக் காலத்திலும் எதையும் வாய்த் திறந்து கேட்கவே மாட்டார்கள் என்பது எல்லோருக்குமே தெரியும். இருந்தும் எனக்கு சொல்லத் தோணுது!

17

யாருக்குப் பொங்கல்?

ஒரு மாதத்துக்கு முன்பே பல பேருடைய மனத்தில் பொங்கல் பண்டிகை குடிகொண்டு விட்டது. சூரிய வெளிச்சத்தைக் கண்டால் ஓடி மறைபவர்கள், சூரியனைக் கண்டால் தொப்பியையும் கருப்புக் கண்ணாடியையும் போட்டுக் கொள்பவர்கள், குடை இல்லாமல் வெளியில் செல்ல முடியாதவர்கள், ஒரு நொடி வியர்வைக்கே மின்சார வாரியத்தைத் தொலைபேசியில் அழைத்துப் புகார் தெரிவிப்பவர்கள், குளிர் சாதன வசதி இல்லாமல் ஒரு நிமிடத்தைக்கூட தாங்கிக் கொள்ள முடியாதவர்கள் என இவர்களெல்லாம் பொங்கல் பண்டிகைக்காகத் திட்டமிட்டுக் கொண்டிருக்கிறார்கள்.

இது தவிர, பரபரப்பாக வாழ்த்துச் சொல்ல, மகிழ்விக்க, நடிகர் - நடிகைகளைத் தேடி ஓடிக் கொண்டிருக்கும் ஊடகக்காரர்களும், எந்தப் படத்தைப் போடலாம் என காத்திருக்கும் திரைப்படத் துறையினரும், விண்வெளிக்கலத்தைச் செலுத்திவிட்டுப் பதைபதைப்புடன் உயிரைக் கையில் பிடித்துக்கொண்டு காத்திருக்கும் விண்வெளி

ஆராய்ச்சியாளர்களைப்போல், திரைப்படத்தின் வெற்றி - தோல்விக் காகக் காத்திருக்கும் ரசிகர்களும்தான் பொங்கல் திருநாளுக்காகக் காத்திருக்கிறார்கள்.

பொங்கல் திருநாள் வந்தால் யார் முகத்தில் மகிழ்ச்சி உருவாக வேண்டுமோ... யாரெல்லாம் கொண்டாடி மகிழவேண்டுமோ அந்த உழவர்கள் எல்லாம் கடன்காரனுக்கு எந்த பதிலைச் சொல்வது... பொங்கல் செலவுகளை எப்படி சமாளிப்பது... குழந்தை குட்டிகளுக்கு துணி எடுக்க யாரிடம் கையேந்துவது என கலங்கிப் போய் நிற்கிறார்கள். ஆனால், மிகச் சிறப்பாக அதாவது ஊடகத்தினர் மொழியில் 'கோலாகலமாக' பொங்கலை தமிழ் நாட்டு உழவர்கள் கொண்டாடி மகிழ்ந்ததாக செய்திகள் வெளியாகத்தான் போகிறது, ஊடகங்களில்!

அதேபோல் மழை பெய்தாலும், காய்ந்தாலும் உழவன் கொத்துக் கொத்தாகத் தற்கொலை செய்துகொண்டு செத்தாலும், எப்போதும் போல் தங்களின் வாழ்த்துகளைத் தெரிவிக்க, வாழ்த்துச் செய்திகளை அச்சடித்து வைத்துக்கொண்டு அரசியல்வாதிகளும் காத்திருக்கிறார்கள். உழவனுடைய நிலை எப்படியிருந்தாலும், உழவர்கள் பெருவாழ்வு வாழ்வதாகச் சொல்லி ஆள்பவர்கள் வாழ்த்துவதில் ஒரு பொருள் இருக்கிறது. எதிர்க்கட்சியும் மற்ற இதரக் கட்சித் தலைவர்களும்கூட சிறிதும் சிந்திக்காமல் அதே போன்ற வாழ்த்துகளைத் திரும்பத் திரும்ப சொல்லிக்கொண்டிருப்பது எந்தவிதத்தில் சரியானது?

கரும்பு வெட்டத் தொடங்கி ஆறு வாரமாகிவிட்டது. கத்தியை வைத்து கரும்பைச் சாய்த்துவிட்டால், அதை உடனே ஆலைக்கு அனுப்பி எடை போட்டுவிடவேண்டும். இல்லையென்றால் தாமதிக்கிற ஒவ்வொரு நொடியும் வெய்யிலில் காய்ந்து எடைகுறைந்து கொண்டேயிருக்கும். வெட்டாமல் விட்டு வைத்திருந்தாலும் முற்றிப்போய், பூ பூத்து, சாற்றை இழந்து கரும்பு தக்கையாகிவிடும். கரும்புக்கான கொள்முதல் விலையை உயர்த்தச் சொல்லிப் போராட்டங்கள் நாள்தோறும் நடைபெற்றுக்கொண்டேதான் இருக்கின்றன.

நடுவண் அரசு 2012-ம் ஆண்டு அறிவித்த 1,700 ரூபாயிலிருந்து 2,200 ரூபாயாக உயர்த்தி இருக்கிறது. ஆனால் தமிழக அரசு அளித்துவந்த 550 ரூபாயை 450 ரூபாயாகக் குறைத்து அறிவித்திருக்கிறது. உற்பத்திவிலை கூடிப்போனதால் தங்களின் வேதனையை யாரிடத்தில் சொல்வதென நமக்கெல்லாம் இனிக்கும் சர்க்கரையை தரும் உழவன் கசந்து போய் கிடக்கிறான். இதுபோக ஏற்கெனவே தனியார் ஆலை நிறுவனங்கள் இவர்களிடம் வைத்திருக்கிற நிலுவைத் தொகையைக் கொடுக்காத தால் அத்தனைபேரும் வேதனையில் வெந்து கொண்டிருக்கிறார்கள்.

திரைப்பட நடிகர்கள் உண்ணாவிரதம் எனச் சொல்லி வள்ளுவர் கோட்டத்தின் முன் உட்கார்ந்தால், எல்லா தொலைக்காட்சிகளும்

விழுந்தடித்துக் கொண்டு ஓடி வந்து அங்கே வருகிற ஒவ்வொருவரின் முன்னும் ஒலிவாங்கியை நீட்டி நேரலை ஒளிபரப்பைச் செய்கின்றன. ஆனால், உழவருடைய போராட்டத்தை ஒரு போராட்டமாகவே எவருமே பார்ப்பதில்லை. சென்ற மாதம் டெல்லி வரைக்கும் சென்று நாடாளுமன்றத்தின் முன் இந்தக் கடுங்குளிர் பருவத்திலும் வேட்டி - சட்டையுடன் கிடந்து கத்திப் பார்த்தார்கள். 'இவர்கள்' செத்துத் தொலைந்தால் தங்கள் கட்சிக்குத்தான் இழுக்கு என நினைத்த அமைச்சர்கள், பழச்சாறு கொடுத்து படம் எடுத்துக்கொண்டு அனுப்பி வைத்துவிட்டார்கள்.

எந்தப் பொருளை யார் உருவாக்கினாலும், அதற்கான விலையை அவன் நிர்ணயிக்கமுடியும். உழவனுக்கு மட்டும்தான் அந்த உரிமை இல்லை. வணிகர்கள் கேட்கிற விலைக்குக் கொடுத்துவிட்டு எப்போது பணம் கொடுப்பார்கள் எனக் காத்திருக்கவேண்டும். பல நேரங்களில் விலைகட்டுப்படியாகவில்லை எனச் சொல்லி திருப்பி அனுப்பிவிடுவதால், வீதியில் கொட்டிவிட்டு வீடு வந்து சேர்கிறான். அப்போதுகூட உழவனின் நிலையைப்பற்றி சிறிதும் கவலைப் படாமல், ஓடிப் போய் போட்டிப் போட்டு அள்ளிக் கொள்பவர்களும் நம் மதிப்புக்குரிய மக்கள்தான்.

வேலை செய்கிற நாட்களுக்கும், விடுமுறை நாட்கள் எனச் சொல்லி வேலை செய்யாத நாட்களுக்கும் சேர்த்து ஊதியமும் அதுபோக, ஊக்கத்தொகை என அனைத்தையும் பெற்றுக்கொள்கிற பல்வேறு அலுவலக ஊழியர்களுக்கும் பொங்கல் திருநாள்தான். தலைமுறை தலை முறையாக கடனிலேயே உழன்று, வறுமையிலேயே செத்து மடிகிற உழவனுக்கும் பொங்கல்தான். அனைவருடைய வயிற்றுக்கும் உணவளித்து விட்டு யார் கையையும் எதிர்பார்த்து வாழாத உழவன், அரசாங்கம் கொடுத்த 100 ரூபாயை வாங்குவதற்காக வெய்யிலில் வரிசையில் காத்துக் கிடந்த காட்சிகளையும் கண்டுகொண்டுதான் இருந்தோம்.

உழவனின் குரல் ஓங்கி ஒலித்த காலங்களும் உண்டு. இறுதிவரை போராட்டத்தை ஒடுக்க முடியாமல், வேறு வழியில்லாமல் உழவர் சங்கத் தலைவரை சந்திக்க, புதுடெல்லியில் இருந்து அப்போது தலைமை அமைச்சராக இருந்த இந்திரா காந்தியும், சென்னையில் இருந்த முதலமைச்சர் எம்.ஜி.ராமச்சந்திரனும் அவருடைய கிராமத்துக்கே சென்று பேசித் தீர்த்ததெல்லாம் அன்று நடந்தன.

யார் ஆட்சிக்கு வந்தாலும் அவன் குறை தீர்ந்தபாடில்லை. அவனது சிக்கலின் அடிவேரை ஆராய்ந்து பார்க்கத் தெரியாததாலும், விரும்பாததாலும் வெறும் இலவசங்களையும், மானியங்களையும் கொடுத்து தப்பித்துக்கொள்கிறார்கள். உழவனின் மரபுக்

குடிகளெல்லாம் உடம்பில் தீப்பிடித்துக் கொண்டதுபோல் தன் கிராமத்தை விட்டும், தன் நிலத்தை விட்டும் வெளியூருக்கும், வெளி நாட்டுக்கும் ஓடிவிட்டன. மீதமுள்ளவர்களும் ஓடிப் போக நெடுங்காலமாகாது. அப்போது இன்று கொண்டாடுவதுபோல் உழவனின் பெயரைச் சொல்லி பொங்கல் திருநாளைக் கொண்டாட முடியாது. ஏற்கெனவே உழவன் இல்லாத பொங்கலும், கால்நடைகள் இல்லாத மாட்டுப் பொங்கலும் நம்மவர்களால் உருவாக்கப்பட்டுவிட்டன. 'இல்லை... நாங்கள் பொங்கல் கொண்டாடியே தீருவோம். உழவன் அழிந்தால் எங்களுக்கென்ன? நாங்கள் தமிழர்கள்' எனச் சொல்லி கொண்டாடலாம். அப்படியானால் தமிழர்களாக இருக்கிற கிறித்துவர்களும் இசுலாமியர்களும் பொங்கலைக் கொண்டாடவேண்டுமல்லவா? அவர்களும் இந்த உழவுத் தொழிலை செய்கிறவர்களும் செய்தவர்களும்தானே. இதை ஒரு மதம் சார்ந்த பண்டிகையாக மாற்றியவர்கள் யார்? உணவளிக்கும் சூரியனுக்கு நன்றி சொல்லும் நாள் என்றால் அப்படி ஒன்றை நாம் எல்லோரும் கொண்டாடுவதுதானே சரி?

உலகத்தில் எந்த மொழியிலாவது 'ஓர் அரசாங்கம் என்பது இப்படித்தான் இருக்கவேண்டும்' எனச் சொல்லியிருப்பார்களா?

> 'வரப்புயர நீர் உயரும்
> நீர் உயர நெல் உயரும்
> நெல் உயரக் குடி உயரும்
> குடி உயரக் கோல் உயரும்
> கோல் உயரக் கோன் உயர்வான்!'

- என ஔவை பாடியதுபோல நடந்தால் அப்போதுதான் அது அரசாட்சியாக இருக்கும். ஆனால், இங்கே எதெல்லாம் உயர்ந்து கொண்டு இருக்கிறது என்பதை பார்த்துக்கொண்டுதானே இருக்கிறோம்.

திருக்குறளையும், திருவள்ளுவன் புகழையும் பரப்பி அவனுக்கு சிலை வைத்துவிட்டால் தமிழன் வாழ்ந்துவிடுவான் என நினைப்பவர் களுக்கு, ஔவையின் இந்தப் பாடலை நினைவுபடுத்த விரும்பு கிறேன். வள்ளுவனை ஒருவேளை ஆட்சியாளர்கள் மதித்தால் (நடுவண் அரசையும் சேர்த்துதான்) வள்ளுவன் பாடியிருக்கிற ஒரு குறளின்படியாவது உழவுத் தொழிலை முன்னேற்றும் காரியத்தை முதலில் செய்துகாட்டுங்கள்.

18

என்ன செய்யப்போகிறோம்?

நெடுநாட்களாக எனக்கு இருந்த விருப்பத்தின்படி அண்மையில் வேளாண்மை பல்கலைக்கழம் ஒன்றில் உரையாற்றச் சென்றிருந்தேன். நான் ஓர் உழவனின் மகன் என்பதும், இன்னும்கூட உழவுத் தொழிலை விடாமல் செய்துவருபவன் என்பதாலும் மாணவர்களோடு நெருக்கமாக உரை யாடினேன். ஒரு சிலரைத் தவிர வேளாண்மைத் தொழிலுக்கான ஆராய்ச்சியிலோ அதன் பொருட்டு வாழ்வைக் கழிப்பதிலோ விருப்ப மில்லாதவர்களாக அவர்கள் இருந்தார்கள். ஐ.ஏ.எஸ் படித்து ஆட்சிப் பணிக்குச் செல்ல இந்தப் படிப்பு எளிதாகவும் குறுக்கு வழியாகவும் இருப்பதால்தான் இதனைப் படிப்பதாகவும் அவர்கள் சொன்னது எனக்குள் வேளாண்மை பற்றிய கவலையை மேலும் அதிகரித்தது.

மானியத்தையும் இலவசங்களையும் கொடுத்து உழவுத் தொழிலை வளர்த்து விடலாம் என எல்லா அரசாங்கங்களும் நினைப்பதுபோலத் தான் அவர்களும் பொறுப் பற்றவர்களாக இருந்தார்கள். அரசாங்கம் எந்த ஒரு திட்டத்துக்கு, செயலுக்கு மானியம்

கொடுக்கிறதோ அப்போதே அந்தத் திட்டம் செத்துவிட்டது அல்லது செத்துக் கொண்டிருக்கிறது என்பதுதான் பொருள். 100 நாள் வேலை, 20 கிலோ அரிசி, இலவச மின்சாரம் இப்படி அனைத்தும் எதைக் காட்டுகிறது? வேளாண்மை லாபகரமாக இல்லை, செத்துக் கொண்டிருக்கிறது அல்லது செத்துவிட்டது என்பதைத்தானே!

அதனை மீட்டெடுக்க, சரிசெய்ய எந்தவிதத் திட்டமும் வழிவகைகளும் தெரியாமல் பால் ஊற்றுகிற வேலைதான் இந்த மானியங்கள். பிச்சைக்காரர்களுக்கு என்ன மரியாதையோ அதேதான் இந்த நாட்டில் ஒவ்வோர் உழவனுக்கும். இனி, எந்தத் திசையில் பயணிப்பது எனத் தவித்து, தடுமாறிக் கொண்டிருக்கும் வேளாண்மை, இன்று ஒரு தொழிலாக வளர்ச்சி பெற்றுள்ளது. ஆனால், அதற்கான உள்கட்டு மானங்களோ சந்தையோ ஏற்படுத்தவில்லை. கோடி கோடியாகத் திட்டங்கள் அறிவிக்கப்படுகின்றன. அவை செயல்படுத்தப்படு கின்றனவா என்பதைக் கண்காணிப்பது யார்? வேளாண்மை பற்றிய அடிப்படை அறிவில்லாதவர்கள், மரபுரீதியாக அதனைத் தொழிலாகச் செய்யாதவர்கள், நிலத்தில் கால் பதிக்காதவர்கள், ஒரு பிடி மண்ணைக்கூட அள்ளித் தொட்டுப் பார்க்காதவர்கள்... இவர்கள்தான் இந்தத் தொழிலை வழிநடத்துகிறார்கள். பன்னாட்டு நிறுவனங்கள், பன்னாட்டு தரகர்களுடன் கைகோத்து அரசாங்கத்துக்கு திட்டங்களைத் தீட்டிக் கொடுத்து, வேளாண்மை விஞ்ஞானி எனும் பெயரில் கோடிக் கணக்கில் கல்லா கட்டுவதும், இந்திய அரசின் உயரிய விருதினைப் பெற்று உழவர்களுக்கு ஆலோசனை அளிப்பதும் இவர்கள்தான்.

'தானே' புயலின் போதுதான் நான் வேளாண்மை தொடர்பாக அதிகாரம் செலுத்தும் பதவியில் உள்ளவர்களையும் அதிகாரிகளையும் தொடர்ந்து சந்தித்தேன். மனமொடிந்த நிலையில் நேரத்தை வீணாக்குவதை உணர்ந்து இனி இவர்களைச் சந்திப்பதில் பலனில்லை எனும் முடிவுக்கு வந்தேன். இதே துறையில் பல சிறந்த வல்லுநர்களையும் ஆராய்ச்சியாளர்களையும் எனக்கு நன்கு தெரியும். அவர்களைச் செயல் படவிடுவது இல்லை. ஒன்று, அவர்களை ஓரிடத்தில் தொடர்ந்து செயல்படாமல் வேறு இடத்துக்கு மாற்றுவது அல்லது அவர்களுக்குத் தொடர்பு இல்லாத கடைநிலைப் பணிகளைத் தந்து அவமானப்படுத்தி, அடக்கி வைப்பது என்பதைத்தான் அவர்களுக்கு மேலுள்ளவர்கள் செய்து வருகிறார்கள். அவர்களை செயல்படவிடாமல் தடுப்பதால் இந்த வேளாண்மைத்துறைக்கும், நம் உற்பத்திக்கும் எவ்வளவு பெரிய இழப்பு, முட்டுக்கட்டை!

இந்தத் தொழிலைச் செய்ய பெரும்பான்மையான உழவர்கள் இன்னும் கந்து வட்டிக்குத்தான் கடன் வாங்குகிறார்கள். வங்கிகள் ஏற்கெனவே நல்ல நிலையில் உள்ள உப வருமானமுள்ள ஆசிரியர்கள், வணிகர்கள்,

சிறுதொழில் செய்வோர், அரசு ஊழியர்கள் என இவர்களுக்குத்தான் கடனைக் கொடுக்கிறது. அரசும், பல்கலைக்கழகங்களும், வேளாண்மைத்துறையும் தரும் மானியங்களைப் பெரிய பெரிய பண்ணைகளும் பணம் படைத்தவர்களும், பெரிய நிறுவனங்களும் தான் பயன்படுத்திக் கொள்கின்றன.

உதாரணத்துக்கு, டிராக்டர் வாங்க நான்கு லட்சம் தேவைப்பட்டால், இரண்டு லட்சத்தை மானியமாகப் பெறலாம். இதனை நமது பெரும் பான்மையான சிறிய உழவர்கள் கனவிலும் நினைத்துப் பார்க்க முடியாது.

சில நாட்களுக்கு முன் சாலை வழியாக மதுரை சென்று வந்தேன். இந்த 480 கிலோ மீட்டர் தொலைவில் சாலையின் இரு பக்கங்களிலும் விளைபயிர்களைக் காண்பது அரிதாகவே இருந்தது. கால்நடைகள் தென்படவே இல்லை. அவ்வளவு விளை நிலங்களும் ஒன்று விவசாயம் செய்வது நிறுத்தப்பட்டு விற்றுத் தீர்ந்துவிட்டன; அல்லது விற்பனைக்காகக் காத்துக்கொண்டிருக்கின்றன. தமிழகத்தின் எந்த ஊருக்குப் பயணப்பட்டாலும் இதே நிலைதான்.

ஏற்கெனவே உழவுத் தொழிலை செய்த குடும்பம் ஆங்கிலக் கல்வி, கம்ப்யூட்டர் தொழில், நகர வாழ்க்கை என மாறி உழவுத் தொழிலைச் செய்யாமல் விட்டுவிட்டு ஓடிக்கொண்டிருக்கிறது. அதனையும் மீறி செய்பவர்கள் மின்சாரத்தை மட்டுமே நம்பி ஆயிரம் அடிகளுக்கும் மேலாக ஆழ்துளைக் கிணறு அமைத்து விவசாயம் செய்து நட்டத்துடன் போராடிக்கொண்டிருக்கிறார்கள்.

வீடுகளில் கால்நடைகளில் இருந்து கிடைத்த குப்பைக்கழிவுகளைக் கொண்டு உழவுத் தொழிலைச் செய்தவர்களை அதிக பணம் செலவழித்து உரத்தையும், பூச்சி மருந்தையும் போடச்சொல்லி இன்று ஒவ்வோர் உழவனையும் கடனாளியாக்கி, அரசாங்கத்திடம் கையேந்தி பிச்சைக் கேட்க வைத்ததும், தற்கொலை செய்து கொள்ளச் செய்ததும் இந்த ஆய்வு மையங்கள்தான். வசதி படைத்தவன் இயந்திரங்களைக் கொண்டு செய்கிறான். இல்லாத பெரும்பான்மை உழவர்கள் உழவுக் கருவிகளும் உழவு மாடுகளும் இன்றி கைபிசைந்து கோவணத்துடன் நிற்கின்றனர்.

இந்த லட்சணத்தில் 100 நாள் வேலைத்திட்டம் ஒட்டுமொத்த உழவுத் தொழிலையும் குழி தோண்டி புதைத்துவிட்டது. வேலைக்கு ஆளின்றித் தவிக்கும் ஒவ்வொரு விவசாயியையும் கேட்டுப் பாருங்கள், அவன் குமுறல் புரிய வரும். இலவசத் திட்டங்கள் மூலம் மக்களை உழைப்பில், உற்பத்தியில் ஈடுபடாமல் தொலைக்காட்சியைப் பார்த்துக்கொண்டே இருங்கள் எனச் சொல்லி அவர்களை

சோம்பேறியாக்கி, எதைப் பற்றியும் சிந்திக்காதபடி பெயரளவில் உயிர் வாழ்ந்து கொண்டிருப்பது மாதிரி செய்துவிட்டார்கள். இந்த குடிமகன்கள் வாக்களித்தால்தானே ஆட்சி நாற்காலியில் அமர முடியும் அதற்காகத்தான் இப்படிப்பட்ட திட்டங்கள் அனைத்தும்.

உற்பத்தியில் மாற்றம் கொண்டு வருவதற்கும், விளைநிலங்களை மலடு ஆகாமல் தடுப்பதற்கும் எந்த முயற்சியும், திட்டமும் இல்லை. அதற்கான ஆராய்ச்சியும் இன்று நடைமுறையில் இல்லை. அத்தனை ஆராய்ச்சிகளும் அடித்தட்டு மக்களுக்காகப் பயன்படவில்லை. வசதி படைத்த பணக்கார விவசாயிகளுக்கும், பன்னாட்டு, இன்னாட்டு நிறுவனங்களுக்கும் பயன்படுவதாகவே உள்ளது. இதைத்தான் ஒரு கவிஞன் இப்படி கூறுகிறான்.

‘வேளாண் தொழில்நுட்பங்கள்
அளவெடுக்கப்படாமல்
தைக்கப்பட்ட
ஆயத்த ஆடைகள்.
பொருந்தியவர்கள்
போட்டுக் கொண்டார்கள்.
பொருந்தாதவர்கள்
இன்னும் கோவணத்துடன்!’

19

குற்றவாளிகள்

நம்மைச் சுற்றி நிகழும் சீர்கேடுகளையும், குற்றங்களையும், வன்முறைகளையும், முறைகேடுகளையும் கண்டும் காணாதது போல் இருக்க நாம் அனைவருமே பழகி விட்டோம். அவை வெறும் செய்திகளாக உலவி தீர்வில்லாமலேயே முடிந்து போகின்றன. இவற்றுக்கெல்லாம் காரணம் மற்றவர்கள்தான் எனச்சொல்லி ஒவ்வொரு வரும் தப்பித்துக் கொள்ளப் பார்க்கிறோம். அவற்றைச் செய்பவர்கள் அல்லது அதற்குக் காரணமாகவும், துணையாகவும் இருப்பவர் களில் நாமும் ஒருவர் என்பதை ஒருவர்கூட ஏற்றுக்கொள்ள மறுக்கிறோம். ஏனென்றால், நாம் இந்நாட்டின் மக்கள். நமக்குக் கடமை யாற்றத்தான் இந்த அரசாங்கங்கள் இருக்கிறார்கள்; அதற்காகத்தான் வரிசையில் நின்று வாக்களிக்கிறோம், அனைத்து வரிகளையும் செலுத்துகிறோம்; எனவே, நாங்கள் கேள்விகள் மட்டுமே கேட்போம் என இருந்துவிடுகிறோம்.

நாம் இவ்வாறு நினைப்பது சரியாக இருந் திருந்தால் நமக்குக் குறைகளோ, சிக்கல் களோ இல்லாமல் மிகச் சிறந்த வாழ்க்கை

வாழும் குடிமக்களாக அல்லவா வாழ்ந்திருப்போம். இந்த 65வது முறை கொண்டாடுகிற குடியரசு நாள் மூலம் நாம் உணர்ந்து கொண்டது என்ன? 17 முறைகளுக்குமேல் ஆட்சியாளர்கள் மாறியும் சிக்கல்களும், சீர்கேடுகளும், குற்றங்களும் பெருகிக் கொண்டேயிருப்பதன் மூலம் தான் என்ன புரிந்துகொண்டிருக்கிறோம்?

பிரிட்டிஷ்காரர்களிடமிருந்து எதை இழந்தோம் என்பதை ஒவ்வொரு வரும் சற்று நேரம் தனிமையில் அமர்ந்து சிந்தித்தால் குடியரசு ஆட்சி மூலம் நாம் இழந்ததையும், பெற்றதையும் அறியலாம்!

ஒவ்வொரு குடிமகனும் ஒவ்வொரு குழந்தையின் பெற்றோர்களும் நம் சிக்கல்கள் அனைத்துக்குமே காரணம் அரசாங்கம்தான் என நினைத் தால் இதற்குத் தீர்வே இல்லை. வாக்களிப்பதாலும், வரிகளைச் செலுத்துவதாலும் மட்டுமே நம் கடமை தீர்ந்துபோனதாக வாழ்ந்து மடிந்துவிடுவதுதான் எல்லாக் கொடுமைகளுக்கும் காரணம்.

கருவுற்ற நாளிலிருந்தே ஒவ்வொரு பெற்றோரும் தங்கள் குழந்தையின் கல்வியைப்பற்றி கவலைப்படத் தொடங்கி அன்றிலிருந்தே பள்ளியில் இடம் பிடிக்கத் தொடங்கிவிடுகிற கொடுமை நிகழ்ந்து கொண்டிருப்தை யாராலும் மறுக்க முடியாது. எவ்வளவு விலை கொடுத்தேனும், உரிமைகளை இழந்தேனும்அவமானப்பட்டேனும் அவர்கள் உயர்வாக மதிக்கிற பள்ளியில் சேர்த்துவிட்டால்போதும் என நினைக்கிறார்கள்.

ஒவ்வொருவரும் தங்களின் பிள்ளைகளுக்காகச் செலவழிக்கிற தொகை எவ்வளவு, அந்தப் பணத்தை அடைவதற்காகக் கடந்து வருகிற பாதைகள் என்னென்ன என்பதெல்லாம் யாரிடமும் பகிர்ந்து கொள்ள முடியாதவை. இதையெல்லாம் மீறி அங்கு வழங்கப்படுகிற கல்வியின் தரம்பற்றிச் சிந்திக்க நமக்கு நேரம் இல்லை.

நாம் யாராவது ஒருவரைப் பிடித்து நம் குழந்தைகளுக்குப் பள்ளியில் இடம் பிடிக்கமுயற்சி செய்வதுபோலவே ஆசிரியர்களும் அந்த வேலைக்காகப் பலரையும் பிடிக்கவேண்டியிருக்கிறது. நேற்று என் கிராமத்திலிருந்து ஒரு தொலைபேசி அழைப்பு. ஐந்து முறை ஆசிரியர் பணிக்காகத் தேர்வு எழுதியும் தேர்ச்சி அடையாத மகனுக்கு யாரையாவது பிடித்து நடந்து முடிந்த தேர்வில் மதிப்பெண் வாங்கித் தந்து பணியும் பெற்றுத் தாருங்கள்; எந்த நிலத்தையாவது விற்று பணத்தை ஏற்பாடு செய்து தருகிறேன். எங்கேயும் போய்விடாதீர்கள்! உங்களைப் பார்க்க நானும் மகனும் புறப்பட்டுவிட்டோம் என ஊர்க்காரர் கெஞ்சினார்.

மூன்று பிள்ளைகளையும் ஆங்கிலப் பள்ளியில் வெளியூர் விடுதியில் தங்கவைத்துப் படிக்க ஆசைப்பட்டு இருந்த நிலத்தையெல்லாம்

விற்றதுபோக இன்னும் ஒன்றரை ஏக்கர்தான் மீதம் வைத்திருக்கிறார். நாடு முழுக்க கறிக்கோழிப் பண்ணைகள்போல் திறந்துவிடப்பட்ட ஆங்கிலப் பள்ளிகள் முழுக்க இப்படிப்பட்ட பெற்றோர்களின் பணத்தால்தான் இயங்கிக் கொண்டிருக்கின்றன.

தங்களுக்குத் தெரிந்த அரசு ஊழியர்கள், செல்வந்தர்கள், ஆசிரியர்கள், அரசியல்வாதிகள் என எல்லோரின் பிள்ளைகளும் படிக்கின்றபோது அதற்கு இணையான கல்வியை நம் பிள்ளைகளுக்கும் தரவேண்டும் என்பதற்காகவே பொருளாதார சிக்கலில் மாட்டிக் கொண்டுத் தவிக்கும் பெற்றோர்களின் மனக்குமுறல்களுக்குத் தீர்வுதான் என்ன?

தனியார் பள்ளிகளில்தான் சிறந்த கல்வி தரப்படுகிறது என்கிற எண்ணம் முளைத்தபோதே அரசுப் பள்ளிகள் அதன் தேவைகளையும் தரத்தையும் உயர்த்த முயற்சித்திருந்தால் இன்று அரசுப் பள்ளிகளெல்லாம் ஒவ்வொன்றாய் மூடப்பட்டு மாட்டுக் கொட்டகைகளாகவும் குற்றவாளிகளின் புகலிடமாகவும் மாறிக் கொண்டிருக்காது.

கல்விச் சாலைகளில் கவனம் செலுத்தாத அரசுகள் தொடர்ந்து உருவானதன் சீர்கேடு இன்று கல்வியைத் தனியார்களிடம் கொடுத்து விட்டு மதுக்கடைகளையும் கனிம வளங்களையும் விற்று ‘நல்லாட்சி’ செய்து கொண்டிருக்கிறது. தங்களின் உரிமைகள் என்னவென்றே உணராத இம்மக்கள் தங்கள் ஊரில் அரும்பாடுபட்டு உருவாக்கியப் பள்ளிகளின் தரத்தை உயர்த்தச் சொல்லிக் கேட்காமல் அரிசிக்கும் மண்ணெண்ணெய்க்கும் சண்டை போட்டுகொண்டு நிற்கிறார்கள்.

இன்று மக்களுக்காகவே நேர்மையுடன் செயல்படக்கூடியவர்களும், ஒவ்வொரு துறையிலும் மக்கள் சிந்தனையிலேயே காலம் கழித்து பணியாற்றிக்கொண்டிருப்பவர்களும் தனியார் ஆங்கிலப் பள்ளிகளில் படித்தவர்கள் இல்லை.

சென்னையை வாழ்விடமாகக் கொண்டு விட்டபின் என் மனைவியின் வற்புறுத்தலுக்காகவே இருபது ஆண்டுகளுக்கு முன் என் மூன்று வயது மகனுக்காக இடம் கேட்டு ஒரு பள்ளிக்குச் சென்றிருந்தபோது அங்கு நடந்த மோசமான நிகழ்வை என்னால் மறக்கவே முடியவில்லை. இடம் தர மறுத்தபோது கூடியிருந்த ஆயிரத்துக்கும் மேற்பட்டவர்களில் நான் ஒருவன் மட்டுமே அவர்களிடம் கேள்வி கேட்டுப் போராடினேன். அன்றைக்கு நின்றிருந்ததுபோலவேதான் இன்று ஒவ்வொரு பெற்றோரும் முதல் நாள் இரவிலிருந்தே விண்ணப்பப் படிவம் வாங்க அதே பள்ளியில் இப்போதும் நின்று கொண்டிருக்கிறார்கள்.

கடந்த ஆண்டு அறுபதுக்கும் மேற்பட்ட பள்ளி கல்லூரிகளுக்கு மாணவர்களைச் சந்திப்பதற்காகவே உரையாற்றச் சென்றிருந்தேன்.

பெருங்கவலைதான் மிஞ்சியது. அரசை மட்டுமே குறை சொல்வது சரியல்ல என்பதை உணர்ந்துகொண்டேன். வெறும் மதிப்பெண்களை மட்டுமே குறிக்கோளாகக் கொண்டு பயிலும் மாணவர்களையும் ஒரு வேலை வாங்கி வெறும் பணம் மட்டுமே சம்பாதித்தால்போதும் என நினைக்கும் பெற்றோர்களையும், அதேபோல் மதிப்பெண்களுக் காகவே பயிற்றுவிக்கும் ஆசிரியர்களையும் பெற்றோரிடமிருந்து பணத்தைக் கொள்ளையடிக்க அரசாங்கத்திடமிருந்து தந்திரமாக எப்படி யெல்லாம் ஏய்த்துப் பணம் பறிக்கலாம் எனக் கற்றுக்கொண்ட அதன் உரிமையாளர்களையும் கண்டு வந்தபின் இந்தச் சீர்கேடுகளுக்கு சிகிச்சை எங்கிருந்து தொடங்கவேண்டும் என்பதை உணர்ந்தேன்.

மக்களின் பொருளாதாரத்தை அழித்து தரமற்ற கல்வியைத் தந்து இந்த சமுதாயத்தை அழித்துக் கொண்டிருக்கும் கொள்ளைக்கூடங்களின் பிடியிலிருந்து அரசு நினைத்தால் சில மாதங்களிலேயே விடுதலை பெற்றுத் தந்துவிடலாம். இரண்டு மாதங்களுக்கு முன் சென்னையிலுள்ள மாநகராட்சிப் பள்ளிகளை நேரில் சென்று பார்க்கும் வாய்ப்பு கிட்டியது. தமிழகத்தின் முதல் மதிப்பெண் பெறும் மாணவனாக சென்னை மாநகராட்சிப் பள்ளியில் பயிலும் மாணவன் தான் வரவேண்டும் என்பதற்காகத் திட்டம் தீட்டப்பட்டுச் செயல் படுவதாக கேள்விப்பட்டேன். அதற்காக மாணவர்களுக்கு தீவிரப் பயிற்சி, அடிப்படை பயிற்சியளிக்கும் சிலரையும் சந்தித்தேன். பல பள்ளிகளுக்கு நேரில் சென்று அங்கு உருவாக்கப்பட்டு வரும் மாற்றங் களையும், மாணவர்களுக்கான தேவைகளையும், அதன் சூழலையும் உருவாக்கித் தருவதைக் கவனித்தபின் எனக்கு இப்படித்தான் தோன்றியது.

இதேபோன்ற நடவடிக்கைகளை செயல்பாடுகளை தமிழகத்திலுள்ள அனைத்துப்பள்ளிக்கூடங்களிலும் செயல்படுத்தினால் இந்த சமுதாயத்தை நாசமாக்கும் தனியார் பள்ளிகளின் கொள்ளைகளிலிருந்து மாணவர்களையும் பெற்றோரையும் காப்பாற்றிவிடலாம் எனும் நம்பிக்கை பிறந்தது. அரசு எத்தனை சட்டங்களை உருவாக்கினாலும், நீதிமன்றங்கள் எவ்விதமான ஆணைகளைப் பிறப்பித்து இவர்களின் கொள்ளையைத் தடுக்க நினைத்தாலும் குறைகளை, அவர்களின் கொடுமைகளைக் களைய முடியாமல் போவதற்கும் ஒருவகையில் மக்களே காரணம்.

அரசு அறிவித்த கட்டணங்களுக்குமேல் அவர்கள் கேட்கிறபடி யெல்லாம் கொடுப்பதும், அதற்கான அத்தாட்சிகூடக் கேட்டுப் பெறாமல் திருட்டுத்தனத்துக்கு உடன்படுவதும் பெற்றோர்களே. அவர்களில் ஒருவர்கூட இதனைக் கண்டித்து நடவடிக்கை எடுக்கும்படி

புகார் அளிப்பதில்லை. கேட்பதைக் கொடுத்துவிட்டு தங்கள் பிள்ளைக்கு இடம் கிடைத்தால்போதும் என ஒதுங்கிவிடுகிறார்கள்.

பட்டினி கிடந்து சேர்த்த பணத்தை வைத்துக்கொண்டு காத்திருக்கும் ஏழைகளின் பிள்ளைகளுக்கும் இங்கு இடமில்லை. ஒரே ஒரு பள்ளியில் அனைத்து பெற்றோர்களும் இந்த அநியாயங்களுக்குத் துணை போகாமல் அறிவிக்கப்பட்டுள்ள அனைத்துத் திட்டங்களின்படிதான் பள்ளியை நடத்தவேண்டும் என முடிவெடுத்துப் பள்ளிகளின் முன்பு போராடினால் ஒரே வாரத்தில் தமிழகத்தின் அனைத்துப்பள்ளிகள் முன்பும் போராட்டம் தொடங்கிவிடும். தனியார் பள்ளிகள் வழிக்கு வருவார்கள் அல்லது மூடிவிட்டு ஓடுவார்கள். அரசாங்கமும் உண்மை நிலையை உணர்ந்து தன் தவறைத் திருத்திக்கொண்டு தன் கடமையை உணர்ந்து செயல்படும்.

தங்கள் பிள்ளைகளின் எதிர்காலத்தை தாங்கள் நினைத்தால் மட்டுமே உருவாக்கிக்கொள்ளமுடியும் என முடிவெடுத்து மக்களே கல்விப் புரட்சியில் குதித்தால்தான் இதற்கு விடிவு. இதற்கு மட்டுமல்ல தங்களுக்கு எதிரான அனைத்துக்குமே மக்கள் வீதியில் இறங்கிப் போராடினால்தான் முடியும்.

அரசியல் கட்சிகள் போராடிப் பெற்றுத் தரும் என நினைத்தால் எதுவும் எக்காலத்திலும் நடக்கப்போவதில்லை. கட்சிகள் என்பது அதிலுள்ளவர்களின் சொந்த நலனுக்காகவே நடத்தப்படுகின்றன. மக்கள் நலனுக்காக அல்ல என்பதை எப்போது உணர்கிறோமோ அதுவரை குற்றவாளிகள் மற்றவர்களில்லை; மக்களாகிய நாம்தான்.

20

மக்களாட்சியும் புழுத்த அரிசியும்

சென்னையில் என் தெருவில்தான் அப்பகுதிக்கான உணவு வழங்கு துறையின் கிளை உள்ளது. தெருவின் இரண்டு பக்கங் களிலும் அதன் வாசல் பகுதி இருப்பதால் மக்கள் கூட்டம் தெருவை அடைத்து கொள்ளும் போதெல்லாம் வரிசையில் பரபரப்புடனும் கவலையுடனும் நிற்கும் அவர்களின் முகத்தைக் கவனிக்காமல் செல்லத் தவறுவதில்லை. ஒவ்வொரு மாதமும் வழங்கும் உணவுப் பொருட்கள் பற்றிய பேச்சுகளையும் அவர்களின் குமுறல் களையும் தொடர்ந்து கவனித்து வருகிறேன்.

பெரும்பாலான நாட்களில் ஒருவர்கூட அங்கு காத்திருக்காததையும் சில நாள் வரிசையில் கூட்டம் காத்துக்கிடப்பதையும் பார்த்துக்கொண்டேதான் இருக்கிறேன்.

அரிசியோ, மண்ணெண்ணெயோ, சர்க்கரையோ எதுவாக இருந்தாலும் ஒருநாள் இரண்டு நாள் மட்டுமே வழங்கப்படுவதும், மறுநாள் கேட்டால் தீர்ந்துவிட்டதாகச் சொல்வதும் காலங்காலமாக நடந்துகொண்டே இருக்கிறது. பொருள் வழங்குவதாக அவர்கள் குறிப்பிடும்

நாட்களில் பொருட்களை வாங்காவிட்டால் அந்த மாதத்தில் அவர்களுக்குக் கிடைக்கவேண்டியதை மறந்துவிடவேண்டியதுதான். இதனால் தான் அடித்துப் பிடித்து வரிசையில் இடம்பிடித்து, வெய்யிலில் கால்கடுக்க நிற்கிறார்கள். அப்போதெல்லாம் அந்த இடத்தைக் கடக்கும்போது கையில் சாப்பாட்டுத் தட்டுடன் வரிசையில் நிற்கும் சிறைவாசிகள்தான் எனக்கு நினைவுக்கு வருகிறார்கள்.

இவ்வாறெல்லாம் வரிசையில் காத்துக் கிடந்து வாங்கப்படும் உணவுப் பொருட்களின் தரம் குறித்து மக்கள் அவர்களுக்குள் பேசிக் குமுறுவதுடன் முடிந்துவிடுகிறது. பல நேரங்களில் நாற்றம் பிடித்த புழுத்த அரிசியை ஏன் தருகிறீர்கள் என அந்தத் துறையில் பணியாற்றும் தெரிந்தவர்களிடம் கேட்டேன். அரசாங்கம் தருவதைத்தானே மக்களுக்குத் தரமுடியும். இடையில் நாங்கள் வெறும் ஊழியர்தான் என கழன்றுவிடுகிறார்கள்.

அரசு நடைமுறைப்படுத்தாத, இவர்களாக வகுத்துக்கொண்ட இப்படிப் பட்ட செயல்பாடுகளால் மக்கள் துன்பப்படுவதுபற்றி யாருக்கும் கவலையில்லை. எதிர்த்துக் கேள்வி எழுப்பினால் தங்களுக்கு ஏற்கெனவே கிடைப்பதும் கிடைக்காமல் போய்விடுமே என்பதால் யாருமே இவர்களைக் கண்டுகொள்வதில்லை. அதிகாரவர்க்கம் உருவாக்கிக்கொண்ட நடைமுறையினால், உணவு வழங்கப்படாத அட்டைகளுக்கான உணவுப் பொருட்கள் ஏற்கெனவே இருப்பில் உள்ள கணக்குடன் சேர்வதே இல்லை. அப்படியென்றால் மக்களுக்குச் சேரவேண்டிய அந்த உணவுப் பொருட்கள் எங்கே மாயமாகப் போகின்றன என நான் நண்பர்களிடம் கேட்டதற்கு, போகின்ற இடம் உனக்குத்தான் தெரியவில்லை; அது மக்களுக்கும் தெரியும், அரசாங் கத்துக்கும் தெரியும் என நமுட்டு சிரிப்புடன் கூறுகிறார்கள்.

ஆயிரக்கணக்கான கோடிகளை விழுங்கிக் கொண்டிருக்கும் நாற்ற மெடுத்த, புழுத்த அரிசிகளைத் தடுத்து நிறுத்த ஒருவருக்குமே அக்கறை யில்லை என்பதையும் புரிந்துகொள்ளவேண்டும். அரசு மாதாமாதம் வழங்குகிற விலையில்லா 20 கிலோ அரிசியை வாங்கியவர்களுக்கும், அதனைச் சமைத்துச் சாப்பிட்டுப் பார்த்தவர்களுக்கும் உண்மை நிலை தெரியும். ஒரு அரசு, மக்களுக்குப் பயன்படவேண்டுமென ஒரு திட்டத்தை உருவாக்கி தரமற்றப் பொருளைத் தரவேண்டுமென்கிற கட்டாயமோ தேவையோ இல்லைதான். ஆனால், அதுதானே நடைமுறையில் நடக்கிறது.

அரசுப் பதவிகளில் இருப்பவர்கள், பொறுப்பில் இருப்பவர்கள், அவர்கள் சட்டமன்ற உறுப்பினர்களோ, அமைச்சர்களோ என யாராக இருந்தாலும் ஒரே ஒரு கைப்பிடி இந்த உணவைச் சாப்பிட்டுப்

பார்த்திருக்கிறார்களா? அப்படிச் செய்திருந்தால் நாட்டில் என்ன நடந்து கொண்டிருக்கிறது என்பது புரிந்திருக்கும். தரமான பொருட்களெல்லாம் பணம் உள்ளவர்களுக்கு, வீணாய்ப் போனதெல்லாம் இல்லாதவர்களுக்கு என்பது என்ன நியாயம்?

இந்தப் பொறுப்பில் இருப்பவர்கள், இதற்குக் காரணமானவர்கள் கொஞ்சம் இங்கே என்னதான் நடக்கிறது என்பதை அறிய ஏழை மக்களின் வீட்டுக்குச் சென்று பாருங்கள். தொடக்கத்தில் இந்த நாற்றமெடுத்த புழுத்த அரிசியைப் பணமில்லாமல் இலவசமாகத்தானே தருகிறார்கள் என்பதால் ஓரளவுக்கு வசதி படைத்தவர்களும் அதை வாங்கி வீட்டிலுள்ள ஆட்டுக்கும், மாட்டுக்கும், நாய்க்கும், பூனைக்கும், வேலையாட்களுக்கும் பயன்படுத்தினார்கள். ஆனால், இப்போது அப்படிப்பட்ட அரிசியை வாங்கும் அனைவருமே அதனை தாங்கள் உண்ணாமல் ஆடு, மாடு, கோழி, நாய்களுக்கு மட்டுமே பயன்படுத்துகிறார்கள்.

ஒரு கிலோ அரிசி இன்றைய விலையில் மிகக் குறைவாக மதிப்பிட்டாலும் கிலோ 30 ரூபாய் என்றால் 600 ரூபாய் ஒவ்வொரு குடும்ப அட்டைக்கும் இலவசமாக மாதந்தோறும் வழங்கப்படுகிறது. இந்த கோடிக்கணக்கான நிதி முழுவதையும் நடுவண் அரசும், மாநில அரசும் பகிர்ந்து கொள்கின்றன என்றாலும் அவை மக்களிடமிருந்து பெறப்பட்ட வரிப் பணம்தானே! இப்படிப்பட்ட தரமற்ற பொருளை வழங்க ஒரு அமைச்சகம், லட்சக்கணக்கான ஊழியர்கள் எனக் கணக்கிட்டால்... ஒவ்வொரு மாதத்துக்கும் அதற்காகவே எத்தனை ஆயிரம் கோடி செலவாகும் என்பதைக் கணக்கிட்டுப் பாருங்கள்.

நுகர்பொருள் வாணிபக் கழகம்தான் அரிசியை விளைவிக்கும் உழவனிடம் இருந்து நேரடியாக நெல்லைக் கொள்முதல் செய்கிறது. பின் அதன் பராமரிப்பில்தான் ஆலைகளுக்குச் சென்று அரிசியாக மாற்றப்பட்டு நுகர்வோர்களாகிய மக்களுக்குத் தரப்படுகிறது. இதில் உழவர்களுக்கு முறையான விலையில் அவர்களுக்கான பணமும் போய்ச் சேர்கிறது. நெல்லைக் கொள்முதல் செய்து பாதுகாத்து அரிசியாக்கி மக்களிடம் வழங்கும் இந்த இடைப்பட்ட காலத்தில்தான் நன்றாக இருந்த அரிசி விலங்குகள், கால்நடைகள் மட்டுமே உண்ணும் உணவாக மாறிவிடுகிறது. ஒருமுறை இந்தத் தவறு நடந்திருந்தால் அதைத் தவறு எனலாம். இதையே வழக்கமாக்கிக்கொண்டதை என்னவென்று அழைப்பது?

நல்ல மனத்தோடு திட்டங்களைத் தீட்டும் அரசு அது மக்களை முழுமையாகச் சென்றடைகிறதா என்பதில் கவனம் செலுத்துவதில்லை. இதனால் கோடிக்கணக்கான பணம் இழப்பு, உணவு

இழப்பு, உழவர்களின் உழைப்பு இழப்பு. ஏற்கெனவே கடன் சிக்கலில் சிக்கித் தவிக்கும் உழவன் தன் கையிலிருந்து போனால் போதும் என அறுவடைக்களத்தில் இருந்தபடியே அதனை உலர்த்த நேரமில்லாமலும், இடமில்லாமலும் கொடுத்துவிடுகிறான். எடை போட்டுவாங்குபவர்கள் அதனை உலர்த்திப் பாதுகாத்து வைக்க இடமில்லாமல் மூட்டையாக்கித் தேக்கிவிடுகிறார்கள். தேக்கப்பட்ட மூட்டைகள் ஈரப்பதத்துடன் அரவை ஆலைகளுக்குச் செல்வதால் பக்குவத்தில் இருக்கும் நெல்லுக்கும், ஈரமான நெல்லுக்கும் அதே நேரம் தரப்பட்டு அரிசியாக்கி மீண்டும் மூட்டைகளில் கட்டி கிடங்கில் சேமித்து வைக்கப்படுகின்றன. அப்படிப்பட்ட அரிசிதான் மக்களுக்கு வழங்கப்பட்டு பின் கால்நடைகளுக்கும் விலங்குகளுக்கும் உணவாக மாறுகின்றன.

ஒவ்வொரு கிராமத்திலும் தானியங்களை அறுவடை செய்யவும், உலர்த்தவும் ஒதுக்கப்பட்டிருந்த களங்கள் எல்லாம் அந்தந்த ஊர்களில் திறமையுள்ளவர்களால் கையகப்படுத்தப்பட்டுவிட்டன. நெல் அறுவடை செய்யும் பகுதிகளில் உலர் தானியக் களங்களை உரு வாக்கிக் கொடுப்பதும், ஏற்கெனவே தஞ்சாவூரில் இருப்பதைப்போல் ஒவ்வொரு கொள்முதல் நிலையத்திலும் தானியங்கி உலர்தானியக் கருவிகளை அமைத்துக் கொடுப்பதும், நெல்மூட்டைகளைச் சேமித்து வைக்க இடமில்லாமல் வாடகைக்கு இடம்பிடித்துத் தார்பாய் போட்டு வெட்டவெளிகளில் சேமித்து வைப்பதைத் தவிர்ப்பதும் அரசு உடனடியாகச் செய்யவேண்டிய இன்றியமையாத செயலாகும்.

உழவர்கள் விளைவித்த உணவை அவர்களே பயன்படுத்த முடியாத கொடுமைக்கு யார் பதில் சொல்லப் போகிறார்கள்?

21

போலிகளின் காலம்!

உணவைப்போலவே மருந்தும் தவிர்க்க முடியாததாகிவிட்டது. உயிர் பயம் வந்தால் மருத்துவரிடம் செல்லாதவர்கள் யாராவது இருக்கமுடியுமா? தான் சம்பாதித்த எல்லா வற்றையும் எடுத்துக்கொண்டாலும் பரவா யில்லை, உயிர் பிழைத்தால் மட்டும் போதும் என எண்ணும் நிலைதானே எல்லாருக்கும் இருக்கிறது. மருந்து மாத்திரைகளை எப்போது உண்ணத் தொடங்குகிறார்களோ அப்போதே அவர்களின் இறப்பின் நாட்களும் நெருங்கு கிறது என நான் அண்மையில் சந்தித்த ஒருவர் கூறினார். மருந்தில் இருக்கிற அசலும் போலியும் நம்மைப் போன்றவர்களுக்குத் தெரிவதே இல்லை.

எனது நெருங்கிய நட்பில் மருந்தை அதிக அளவில் வாங்கி விற்பவரும், சிறந்த மருத்து வர்களும் இருக்கிறார்கள். அவர்கள் சொல் வதைப் பார்த்தால் மருந்து என்கிற பெயரிலும் மருத்துவர்கள் என்கிற பெயரிலும் இயங்கி வரும் போலிகள் சமுதாயத்துக்கு எவ்வளவு பெரிய தீங்கை இழைத்துக்கொண்டிருக் கிறார்கள் என்பது பெருங்கவலையை ஏற்படுத்துகிறது.

காய்ச்சல், வாந்தி, வயிற்றுப்போக்கு என்பதெல்லாம் உடல் ஏற்றுக் கொள்ளாதவற்றை உடலே வெளியேற்றும் செயல்தான் என்பது பலருக்கும் புரிவதில்லை. இது புரியாமல் உடனே மருந்து, மாத்திரை, மருத்துவர் எனத் தேடி ஓடி அதனைக் கட்டுப்படுத்திவிடுகிறோம். ஒவ்வொருவரும் உடல்கூறுகள், அவற்றின் செயல்பாடுகள், கோளாறுகள், அதற்கான தீர்வுகளைப் பற்றிய அறிவைத் தொடக்கத்தி லேயே பெறவேண்டிய இடம் கல்விக்கூடங்கள்தான். ஆனால், அப்படிப்பட்ட பாடத்திட்டங்களோ, அதனை சொல்லித் தருபவர் களோ இல்லை.

மக்களாட்சி எனச் சொல்லிக்கொண்டாலும் ஒவ்வொரு மனிதருக்கும் இலவசமாகத் தரப்படவேண்டிய கல்வியும் மருத்துவமும் தனியாரிடம் ஒப்படைக்கப்பட்டுவிட்டதால், அடிப்படைத் தேவைகளைக்கூட அதிகப் பணம் செலவு செய்துதான் ஒவ்வொருவரும் பெறவேண்டியிருக்கிறது.

அண்மைக்காலமாக அடிக்கடி செய்திகளில் காணக்கிடைக்கிற போலி மருத்துவர்களின் வேட்டை பற்றிய செய்திக்குப் பின்னால், கண்டெடுக் கப்படவேண்டிய உண்மைகள் நிறையவே இருக்கின்றன. மனது வைத்தால் போலி மருத்துவர்களை ஒரே நாளில் முடக்கிவிட முடியாதா எனும் கேள்வி எழும்போது, அதற்கான சட்ட திட்டங்கள் முறையாக உருவாக்கப்படாததும், அதில் உள்ள ஓட்டைகள் அப்படிப்பட்டவர் களுக்கு ஒரு பாதுகாப்பை ஏற்படுத்திக் கொடுப்பதும் தெரியவருகிறது.

மரபுமுறை மருத்துவத்தில் நாட்டமில்லாமல் இருக்கும் மக்கள், யாரோ உருவாக்கிய ஆங்கில மருந்து, மாத்திரைகளையும், வெறும் சான்றிதழையும் மட்டும் அடிப்படையாக வைத்துக்கொண்டு சமூக அக்கறையின்றிச் செயல்படுபவர்களிடம் சிக்கிச் சீரழிவதை யார் நினைத்தாலும் தடுக்க முடிவதில்லை. அந்த மருத்துவர்கள் கொடுக்கிற மருந்து, மாத்திரை, ஊசி என எல்லாவற்றையும் ஏற்றுக்கொள்கிறோம். குறிப்பாக அதிகப் பணம் வசூலிக்கும் மருத்துவமனைகள் என்றால் எதையும் கேட்காமல் கண்ணை மூடிக்கொண்டு ஏற்றுக் கொள்கிறோம். எது நல்லது, கெட்டது என்பதை நமக்கு சொல்ல யாருமே இல்லை. சோதனை எலி, பூனை, குரங்குகளுக்குப் பதிலாக அவர்கள் கண்டு பிடிக்கும் ஒவ்வொரு புதுப் புது மருந்துக்கும் நாம் பலியாகிக் கொண்டிருக்கிறோம்.

ஒரு கடையில் 200 ரூபாய்க்கு விற்கப்படும் ஒரு மாத்திரை, இன்னொரு கடையில் 60 ரூபாய்க்குக் கிடைக்கிறது. விவரம் அறிந்தவர்கள் போலி மருந்து கம்பெனிகள்தான் இதற்குக் காரணம் என்கிறார்கள். 200 ரூபாய் விற்கக்கூடிய அந்த மாத்திரையின் அடக்கவிலையே 30 ரூபாய்க்குள் தான் இருக்கும் என்றும் கூறுகிறார்கள். எங்கேயாவது, சந்தேகத்துக்கு

இடமாகப் பலியாகும்போதுதான் மருத்துவரைக் குற்றம்சாட்டி கேள்வி கேட்கிறோம். ஏற்கெனவே முறையற்ற மருத்துவத்தினாலும், மருந்துகளாலும் சிறிது சிறிதாகக் கொல்லப்பட்டுதான் முழுமையாக அந்த உயிர் போயிருக்கிறது என்கிற உண்மை நமக்குப் புரிவது இல்லை.

முறையற்ற மருத்துவக் கல்வியையும், அது உற்பத்தி செய்த மருத்துவர் களையும், முறைகேடாக அனுமதி பெற்ற மருந்து உற்பத்தி செய்யும் நிறுவனங்களையும் வளரவிடுவதுபற்றி யாருக்கும் கவலையில்லை. ஒவ்வொரு நொடியும் பலியாகிக் கொண்டிருக்கும் உயிர்களின் எண் ணிக்கை கணக்கில் வருவதும் இல்லை. காலங்காலமாக இவற்றுக்கு அனுமதி அளித்துவருபர்கள் நம் கண்களுக்குத் தெரிவதும் இல்லை.

எல்லா மருத்துவ சாதனைகளும், எல்லா கண்டுபிடிப்புகளுமே பணம் உள்ளவர்களுக்கு மட்டுமே பயன்படுகிறது. தாங்கள் உருவாக்கிய, தாங்கள் அனுமதி கொடுத்த அரசு மருத்துவமனைகளில் சிகிச்சை பெறாமல் அத்தனை அமைச்சர்களும், அரசியல்வாதிகளும் தனியார் மருத்துவமனைக்குத்தான் ஓடுகிறார்கள். இந்நேரத்தில், தன் உயிர் போகும் நிலை வந்தபோதுகூட அரசு மருத்துவமனையில்தான் சிகிச்சை பெறுவேன் என அடம்பிடித்த தமிழகத்தின் முதல் முதலமைச்சர் ஓமந்தூர் ராமசாமி அவர்களை நினைத்துக்கொள்கிறேன்.

சிறந்த மருத்துவம் என்றால் அது நகரத்து மக்களுக்கு மட்டும்தான். சிறந்த மருத்துவர்கள் என்றால் அவர்கள் நகரத்தை விட்டு வெளியே வரமாட்டார்கள் என்பதை, கடந்த இரண்டு வாரங்களாக நேரில் கண்டுவருகிறேன். படுக்கையில் விழுந்துவிட்ட என் அம்மாவுக்கு ஊசி போட, சிறிய சிறிய சோதனை செய்ய, நாடிப் பிடித்துப் பார்க்கக்கூட கிராமத்தில் மருத்துவர்கள் இல்லாமல், அலைந்து தவித்ததை என்னால் கூறாமல் இருக்கமுடியவில்லை.

எனக்கு நேர்ந்த அவலம் நாள்தோறும் இந்நாட்டில் கோடிக்கணக்கான கிராம மக்களுக்கு நிகழ்ந்து கொண்டிருப்பதை வேடிக்கை பார்த்த படியேதான் இருக்கப்போகிறோமா? என்னுடைய கவலையையும் ஆதங்கத்தையும் தமிழக சுகாதாரத்துறை உயர் அதிகாரியிடம் தொலைபேசியில் பகிர்ந்துகொண்டதைத் தாண்டி, எதையும் என்னால் செய்துவிட முடியவில்லை. மக்களாட்சி முறை என்பதே எல்லா மக்களும் எல்லாவற்றுக்கும் உரிமையுள்ளவர்கள் என்பதுதான். மக்களாட்சி தொடங்கி 68 ஆண்டுகள் கடந்தும் இது நிகழ்ந்து கொண்டேதான் இருக்கிறது.

ஏழைகளுக்கு ஒன்று, பணக்காரர்களுக்கு ஒன்று, நகர மக்களுக்கு ஒன்று. கிராமத்து மக்களுக்கு ஒன்று என்றால், எதற்கு இப்படிப்பட்ட இந்த மக்களாட்சி ?

அன்புமணி இராமதாசு சுகாதார அமைச்சராக இருந்தபோது அந்தத் துறையில் அதுநாள் வரையில் கடைப்பிடிக்கப்பட்ட நடைமுறையில் பல சீர்திருத்தங்களையும் சில நல்ல திட்டங்களையும் கொண்டு வந்தார். அதில் ஒன்று: இள நிலை மருத்துவம் படித்தவர்கள் மேற் படிப்பு படித்து மருத்துவராகத் தொழிலைச் செய்யவேண்டுமென்றால் கட்டாயம் இரண்டு ஆண்டுகள் கிராமப்புறங்களில் மருத்துவ சேவை புரிந்திருக்கவேண்டும்.

இந்தியா முழுக்க மருத்துவர்கள் இதற்கு எதிர்ப்புத் தெரிவித்தாலும், இறுதியில் அந்தந்த மாநில அரசுகளால் வேறு வழியின்றி ஏற்றுக் கொண்டார்கள். படித்து முடித்த பிறகு கிராமத்தில் தங்கியிருந்து இரண்டு ஆண்டுகள் மக்களுக்கு மருத்துவம் பார்த்ததால்தான் அன்பு மணிக்கும் மக்களின் பிரச்னை புரிந்திருக்கிறது. ஆனால், தமிழ்நாட்டில் கடந்த கால தமிழக அரசு அந்தச் சட்டத்தை ஆதரிக்காமல் எதிர்த்தது. அன்புமணி இராமதாசு கொண்டுவந்த '108 அவசர ஊர்தி சேவை' மட்டும் நடைமுறைப்படுத்தப்பட்டதால், கிராமப்புற மக்களுக்கு ஓரளவுக்கு ஆறுதல். இதிலும் அவசர உடனடி மருத்துவம் அளிக்கப்பட வேண்டியவர்களை, பெரிய அளவில் உள்ள அரசு மருத்துவமனைக்குக் கொண்டு செல்லாமல், அவர்களுக்கு அனுமதிக்கப்பட்ட தொலைவில் உள்ள, அருகில் உள்ள மருத்துவமனைக்குக் கொண்டு செல்வதால் பலரைக் காப்பாற்ற முடிவதில்லை. இப்படிப்பட்ட குறைபாடுகளை யாரிடம் சொல்வதெனத் தெரியாமல் மக்கள் தவித்துக்கொண்டிருக் கிறார்கள். அசலைவிட எல்லாத் துறைகளிலும் போலிகள் நிறைந்து விட்ட காலத்தில்தான் நாம் வாழ்ந்து கொண்டிருக்கிறோம்.

22

தலைவர்கள் பஞ்சமும் தடுமாறும் மக்களும்!

டெல்லியில் கிடைத்த தேர்தல் முடிவால் தூக்கத்தைத் தொலைத்த தலைவர்களும் தொண்டர்களும் கணக்கில் அடங்குவார்களா என்பது தெரியவில்லை. டெல்லி தேர்தல் முடிவுக்குப் பின்பு 'வாக்களித்தால் மட்டும் போதும்' என்றிருந்த சாதாரண மக்களெல்லாம் அரசியலைப் பற்றிப் பேசத் தொடங்கியிருக் கிறார்கள்.

இது முதல்முறை அல்ல; இரண்டாம் முறையும் ஒருவர் வெற்றி பெற்றிருக்கிறார் என்றால், அதுவும் பெரும்பான்மையோடு ஆட்சி செய்து கொண்டிருக்கிற ஒரு கட்சியையும், ஏற்கெனவே ஆட்சி செய்த கட்சியையும் தூக்கமில்லாமல் செய்துவிட்டார் என்றால் அதனை இலகுவில் கவனிக்காமல் விட்டுவிட முடியாது. படித்தவர்கள் பெரும் பான்மையாக வசிக்கக் கூடிய பகுதி டெல்லி எனச் சொல்லி நழுவிடப் பார்க்கிறார்கள்.

அரசியல்வாதிகள், ஆட்சியாளர்கள் என்கிற பெயரில் இவர்கள் செய்கிற அநியாயத்தையும் அட்டூழியத்தையும் முடிவுக்குக் கொண்டுவர ஒட்டுமொத்த ஊழல் இருட்டில் கிடக்கும்

இந்தியாவுக்கே வெளிச்சத்தைக் கொண்டுவர, டெல்லி மக்கள் மெழுகுவத்தியை ஏற்றி வைத்திருக்கிறார்கள். அந்த வெளிச்சம் மேற்கொண்டு எங்கும் பரவாமல் இருக்கவேண்டுமே என்கிற கவலை அரசியலை ஒரு தொழிலாகக் கொண்டவர்களுக்கு வந்துவிட்டது. இந்த வாய்ப்பைப் பயன்படுத்திக்கொண்டு இனியாவது நல்ல தலைவர்கள் நமக்குக் கிடைக்கமாட்டார்களா எனவும் மக்கள் ஏங்கத் தொடங்கிவிட்டார்கள்.

மக்களுக்கான தலைவர்கள் வானத்தில் இருந்து திடீரென எங்கிருந்தோ குதிப்பவர்கள் இல்லை. மக்களிடம் இருந்தேதான் நாம் வணங்குகிற பல நல்ல தலைவர்கள் கிடைத்தார்கள். பொதுவாக தேர்தல் முடிவுக்கு முன்புதானே கருத்துக்கணிப்பை நடத்துவார்கள். நான் மக்களின் மனங்களை அறிவதற்காக வெவ்வேறு தளத்திலும் வெவ்வேறு வயதிலும் உள்ளவர்களிடமும் பேசியபோது, ஒவ்வொருவரின் மனதில் உள்ள ஏக்கமும், தவிப்பும், தடுமாற்றமும்தான் இதனை என்னை எழுதத் தூண்டியது.

நிகழ்ந்து கொண்டிருக்கும் அரசியல் போக்கும், அரசியல்வாதிகளின் போக்கும் அனைவருக்குமே மனநிறைவைத் தராததை எளிதாக உணர முடிந்தது. இளைஞர்களிடம் இருக்கிற கேள்விகளும் கோபமும் அவர்களை நெருங்கிப் பார்த்தால் புரியும். தங்களைப்பற்றி அக்கறை கொள்பவர்களும், மக்களுக்காகவே தன் வாழ்வை ஒப்படைத்த தலைவர்களும் எங்கே இருக்கிறார்கள் காட்டுங்கள் என்கிறார்கள். எங்களுக்கு அரசியல் தெரியாது என நினைத்துவிடாதீர்கள். நாங்கள் பங்கு கொள்கிற மாதிரி இங்கு அரசியல் இல்லை என்பதே அவர்களின் வாதமாக இருக்கிறது. அரசியல்வாதிகள் நேர்மையற்றவர்கள், தன்னல வாதிகள் என்கிற எண்ணம் அவர்களின் மனதில் குடிகொண்டுவிட்டது.

குடும்பப் பொறுப்பில் உழன்று கொண்டிருப்பவர்களும், தொழில் நடத்துபவர்களும் இதையெல்லாம் எங்களிடம் கேட்டுத்தான் தெரிந்து கொள்ளவேண்டுமா? எங்களைப் பார்த்தால் நாங்கள் மகிழ்ச்சியோடு தான் வாழ்வதாக உங்களின் கண்களுக்குத் தெரிகிறதா எனவும் அவர்கள் கேட்கிறார்கள்.

ஊடகங்களில் அறிக்கையை வெளியிட்டுவிட்டு, தெருவில் இறங்கி மக்களின் வாழ்க்கையில் பங்கு கொள்ளாமல் நேரடியாக செயலில் இறங்கி போராடாதவர்கள்தான் தலைவர்களா? கோடி கோடியாகப் பணத்தை இறைத்து கூட்டத்தைக் கூட்டி, குளிரூட்டப்பட்ட காரில் படு வேகமாக அவர்களின் முன்னேயும் பின்னேயும் கார்களைப் போகவிட்டு, மக்களை விரட்டியடித்து, சாலையில் அவர்களே வைத்துக்கொண்ட பதாகைகளின் விளம்பரத்தைப் பார்த்தே மகிழ்பவர்களா தலைவர்கள் என்பதையும் கேட்கிறார்கள்.

ஆளாளுக்கு ஒரு தொலைக்காட்சியையும் ஒரு பத்திரிகையையும் வைத்துக்கொண்டு தங்கள் புகழையே பாடிக்கொண்டும், உண்மைச் செய்திகளை மக்களுக்குத் தெரியப்படுத்தாமல் அதனைத் திரித்து அவரவர்களுக்குத் தகுந்த மாதிரி வெளியிடுவதை எல்லாம் இன்னும் எவ்வளவு காலத்துக்குத்தான் சகித்துக்கொண்டிருப்பது?

மக்களைப்பற்றி மட்டுமே சிந்தித்து, அவர்களுக்காகவே தான் கொண்ட உறுதியில் இருந்து மாறாமல் அவர்களுடனேயே கிடந்து ஊழலுக்கு எதிராகவும், மக்களின் வாழ்வு நலனுக்காகவும் ஓடி உழைத்துக் கொண்டிருக்கும் தலைவர்களை எங்கள் கண்ணில் கொஞ்சம் காட்டுங்களேன் என்கிறார்கள்.

தலைவர்களிடம் நேர்மையை எதிர்பார்க்கும் நாமும்தானே அத்தனை சீர்கேடுகளுக்கும் காரணமாக இருக்கிறோம். நம் காரியம் நடந்தால் போதும் என கேட்பதைக் கொடுத்துவிட்டு, சுருட்டுபவர்களை சுட்டிக் காட்டாமல் கண்டும் காணாமல் இருந்துவிடுகிறோமே என நான் கேட்டதற்கு, வழிகாட்டும் தலைவர்கள் நேர்மையாக இருந்தால்தானே நாங்களும் நேர்மையாக இருப்போம் என கேள்வியைத் திருப்புகிறார்கள்.

இவர்கள் அரசியலில் நுழைந்தபோது கொண்டுவந்த சொத்து எவ்வளவு? என்ன தொழிலை செய்து இவ்வளவு பணத்தை இவர்கள் சம்பாதித்தார்கள்? இவர்களின் குடும்பத்தில் உள்ளவர்கள் என்ன செய்து சம்பாதிக்கிறார்கள்? அவர்களுக்கு எங்கே இருந்து இவ்வளவு மூலதனம் வந்தது என்பதையெல்லாம் கவனிக்காமலா இருக்கிறோம் என்றும் அந்த இளைஞர்கள் கோபத்துடன் கேட்கிறார்கள்.

அப்பழுக்கற்ற சீரிய தொண்டனே தலைவனாக மாறுகிறான். அவன்தான் மக்களின் அன்றாட வாழ்வு நிகழ்வுகளை அறிந்து உணர்ந்து திட்டங்களைத் தீட்டி, தீர்வைத் தேடுகிறான். சாதியோ மதமோ யாருக்கும் விருப்பமில்லைதான். சாதியை விதைத்து அந்த உணர்வில் மக்களைக் கூறுபோட்டு, அதற்கேற்றபடி வேட்பாளர் களைத் தேடி காண்பதுதானே காலம்காலமாக நடக்கிறது. தன் சாதிக்காரனுக்கு மட்டுமே கட்சிப் பொறுப்பும் பதவியும் கொடுத்து சாதி வெறியை மக்களா வளர்த்தார்கள்?

மதம்தானே முதலில் மனிதனைக் கூறுபோட்டு தனித் தனியாகப் பிரித்தது. மனிதனை நல்வழிப்படுத்துவதற்காக உருவாக்கப்பட்ட மதம்தான், இன்று உலகத்தின் பெரும் பிரச்னையாக உருவெடுத் திருக்கிறது. அதன் அடிப்படையில்தான் ஒவ்வொரு நாடும் எதிர்ப்பை வளர்த்துக்கொண்டு சண்டையிட்டுக்கொள்கின்றன. கழிப்பிட வசதிக்கே வழியில்லாத நம் மக்களின் வரிப் பணம் பாதிக்கும் மேல் பாதுகாப்பு எனும் பெயரால் ராணுவத்துக்கு செலவிடப்படுகிறது.

சாதியும் மதமும் ஒன்றாகச் சேர்ந்து அரசியல் எனும் பெயரால் நம்மைச் சீரழித்துக் கொண்டிருப்பதை இனியும் தடுத்து நிறுத்திவிடமுடியுமா? சாதிக் கட்சிகளை அடையாளம் கண்டு எதிர்ப்பை வெளிப்படுத்து பவர்கள், மதக் கட்சிகளைக் கண்டுகொள்வதே இல்லை. இவற்றை யெல்லாம் சீர் செய்யவேண்டிய ஊடகங்களில் பல, தங்களின் சாதியைச் சேர்ந்தவர்களை மட்டுமே பணியில் சேர்த்துக்கொள்வதும் அவர்களின் செய்திகளுக்கு மட்டுமே முன்னுரிமை தந்து தகுதியற்றவர்களை வளர்த்துக்கொண்டிருப்பதும் நடந்துகொண்டுதானே இருக்கிறது. ஆனால், இவர்கள்தான் அரசியலில் சாதி, மதமற்ற தூய்மைக்காக வரிந்து கட்டுகிறார்கள் என்பதெல்லாம் மக்களுக்குத் தெரியாதா?

முதலில் நமக்குத் தேவை நேர்மையான ஊடகங்கள். அவை கிடைத்தால் நல்ல நேர்மையான தலைவர்கள் கிடைத்துக்கொண்டே இருப்பார்கள். ஊழல் இருட்டில் இருக்கும் இந்தியாவுக்கு, நேர்மையான அரசியலை முன்னெடுத்துச் செல்ல இனியும் ஒரு தலைவர் பிறந்து வரப் போவதில்லை. ஒன்று, தவறு செய்து விட்டவர்கள் மனம் திருந்தி முற்றிலும் மாறி அர்விந்த் கேஜ்ரிவால் செய்ததைப்போல் மக்களிடம் மன்னிப்புக் கேட்டு, நேர்மையான தலைவர்களாக மக்கள் மனதில் கண்ணுக்குத் தெரியலாம். அல்லது, மக்களுக்காக செயல்பட்டுக் கொண்டிருப்பவர்கள் அவர்களின் தீவிரமான செயல்பாடுகளால் ஊடகங்களால் கண்டுபிடிக்கப்பட்டு மக்களின் முன்னிறுத்தப்பட்டு இனம் காட்டப்படலாம். தலைவர்கள் பஞ்சம் தீருமா... தடுமாறும் மக்களின் மனம் மாறுமா?

23

அடங்காத வெறி!

பெண்களை இழிவுபடுத்துவதும் அடிமைப் படுத்துவதும் மட்டுமே நம் கண்களுக்குத் தெரிகிறது. கலாசாரத்தில் சிக்குண்டு எல்லா வற்றுக்கும் பலியாவது பெண்கள் சமுதாயம் தான். தவறுகளை யார் செய்தாலும் எல்லாமும் அவர்கள் தலையிலேயே விழும்.

செய்தித்தாள்களில் நாள்தோறும் தவறாமல் இடம்பெறும் ஒரே செய்தி பாலியல் குற்றங்களும் வன்முறைகளும்தான். படிக்கவே பதறுகிற செய்திகள், காதில் கேட்கவே பிடிக்காத அருவருப்பான செயல்பாடுகள். இவை எல்லாம் சமுதாயத்தை எதிர் காலத்தில் எங்கே போய் கொண்டுவிடும் எனத் தெரியவே இல்லை.

நகரம், கிராமம் என்றில்லாமல் தொடரும் இந்தக் கொடுஞ்செயல்கள், ஒன்றுமறியாத பிஞ்சுக் குழந்தைகளைப் பலியாக்கிக் கொண்டேயிருக்கிறது. குழந்தைகளைக்கூட விட்டு வைக்காத இந்தக் குற்றங்களைச் செய்பவர்களின் மனம், எதனால் இப்படி மாறுகிறது? சமூகத்தில் இருந்து தங்களைத் துண்டித்துக் கொண்டவர்களாக எப்படி

இவர்கள் மாறிப்போகிறார்கள்? பால் உணர்வு பற்றிய புரிதல் இல்லாமல் இவர்கள் தடம் மாறிப் போகக் காரணம் என்ன? பெருகி வரும் குற்றங்களைப் பட்டியலிடுவதும் கவலை கொள்வதும் மட்டுமே நடந்துகொண்டிருக்கிறது. பாதிக்கப்படுபவர்களுக்கு ஒதுக்கப்பட்டுள்ள உதவிப் பணத்தைக் கொடுத்துவிட்டு அரசாங்கம் தன் கணக்கை முடித்துக் கொள்கிறது. எந்தெந்த சிக்கல்கள் உடனடியாகத் தீர்க்கப்படவேண்டுமோ, அவை எல்லாம் கண்டுகொள்ளப்படாமல் போவதுதான் பொதுவிதியாக இருக்கிறது.

நான் மறக்க நினைத்தாலும் என் கண் முன்னே என் சிந்தனையை இடைஞ்சல் செய்து நிற்கிற இச்செய்தியை நீங்களும் அறிந்திருக் கலாம். மயிலாடுதுறை அருகே ஒரு பள்ளி மாணவி சிறைக்கு அனுப்பப் பட்டதன் பின்னணியைப் படித்தபின், என் மனம் அந்த மாணவியையும் அவ்வாறு சிக்குண்டு இருக்கும் இளம் பெண்கள் பற்றியுமே சுற்றுகிறது.

குடிக்கு அடிமையாகிப் போன அப்பனிடம் இருந்து பருவமடைந்த தன் இரண்டு மகள்களையும் காப்பாற்ற, அந்த மாணவியின் தாய் ஒவ்வொரு நாளும் போராடியிருக்கிறார். குடித்துவிட்டு வருகிற கணவனைத்தான் அவரால் கண்டிக்க முடிந்திருக்கிறது. தெருவில் இருக்கும் அரசு மதுக்கடையை அவரால் எதுவுமே செய்ய முடியவில்லை. அந்தத் தாயால் முடிந்ததெல்லாம் பகலும் இரவும் தன் மகள்களிடம் அவர்களின் அப்பனை நெருங்கவிடாமல் பார்த்துக் கொண்டதுதான்.

தொடர்ந்து வன்புணர்ச்சிக் கொடுமையை அனுபவித்து வந்த மூத்த மகள், யாரிடம் இதைப்பற்றி சொல்லமுடியும்? எந்த மனநிலையில் அவளால் பள்ளிக்குச் சென்று படித்திருக்கமுடியும்? தன் தந்தையிடம் இருந்து தங்கையையாவது காப்பாற்றிவிடலாம் என நினைத்தவள், ஒருநாள் நஞ்சு வாங்கி வந்து மதுவுடன் கலந்து வைத்துவிட்டாள். அதனைக் குடித்த அப்பன் இறந்துபோனான்.

அவளைத் தொடர்ந்து இடைஞ்சல் கொடுத்துவந்த தந்தையின் கூட்டாளிகள் இருவரும் மீதியிருந்த மதுவைக் குடித்ததினால் இறந்து போனார்கள். வழக்கம்போலவே பெயரை மாற்றி ஊடகங்கள் செய்தியை வெளியிட்டன. ஒரு பெண் பிள்ளையாகப் பிறந்ததினா லேயே மனதையும் உடல் வதையையும் அனுபவித்து வந்தவள் மூவரும் இறந்துபோன காரணத்துக்காகச் சிறையில் கிடக்கிறாள். இறந்துபோன குற்றவாளிகள் மூவருக்கும்தான் அவளால் தண்டனை கொடுக்கமுடிந்தது.

மதுவைக் கொடுத்து குடிகாரர்களாக ஆக்கியவர்களைத் தண்டிக்க முடியவில்லை. கல்வி கற்று வாழ்க்கையை வாழவேண்டிய ஒரு

சிறுமி, கொடுஞ்சிறையில் குற்றவாளியாகக் காலத்தைக் கழிக்கிறாள். இப்படி நாள்தோறும் நடக்கிற குற்றங்கள் ஒன்றா, இரண்டா? அந்தக் குடும்பத்தின் கதி என்ன? அது பற்றிய அக்கறை யாருக்குத் தேவை? மதுவின் விற்பனை எண்ணிக்கைக் கூட்டுத்தொகையைவிட சீரழிக்கப் படும் பெண்களின் எண்ணிக்கை, குழந்தைகளின் எண்ணிக்கை, குடும்பங்களின் எண்ணிக்கை குறைவுதானே என நினைக்கிறார்களா?

புத்தகங்களையும், புத்தகப் பையையும், மிதிவண்டிகளையும், மடிக்கணினியையும் கொடுப்பவர்களுக்கு மதுவைக் கொடுப்பதால் ஏற்படும் சீரழிவுகளைப் பற்றித் தெரியாமலா இருக்கும்? என் கரும்புத் தோட்டத்தில் வேலை செய்ய வந்திருந்த ஏழைத் தாய் ஒருவரிடம் அவருக்கு உதவியாக வந்திருந்த மகளை, ‘ஏன் படிக்கிற பெண்ணை வேலைக்கு அழைத்து வந்தீர்கள்?’ எனக் கேட்டதற்கு இதையேதான் காரணமாகச் சொன்னார். பள்ளி விடுமுறை என்பதால் மகளை வேலைக்கு அழைத்து வந்துவிட்டதாகவும், கணவன் குடிகாரனாக இருப்பதால் வீட்டில் விட்டுவிட்டு வர அச்சமாக இருப்பதாகவும் சொன்னபோது அதிர்ந்துபோனேன்.

‘மதுக் கடைகளை மூடுங்கள். சமுதாயம் அழிந்து கொண்டிருக்கிறது எனச் சட்டமன்ற உறுப்பினர்கள் கேட்டுக்கொண்டால், கடைகளை மூட முடியாது. முடிந்தால் மதுவின் கேடுகளைச் சொல்லி பரப்புரை செய்யுங்கள்’ என அந்தத் துறையைச் சார்ந்த மாண்புமிகு அமைச்சர் சட்டமன்றத்தில் வாய் கூசாமல் சொல்கிறார். அதற்கும் மேசை உடைகிற மாதிரி தட்டி அரசுக்கு ஆதரவைத் தெரிவிக்கிறார்கள்.

பெண்களுக்கான பாதுகாப்பற்ற நிலையைப்பற்றி எவருக்குமே கவலை இல்லை. வீட்டில் இருந்து வெளியில் புறப்படும் பெண், தான் அணிந்து கொள்ளும் ஆடை முதற்கொண்டு, தான் பயணிக்கும் வாகனம், பணிபுரியும் பணிக்கூடம் என எல்லாவற்றையும் கருத்தில் கொண்டேதான் உயிரைக் கையில் பிடித்துக்கொண்டு வாழவேண்டி யிருக்கிறது. ‘கண்காணிக்கும் கேமரா’ வைத்துவிட்டால் கடமை முடிந்துபோகும் என நினைக்கிறார்கள். குற்றவாளிகளைக் கண்டு பிடித்துத் தருவதோடு காவல் துறையின் கடமை முடிந்துபோகிறது. பாலியல் குற்றங்களும், வன்முறைகளும் நிகழாமல் இருக்க என்ன செய்யவேண்டும் என்பதுபற்றி சிந்திக்க இங்கே யாருக்கும் நேரம் இல்லை.

இணையதளங்கள், வலைதளங்கள் எல்லாம் மனிதர்களைத் தனிமைப் படுத்தியது. உறவுகளைக் கொன்றொழித்தது. பாலுறவு பற்றிய புரிதல்களைக் கற்றுக் கொடுக்காமலேயே, ஒவ்வொரு பிள்ளையின் கையிலும் கைப்பேசி, மடிக்கணினி கொடுக்கப்பட்டுவிட்டன. அதை

வைத்துப் பொழுது விடிந்து உறங்கும் வரைக்கும் அதனை நோண்டிக் கொண்டே இருக்கிறார்கள். அதில் பார்ப்பதை எல்லாம் அனுபவித்து விடத் துடிக்கிறார்கள். பெற்றோர்களுக்கும் அவர்களைக் கவனிக்க நேரம் இல்லை.

தந்தை, உடன் பிறந்தவர்கள், உறவினர்கள், தெரிந்தவர்கள் என இவர்களால் மட்டுமா இந்தப் பாலியல் வன்முறை நிகழ்கிறது? ஆசானாக இருக்கிறவர்களின் மனதையும் நச்சாக்கிவிட்டது. ஒவ்வொரு நாளும் வெளியாகிக்கொண்டிருக்கிற செய்திகளால் பெற்றோர்களும் குழந்தைகளும் கதிகலங்கிப் போய்தான் நிற்கிறார்கள்.

பணவெறி பிடித்த தொலைக்காட்சிகளின் அட்டூழியங்கள் அதிகரித்துக் கொண்டே இருக்கின்றன. பச்சிளம் குழந்தைகளுக்குக் கவர்ச்சி உடை அணிவித்து, திரைப்பட நடிகர், நடிகைகள் செய்யும் அருவருப்பான அங்க அசைவுகளைக் கற்றுக் கொடுத்து ஆடவிட்டு, பாடவிட்டு மதிப்பெண்கள் அளித்து 'கலைஞர்'களை உருவாக்கிக் கொண்டிருக்கும் கொடுஞ்செயல்களை யார் தடுத்து நிறுத்துவது? தடுத்து நிறுத்த வேண்டிய நாமே பல் இளித்து கைதட்டிக் கொண்டிருக்கும்போது, பாவம் குழந்தைகள் என்ன செய்வார்கள்?

உறவுகளின் விழுமியங்களை, அதன் மதிப்பீடுகளை நம் குழந்தைகளுக்கு உணர்த்தத் தவறிவிட்டோம். அவர்களுக்கு எல்லாருமே அங்கிள், ஆண்ட்டிதான். சித்தப்பா பெரியப்பாவுக்கும், மாமன் மச்சானுக்கும் அவர்களுக்கு வேறுபாடு தெரிவதே இல்லை. முறைப் பெண்ணுக்கும், அக்காள், தங்கை உறவுமுறைக்கும் வேறுபாடு தெரியாமல் எல்லாருமே *'கசின்கள்தான்!'*

பணத்தாசை, பணவெறி அனைத்து மதிப்பீடுகளையும் உடைத்தெறிந்து விட்டது. இதை அனைவரும் உணர்ந்து ஒன்றுசேர்ந்து முடிவெடுத்தால் சமுதாயம் தப்பிப் பிழைக்கும். அதுவரை நம் உயிராகப் போற்றுகிற கலாசாரங்கள் காணாமல் போய்க்கொண்டேதான் இருக்கும். என்ன செய்யலாம்?

24

கருகும் பிஞ்சுகள்!

குழந்தைகளை ஊரைவிட்டுத் துரத்துவதற்காகவும் பிரிப்பதற்காகவுமே பள்ளிக்கூடங்கள். அதை சிறப்பாக செய்து தருவதுதான் சிறந்த பள்ளி. உடன் பயின்றவர்களைப் பின்னாளில் காணாமலே போக நேரிடுகிறது. நடுவில் சேர்ந்துகொண்டவர்களோடு வாழ்க்கை நகர்ந்து கொண்டிருக்கிறது. மகிழ்ச்சியைத் திருப்பித் தருவதற்கு, கடந்துபோன பள்ளி நாட்களாலும் இழந்த காதலி, காதலனாலும் மட்டுமே முடியும்.

'பள்ளிக்கூடம்' திரைப்படத்துக்குப் பின் ஏராளமான பள்ளிகளுக்கு நான் செல்ல நேர்ந்தது. இரண்டு ஆண்டுகளுக்கு முன்பு மட்டும், ஒரே ஆண்டில் 60 பள்ளி, கல்லூரிகளுக்குச் சென்று மாணவர்களுடன் உரையாடினேன். நான் கூர்ந்து கவனிக்கக்கூடிய முகங்கள் அவர்களுடையதாகவே இருக்கின்றன.

அந்தப் படத்துக்குப் பின் மூடும்நிலைக்குத் தள்ளப்பட்டிருந்த எத்தனையோ பள்ளிக்கூடங்கள் முன்னாள் மாணவர்களால் மீண்டும் உயிர்பெற்றன. அத்துடன் இளமைக் கால நட்புகளும் உயிர்பெற்றன. தாய் தந்தையர்,

உறவினர்போலவே தன்னை உருவாக்கிய பள்ளியையும் நன்றிப் பட்டியலில் சேர்த்துக்கொண்டார்கள்.

எனது படைப்பின் பாத்திரங்கள்போலவே, அண்மையில் நான் பங்கேற்ற பாலக்கோடு அரசினர் பள்ளியின் மாணவர்கள் சந்திப்பும் இருந்தது. இளம் பருவத்திலேயே பெற்றோரை இழந்து அந்த அரசுப் பள்ளியில் கல்வி பயின்று, அஸ்ஸாம் மாநிலத்தில் மாவட்ட ஆட்சியாளராக பணியாற்றும் முன்னாள் மாணவரையும் அந்த நிகழ்வுக்கு அழைத்திருந்தார்கள். பல ஆண்டுகளுக்குப் பின் அவரின் காலடி அந்தப் பள்ளிவளாகத்தில் பட்டபோது அவருக்குள் ஏற்பட்ட நெகிழ்ச்சியும், மாணவர்களுடனான உரையாடலும், அவரின் ஆசிரியர்களைப் பற்றிய பின்னோக்கிய நினைவுகளும் மீண்டும் 'பள்ளிக்கூடம்' திரைப்படத்துக்கே என்னை அழைத்துச் சென்றன.

தன்னை மீட்டெடுத்து சமூகத்தில் தன்னை அடையாளப்படுத்தக் காரணமாக இருந்த அந்தப் பள்ளிக்கு, அவர் நன்றி செலுத்தியவிதம் என் கண்களைக் கலங்கச் செய்தது. 'பள்ளிக்கூடம்' படத்தின் உச்சக்கட்டக் காட்சியில் கதை நாயகன் பேசுவதுபோலவே அது இருந்தது.

அதன்பின் நான் அந்த மாணவர்களுடன் நெருக்கமாக உரையாடினேன். ஏற்கெனவே எல்லா தளத்திலும் முன்னேறிய கல்வி பெற்ற குடும்பத்தில் இருந்து ஒருவனை வெற்றிபெறச் செய்வது எளிது; யாருடைய வழிகாட்டுதலும் இல்லாமல் பொருளாதாரத்தில் பின்தங்கிய படிப்பறிவற்ற குடும்பத்தில் இருந்து முதல் தலைமுறை கல்வியைப் பெறுகிற, ஏழைக் குழந்தையை வளர்த்தெடுப்பது மிக மிகக் கடினம் என்பதை எடுத்துக்கூறினேன். இப்படிப்பட்டவர்கள் அனைவருமே தஞ்சம் அடையும் புகலிடம் அரசுப் பள்ளிதான் என்பது எத்தனைப் பேருக்குத் தெரியும்? குரோட்டன் செடிகள்போல ஒவ்வொரு நாளும் பார்த்து நீர் ஊற்றி பராமரித்து வளர்ப்பதுபோல வளரும் பிள்ளைகளுக்கு இடையில்தான் இவர்களும் வளர்கிறார்கள். எப்போது மழை வரும், எப்போது புயல் வரும் எனத் தெரியாது. நீரில்லாத காட்டில் உயிரைப் பிடித்துக் கொண்டு நாலு இலைகள் துளிர்விட்டால் திடீரென ஆடு, மாடு கடித்துவிடும். மீண்டும் துளிரெடுத்து மரமாக காட்டுச்செடிகள் படும் போராட்டங்களைப் போன்றதுதான் அரசுப் பள்ளிகளில் பயிலும் பிள்ளைகளின் நிலை!

அரசாங்கம் நடத்துகிற அரசுப் பள்ளிகளில் அமைச்சர்கள், சட்டமன்ற, நாடாளுமன்ற உறுப்பினர்களின் பிள்ளைகளோ, மற்ற எந்த அரசுத் துறையைச் சேர்ந்த அதிகாரிகள், ஊழியர்களின் பிள்ளைகளோ படிப்பதில்லை. அதை அவர்கள் விரும்புவதும் இல்லை. அந்தப் பிள்ளைகளுக்கு பாடம் சொல்லித் தருகின்ற ஆசிரியர்கள்கூடத் தங்கள் பிள்ளைகளைத் தனியார் பள்ளிகளுக்குத்தான் அனுப்புகிறார்கள்.

எதற்கெல்லாமோ சட்டம் இயற்றுபவர்கள் மனது வைத்தால் அடுத்த ஆண்டிலேயே இதற்கு ஒரு சட்டத்தை இயற்ற முடியாதா? அந்தச் சிந்தனைகூட இல்லாமல் காரணம் தேடி, இப்படிப்பட்ட பள்ளிகளை வரிசையாக மூடிக்கொண்டு வர எப்படித்தான் மனசு வருகிறதோ தெரியவில்லை.

தருமபுரி மாவட்டத்தில் எங்கு பார்த்தாலும் மலைகள், வேளாண்மை நிலங்கள்... பயிர் செய்யத்தான் ஆட்கள் இல்லை. தமிழ்நாட்டின் எந்தப் பகுதிக்குச் சென்றாலும், இந்த மாவட்டத்து மக்கள்தான் கூலியாட்களாக இருக்கிறார்கள். கர்நாடகத்துக்கும் ஆந்திராவுக்கும் பஞ்சம் பிழைக்க ஓடிய இவர்கள், ஆண்டுக்கு ஒருமுறைதான் ஊர்த் திருவிழாவுக்குத் திரும்புகிறார்கள். மீதியிருக்கிற மக்களையும் விட்டு வைக்காத மதுக்கடைகள் இல்லாத இடங்களே இல்லை. நூறு குடிசைகள் இருந்தாலும் அங்கும் பெயர்ப்பலகையோடு அரசு மதுக்கடை 'கடமை'யாற்றிக் கொண்டிருக்கிறது. சாராயம் குடிப்பதற்கு நீண்டதூரம் நடந்து போகவேண்டியது இல்லை. குழந்தைகளைப் படிக்க வைக்கவும், மருத்துவமனைக்கும்தான் நீண்ட தூரம் நடந்து போகவேண்டும்!

விபத்துகளில் இறப்பவர்கள், குடியால் இறப்பவர்கள், ஊட்டச் சத்து இல்லாமல் இறப்பவர்கள் என எல்லாவற்றிலும் இந்தப் பகுதி மக்களுக்குத்தான் முதல் இடம்.

மாணவர்களுடனான எனது உரையாடல்களுக்கு இடையே அவர்களின் எதிர்காலம் பற்றியும் கேட்டேன். எல்லோரும் 'கலெக்டராக வேண்டும், ஐ.ஏ.எஸ் படிக்கவேண்டும்' எனச் சொன்னார்கள். அதன் பின்தான் டாக்டர்கள், இன்ஜினியர்கள் மற்ற படிப்பெல்லாம். 'யார் யாரெல்லாம் தாத்தா, அப்பா செய்த விவசாயத் தொழிலைச் செய்யப் போகிறீர்கள்' எனக் கேட்டேன். தயங்கித் தயங்கி மூன்று பேர் மட்டும் அதுவும் என் விருப்பத்துக்காகக் கையை உயர்த்தினார்கள். எல்லோருமே ஊரை விட்டு ஓடிவிட்டால் பின் யார்தான் மக்களுக்கு உணவைத் தருவது எனக் கேட்டேன். யாரிடமிருந்தும் பதில் இல்லை.

'மறைக்காமல் சொல்லுங்கள், யார் யாரின் பெற்றோர் மது குடிக்கிறார்கள்' என அன்பாகக் கேட்டேன். ஒருவரின் முகத்தை ஒருவர் பார்த்துக்கொண்டு மெதுவாக பாதிப்பேருக்கு மேல் கையை உயர்த்தினார்கள். பின், 'யார், யாருக்குப் பெற்றோர் இல்லை, எதனால் இல்லை' எனவும் கேட்டேன். அந்த நேரத்தில் அந்த முகங்களைப் பார்த்தவர்களுக்குத்தான் உண்மை நிலை புரியும். கால் பகுதிக்கு மேல் தலை கவிழ்ந்து கை உயர்த்தியவர்களின் கண்களில் இருந்து முட்டியக் கண்ணீரை மறைக்கப் பெரும்பாடுபட்ட அந்த பிஞ்சுகளின் முகங்கள்

கண்களிலேயே நிற்கிறது. அருகில் இருந்த தலைமையாசிரியரும் முன்னாள் ஐஏஎஸ் மாணவரும் பதைத்துப் போனார்கள். குடியினால் அப்பா இறந்த பின் பள்ளிக்கு வராமல் படிப்பை நிறுத்தியவர்களின் எண்ணிக்கை இதில் அடங்காது.

இலவசப் புத்தகம், புத்தகப் பை, மிதி வண்டி, மடிக்கணினி கொடுப்பவர்கள் ஒருநாள் இந்த மாணவர்களைத் தேடிச் சென்று சந்தியுங்கள். அதன் பிறகாவது அவர்களுக்குத் தரவேண்டியது எது என்பது புரியும். 'எல்லாவற்றையும் கொடுத்து அப்பாவை உங்களிடம் இருந்து பிடுங்கிக் கொள்கிறார்களே... உங்களுக்கு அப்பா வேண்டுமா இந்த இலவசங்கள் வேண்டுமா' எனக் கேட்டேன். 'அப்பாதான் வேண்டும்' என உரக்கச் சொன்னார்கள்.

எதையும் காதில் போட்டுக்கொள்ளாதவர்களிடத்தில் 'உயிருடன் இருக்கிற எங்கள் அப்பாக்களின் உயிராவது எங்களுக்கு வேண்டும். உடனே மதுக்கடைகளை மூடுங்கள். அப்போதுதான் நாங்கள் தேர்வு எழுதுவோம்...' என ஒவ்வொரு மாணவரும் சொன்னால்தான் இந்தக் கொடுமைக்கு ஒரு முடிவு கிடைக்கும் போலிருக்கிறது. யார் யாருக்கு என்ன கொடுக்கலாம் எனப் பட்டியல் தயாரித்துக் கொடுப்பவர்கள், தயவு செய்து அப்பாவை இழந்தவர்களின் பட்டியலையும் அரசிடம் தயாரித்துக் கொடுங்கள். அதற்கும் ஒரு திட்டத்தை உருவாக்கட்டும்!

25

கலையும் கள்வர்களும்!

முதல் காதலன், முதல் காதலிபோல முதன் முதலாகப் பார்த்த சினிமாவையும் யாரும் மறந்திருக்கவே முடியாது. தமிழர்களின் வாழ்க்கையைத் திருடிக்கொண்டதில் சினிமாவுக்குத்தான் முதலிடம். இந்த சினிமா இப்படியெல்லாம் பேராசைக்காரர்களையும், திருடர்களையும், பைத்தியக்காரர்களையும் உருவாக்கும் எனத் தெரிந்திருந்தால் தாமஸ் ஆல்வா எடிசனோ பின்னர் அந்த தொழில் நுட்பத்தை வளர்த்தெடுத்தவர்களோ சற்று சிந்தித்திருப்பார்கள். ஒவ்வொரு இனத்துக் கான, மண்ணுக்கான அடையாளமாக விளங்கும் பாரம்பரியக்கலைக்ளை அழித்தொழித்ததில் கூட சினிமாவின் பங்கே முதன்மையானது.

இரவு வந்தால் தங்கள் கலைகளுடனும் இசையுடனும் கட்டுண்டு கிடந்த மக்கள் பெரிய திரையைப் பார்த்து ஓடியபின் அத்தனை கலைகளும் அதனை நம்பியிருந்த கலைஞர் களும் போன இடம் தெரியவில்லை. அதுபற்றி எவரும் கவலை கொள்ளவும் இல்லை. இது பெரும் தொழிலாகவும் வணிகமாகவும் மாற வேண்டும் என்பதற்காகக் கண்டுபிடிக்கப் பட்டது இல்லை.

கலையாகப் பார்த்த கண்களைவிடவும் வணிகமாகப் பார்த்த மூளைகள்தான் அதிகம். ஃபிரான்ஸ் நாட்டில் கண்டுபிடிக்கப்பட்ட சினிமா மூன்று ஆண்டு கால இடைவெளியில் உலகம் முழுமைக்கும் போய்ச் சேர்ந்தது. மக்களைச் சென்றடைந்த 20 ஆண்டுகளில் சிந்திக்கத் தொடங்கி ஓட ஆரம்பித்து, உலகில் உள்ள எல்லாக் கலைகளையும் உள்வாங்கிக் கொண்டது. மக்கள் மனசுக்குள் குடிகொண்டு அவர்களைச் சிந்திக்கச் செய்தது. ஆனால், இது நடந்ததெல்லாம் அயல் நாடுகளில் மட்டும்தான். திரைப்பட மாணவனாக அயல் மொழிப் படங்களை எல்லாம் பார்த்த போது அவர்கள் அத்தனையையும் 1940 ஆண்டுவாக்கிலேயே செய்து முடித்துவிட்டதை எண்ணி மலைத்துப்போனேன்.

ஆனால், தமிழ் சினிமா இன்றுவரை மக்களை மகிழ்ச்சிப்படுத்த மட்டுமே பாடுபட்டுக்கொண்டிருக்கிறது. அல்லது பெருமளவில் மாற்றங்கள் வந்துவிடக்கூடாது என கவலைப்பட்டுக் கொண்டிருக்கிறது. பல கோடி மக்கள் மாற்றத்தை எதிர்பார்த்துக் காத்துக் கிடக்கின்றபோது சில மூளைகள் மட்டும் மாற்றத்தைக் கொண்டுவரத் துடிக்கிற படைப்பாளர்களை வணிகம் என்னும் துப்பாக்கியைக் காட்டி பயமுறுத்துகிறது. எவ்வளவு முனைப்போடு சிந்தித்து திரைப்படத்தை உருவாக்கினாலும் அது திரையரங்குகளுக்குச் சென்றால்தானே மக்கள் பார்ப்பார்கள். எனவே, வணிகர்கள் கேட்பதைச் செய்துகொடுத்து விடுவோம் என அதற்கு மசாலா தூவி, சுவை கூட்டி, ஒப்பனை செய்த சினிமாவாக மாற்றப்பட்டு இறுதியாகத் திரையரங்குக்கு வருகிறது.

பிள்ளையார் பிடிக்க நினைத்து குரங்காக மாறியதுபோலத்தான் மாற்றங்களைச் செய்ய நினைக்கிற ஒவ்வொரு படைப்பாளனும் வணிகச் சூழலில் சிக்கிக்கொண்டு விழிபிதுங்கிச் சாகிறான். தன் எண்ண ஓட்டத்துக்கு முதலீடு செய்ய யாரும் முன்வராததால், வணிகர்களுடன் சமரசம் செய்துகொள்ள முடியாததால், தயாரிப்பாளராகி அந்தப் படைப்பாளனும் வேறு வழியில்லாமல் அதே புதைகுழியில் விழுகிறான்.

எந்த மாற்றங்களைச் செய்தாலும் தங்களின் கல்லாப்பெட்டி நிரம்பி வழிகின்ற மாற்றங்களாக இருக்கவேண்டும் என உறுதியாக இருப்பவர்கள்தான் ரசனை வளர்ச்சிக்குத் தடை என்பது எவருக்குமே புரிவதில்லை. இது புரியாமல் ஆளாளுக்கு மதிப்பெண் இட்டுக் கொண்டும், படத்தை திறனாய்வு செய்துகொண்டும் விழுந்து கிடக்கும் படைப்பாளியை எழுந்து நடக்கவிடாமலும், புதிதாக எந்த படைப்புகளும் உருவாகாமலும் பார்த்துக்கொள்கிறார்கள்.

முதலீடு செய்ய யாரும் முன்வராத நிலையில் கந்துவட்டிக்குக் கடன் வாங்கிப் படத்தை முடித்தாலும் வாங்குவதற்கு ஆளில்லை. வேறு

வழியின்றி மேலும் விளம்பரத்துக்குப் பணத்தைக் கொட்டி திரையரங்குகளில் இடம் கிடைக்காமல் காத்துக்கிடக்க வேண்டியிருக் கிறது. தணிக்கைச் சான்றிதழ் பெற்றும் அரங்கம் கிடைக்காமல் முடங்கிக் கிடக்கும் திரைப்படங்கள் மட்டும் (தமிழில்) 460க்கு மேல் இருக்கும் என்கிறார்கள்.

ஒரு காட்சி இரண்டு காட்சிகள் கிடைத்தாலே போதும் என வெளியிட்டால் முதல் நாளிலேயே கள்ளப்படங்கள் வீதிக்கும் வீடு தேடியும் வந்துவிடுகின்றன. இந்தத் திருடர்கள் போதாதென்று இணையதளத் திருடர்கள் ஒரு மணி நேரத்தில் படத்தை வெளியிட்டு விடுகிறார்கள். அத்துடன் உள்ளூர் தனியார் தொலைக்காட்சிகள் பல சிறிதும் பயமில்லாமல் படம் வெளியான இரண்டு நாட்களிலேயே ஒளிபரப்பி யாரும் திரையரங்குக்கு வராமலேயே செய்துவிடுகின்றன. ஏற்கெனவே ஒளிபரப்புக்காக விலைக்கு வாங்கிக்கொண்டிருந்த தொலைக்காட்சிகள் புதிய கட்டுப்பாடுகளை விதித்து அவர்களுக்குப் பிடித்ததை மட்டும் வாங்குவதால் 95 விழுக்காடு படங்களுக்கு அதன் மூலம் கிடைத்த வருமானமும் நின்றுபோய்விட்டது. இதுபோக நேரம் கிடைக்காதவர்கள் சொந்த வாகனங்களிலும், பேருந்துப் பயணிகள் படுத்துக்கொண்டும் பார்த்து முடித்துவிடுவதால் ஒவ்வொரு வெள்ளிக் கிழமைகளிலும் ஐந்து தயாரிப்பாளர்கள் பிச்சைக்காரர்களாகி தற்கொலை முடிவுக்குச் சென்றுவிடுகிறார்கள். இந்த வாரம் வெளியான தமிழ்ப் படங்கள் மட்டும் 11. பலகோடி முதலீடு செய்து பெரிய இயக்குநர்கள் பெரிய நடிகர்களை வைத்து படம் எடுப்பவர் களின் நிலையும் இதுதான்.

இந்த எல்லாச் சிக்கல்களும் தெரிந்துதான் மேலும் மேலும் ஒவ்வொரு நாளும் ஒரு புதுப்படம் தமிழில் உருவாகிக் கொண்டிருக்கிறது. தீர்த்து வைக்க ஒன்றிணையாத இத்துறையினரால், உலகமெங்கும் அறிவியல் தொழில்நுட்பத்தை வருமானமாக வளர்த்துக்கொண்ட திரைப் படக்கலை தமிழ்நாட்டில் மட்டும் செயற்கைமூச்சுடன் உயிர் வாழ்ந்து கொண்டிருக்கிறது.

எல்லோராலும் கைவிடப்பட்ட தமிழ் சினிமாவுக்கு மூச்சுக் கொடுத்து, மீண்டும் நடக்கவிடும் முயற்சியாக சேரன் எனும் தனி மனிதன் போராடி ஒரு நிறுவனத்தைத் தொடங்கியிருக்கிறார். பணத்தைச் செலவழித்துப் படம் எடுக்கும் தயாரிப்பாளனுக்கு அந்தப் பணம் திரும்ப வருமென்று எந்த உத்தரவாதமும் இல்லாத நிலையில், அவர் எல்லோரது கவனத்தையும் திருப்பியிருக்கிறார். எரிகிற வீட்டில் புடுங்குகிற வரைக்கும் லாபம் என தயாரிப்பாளரைப்பற்றிக் கவலைப்படாமல், திருடித் தின்றுகொண்டிருந்தவர்கள் திக்குமுக்காடிப் போயிருக் கிறார்கள்.

இன்று மக்கள் ஏன் திரையரங்குகளுக்குச் செல்வது இல்லை? திரைப்படம் மக்களுக்கானது. அது மக்களுக்கான கலை. அதனை மக்களிடத்தில் செல்லாமல் பார்த்துக் கொண்டதன் விளைவுதான் பெரிய திரையில் இருந்த சினிமா இன்று சேரனால் வீடு தேடிப் போயிருக்கிறது. இனி, ஒரு படைப்பாளி என்ன நினைக்கிறானோ அது சிதையாமல் எந்தத் தரகனிடமோ, வணிக முதலைகளிடமோ மாட்டாமல் மக்களிடத்தில் சென்று சேரும். இன்னும் புதிய படைப்புகளும் புதிய படைப்பாளர்களும் உலகத் தரத்துக்கு உருவாவார்கள். மக்களை வதைத்தெடுக்காத நேர்மையான திரையரங்குகள் மட்டுமே உயிர்வாழும் காலம் தொடங்கிவிட்டது.

முதலீடு செய்யும் முதலாளியான தயாரிப்பாளருக்கு மலிவு விலையில் அம்மா உணவு; அவர்களின் பணத்தை பிடுங்கிக் கொண்டவர்களுக்கு நட்சத்திர உணவு விடுதியில் எல்லாமும். கடந்த காலங்கள்போல் மீண்டும் சினிமா, தயாரிப்பாளர் எனும் முதலாளிகளின் கைக்கு மாற வேண்டும். அது மாறுவதற்கான அத்தனை திட்டங்களையும் செயல் படுத்தி, போட்ட முதலீடாவது கிடைப்பதற்கான உத்தரவாதத்தை ஏற்படுத்தவேண்டும். தேங்கி நிற்கும் படங்கள் வெளியாகவேண்டும். அதுவரை புதிய படங்கள் தயாரிப்பதையும் வெளியிடுவதையும் நிறுத்தி வைக்கலாம். அது மூன்று மாதமோ ஆறு மாதமோ ஓர் ஆண்டோ ஆனாலும் ஆகட்டும். அப்போதுதான் செயற்கை மூச்சில் உயிர்வாழும் தமிழ் சினிமா யார் உதவியும் இல்லாமல் எழுந்து நடக்கும்.

26

பயிரைக் கொல்லும் வேலிகள்

எங்கும் கால் வைக்க முடியாதபடி நாற்ற மெடுத்த ஊழல் சாக்கடையும், ஒழிக்கவே முடியாத லஞ்சமும், எப்போதும் எதுவும் நடக்கலாம் என வரம்பு மீறிய வன்முறை களும், சட்டம், நீதி, காவல்துறை என எல்லா வற்றின் மீதும் நம்பிக்கையற்றுப்போன வறண்ட மனநிலையும், பணம், பணம் என ஓடிக்கொண்டே எதிர்வீட்டுக்காரனின் பெயர்கூடத் தெரியாமலேயே நூறு ஆண்டுகள் வாழ்வதற்காக உடல் நலத்தைப் பேணுகிற மக்களும் நிறைந்துவிட்ட இந்த நாட்டுக்கு விடிவு எப்போது கிடைக்கும், எப்படிக் கிடைக்கும் என யாராவது சொல்ல முடியுமா?

முன் ஏர் எப்படிப் போகிறதோ அதைப் பின் தொடர்ந்துதான் மற்ற ஏர்களும் போகும். அதுவே வளைந்து நெளிந்து கோணல் மாணலாகப் போகும்போது மண்ணுக்குள் கிடக்கிற விதைகளின் நிலைதான் இங்கு மக்களின் நிலையாகவும் இருக்கிறது.

உழைத்துப் பிழைக்க வேண்டிய மக்கள் ஏய்த்துப் பிழைக்கவும், அடித்துப் பிழைக்கவும்,

கொடுத்துப் பிழைக்கவும் கற்றுக் கொண்டிருக்கிறார்கள். லஞ்சத்தைக் கொடுக்கவும் வாங்கவும் இங்கு தயாராக இருக்கிறபோது அதனை வாங்க மறுப்பவர்கள்தான் பெரும் குற்றவாளி எனும் நிலைமைக்குக் கொண்டுவந்துவிட்டார்கள். பணமில்லாமல் தேர்தலில் போட்டியிடுப வர்களை மக்கள் பரிதாபத்தோடு பார்க்கிறார்கள். மக்கள்தான் அப்படி யென்றால் அவர்களை வழிநடத்துவதாகச் சொல்லிக்கொண்டு கருத்துரிமைக்காக வரிந்துகட்டுகிற பெரும்பான்மையான ஊடகங் களும் அவற்றின் கடமைகளைச் செய்யத் தவறிவிடுகின்றன..

அப்படிப்பட்ட ஊடகங்களெல்லாம் மக்களை ஏமாற்றித் தவறான வழிகளில் பொருள் சேர்த்துப் பேராசையினால் மீண்டும் மீண்டும் கொள்ளையடித்துக் கொண்டிருப்பவர்களால் நடத்தப்படுபவை. அவற்றின் வேலையெல்லாம் மக்களைச் சிந்திக்கவிடாமல் மயக்கத்தி லேயே வைத்திருப்பது மட்டுமே. இவ்வாறான ஊடகங்களைப் பார்ப்பதாலும் படிப்பதாலும் சொந்தக் காசில் சூனியம் வைத்துக் கொள்கிறோம் என்பதை மக்கள் உணர்வதேயில்லை. இப்படிப் பட்டவர்களை விரட்டியடிக்க சாதி, மதம், ஏழை, பணக்காரன் எனப் பலவாறாகப் பிரிந்துகிடக்கும் மக்களால் இனி உண்மையான போராட்டங்களோ புரட்சியோ உருவாகப்போவதில்லை.

முப்பத்தி ஐந்து ஆண்டுகளுக்கும் மேலான ஈழத்து மக்களின் இனப்போராட்டம் சூழ்ச்சியால் முடித்துவைக்கப்பட்டபோது அதன் தலைவரான பிரபாகரன் இறந்துவிட்டதாக ஊடகங்களில் காண்பிக்கப் பட்டபோது எந்தவித சிறுசலனமோ அதிர்வோகூட தமிழகத்தில் நிகழவில்லை. என்றைக்கும்போல் தொலைக்காட்சித் தொடர்களில், திரையரங்கில், கடைத்தெருக்களில், பயணங்களில் என எதனையும் விட்டுத் தராமல் தமிழக மக்கள் அனைவரும் அவரவர்களின் விருப்பப் படித்தான் நடந்துகொண்டார்கள். அதன்பின் உடனே சில மாதங்களில் நடந்த நாடாளுமன்றத் தேர்தலில்கூட அவர்களின் எதிர்ப்பைக் காண்பிக்கத் தவறிவிட்டார்கள்.

இதுபோன்ற நிகழ்வுகளைக் கணக்கெடுத்துதான் இந்த மக்களை வைத்து எதையும் சாதித்துக்கொள்ளலாம் என மக்களை ஆளத்துடிப்ப வர்கள் தங்களை மாற்றிக்கொள்ளாமல் தவறான பாதையிலேயே பயணித்துக்கொண்டிருக்கிறார்கள்.

நேர்மை தவறுபவர்களைத் தட்டிக்கேட்கவும் முடிவதில்லை. நேர்மையுடன் வாழ்பவர்களை அடையாளம் கண்டு அவர்களுக்கு உறுதுணையாக நின்று அவர்களை முன் மாதிரியாக வைத்து சமூகத்தை வளர்த்தெடுப்பதும் இல்லை. தங்களின் கண்முன்னே நிகழும் அநியாயங்களை நிறுத்த இனி நாம் என்ன செய்யப்போகிறோம்? நம்

கையில் இருப்பது ஒன்றே ஒன்றுதான். அந்த ஒரே ஒரு வாக்குரிமையையும் பணத்துக்கு விற்றுவிடுகிறோம்.

அரசியல் கட்சிகளிடமுள்ள குறைகளை அலசும் நாம் அவர்களிடமே நம் வாழ்க்கையைக் கொடுத்துவிட்டு விடுதலைக்காக ஏங்கிக் கொண்டு இருக்கிறோம். நேர்மைக்காகப் போராடுபவர்கள், அநியாயத்தை எதிர்த்துக் கேள்வி கேட்பவர்கள், மக்கள் மனதில் மாற்றத்தை உருவாக்கத் தங்களின் வாழ்வை ஒப்படைப்பவர்கள் போன்றவர் களைக் கண்டாலே பதவிக்கும், அதிகாரத்துக்கும் ஏங்கும் கட்சிகளால் தாங்கிக்கொள்ள முடிவதில்லை. தங்களின் அரசியல் தொழில் பயணம் தடைப்பட்டுப்போகும் என்பதால் துடி துடித்துப்போகிறார்கள். மக்களும் நேர்மையானவர்களைக் கண்டுகொள்வதும் இல்லை. சமுதாயப் பற்றுடன்தான் இருக்கிறோம் என சொல்லிக்கொள்கிற இளைஞர் கூட்டமும் சமூக வலைதளங்களை நம்பியே தங்களின் உணர்வை வளர்த்துக்கொண்டிருக்கிறார்கள்.

இவர்களிடமிருந்து விடுதலை பெற்றுத்தர, இவர்களின் முகத் திரையைக் கிழிக்க முன்வரும் நேர்மையானவர்களுக்கெதிரான செயல்களில் தெருவில் இறங்கி தங்களின் எதிர்ப்பைத் தெரிவிக்க மக்கள் தவறும்போது எக்காலத்துக்கும் விடுதலையில்லை.

என் நண்பர் ஒருவர் வேளாண்மைத்துறையில் முனைவர் பட்டம் பெற்று பல கண்டுபிடிப்புகளை நிகழ்த்திய அறிவியலாளர். தற்கொலை செய்துகொண்ட வேளாண்மைப் பொறியாளர் முத்துக்குமாரசாமி போலவே நெருக்கடியில் தத்தளித்துக்கொண்டிருக்கிறார். நேர்மை யாக இருப்பதினாலேயே, வேளாண்மைத்துறையில் நல்ல மாற்றங் களைக் கொண்டு வர விரும்புவதனாலேயே நேர்மையற்ற வழியில் துணைவேந்தரான ஒருவரின் தூண்டுதலின் பேரில் அவமானப்படுத்தப் பட்டு, துன்புறுத்தலுக்குள்ளாகிறார். அறிவியல் கண்டுபிடிப்புகளை நிகழ்த்தும் வேளாண்மை விஞ்ஞானி இன்று அந்த வளாகத்துக்கு இயந்திரங்கள் மூலம் தண்ணீர் நிரப்பும் கடைநிலை ஊழியரின் வேலையைச் செய்துகொண்டிருக்கிறார். வேறு எந்தப் பழியும் சுமத்தப் படாமல் ஓய்வுபெற்று வீட்டுக்குத் திரும்பும் நாளை பதைபதைப்புடன் அந்த நண்பர் எதிர்பார்த்திருக்கிறார். இதனால் இழப்பு எனது நண்பருக்கு மட்டுமில்லை. மக்கள் பணத்தில் உருவான ஒரு அறிவியலாளனின் கண்டிபிடிப்புகள் இந்த நாட்டுக்கே கிடைக்காமல் போய்விடுகின்றன. இப்படி எத்தனை ஆயிரம் பேர்களோ பழிவாங்கப் பட்டுக் கொண்டிருக்கிறார்கள்.

வாக்குறுதி தந்து நிறைவேற்றாமலிருக்கிற அரசியல்வாதிகள் மக்களை பழிவாங்கிக்கொண்டிருக்கிறார்கள். அனைவருக்கும் உணவிடும்

உழவனும் பழிவாங்கப்படுகிறான். என்றைக்குமே எடுபடாத குரல்களில் முதன்மையானது உழவனின் குரல்தான். ஏனென்றால் அவன் தன் தொழிலை ஒருநாளும் நிறுத்தமாட்டான் என்பது எல்லோருக்குமே தெரியும்.

குடும்பத்துக்காகவும் தனக்காகவும், தன்னைச் சார்ந்தவர்களுக்காகவும் தங்களின் கட்சியைச் சார்ந்தவர்களுக்காகவும் மட்டுமே போராட்டங் களையும் அறிக்கைகளையும் நடத்திக் கொண்டிருக்கும் அரசியல் வாதிகள் மக்கள் நலனுக்காக என்றைக்குமே அனைவரும் ஒரே இடத்தில் ஒன்று சேர்ந்து போராட முன்வரமாட்டார்கள்.

பாவம் இது தெரியாமல் புது தில்லியில் உழவர்கள் கூடிப் போராடிக் கொண்டிருக்கிறார்கள். தமிழக உழவர்களின் நிலைதான் பெரும் கவலைக்குரியது. தமிழ்நாட்டிலிருந்து சென்றிருக்கும் ஒரே ஒரு நாடாளுமன்ற உறுப்பினர் மட்டும் நாடாளுமன்றத்தில் கத்திப் பார்த்தார், கதறிப் பார்த்தார், கெஞ்சியும் பார்த்தார்! நமது மற்ற உறுப்பினர்கள் அனைவரும் அதை வேடிக்கைதான் பார்த்தார்கள். ஆனால், கர்நாடக உறுப்பினர்கள் கட்சி வேறுபாட்டை நினைக்காமல் காவேரி ஆற்று தண்ணீருக்காக எல்லோரும் ஒன்றாகச் சேர்ந்து பேசிய வரையும் பாதியிலேயே அமர்த்திவிட்டார்கள். அதேபோல் நிலம் கையகப்படுத்தப்படும் சட்டத்தைக் கண்டும் காணாததுபோல் நம்மவர்கள் தனித்தனியாக அறிக்கை விட்டுக்கொண்டும் போராடிக் கொண்டும் இருக்கிறார்கள்.

ஏன், தமிழ்நாட்டில்தானே எல்லா அரசியல்கட்சித் தலைவர்களும் இருக்கிறார்கள். தமிழ்நாடு முக்கியம், தமிழ் மக்கள் முக்கியம், உழவர்கள் முக்கியம் என நினைத்தால் ஒரே மேடையில், ஒரே இடத்தில் தங்கள் பகைகளையெல்லாம் கொஞ்சம் ஒதுக்கி வைத்து விட்டு வரலாமல்லவா?

என்றைக்கும் வரவே மாட்டார்கள். ஏனென்றால் அவர்களுக்கு தங்கள் கட்சி, தங்கள் குடும்பம், தங்களைச் சார்ந்தவர்கள் மட்டுமே முக்கியம். மேலும் தங்களின் வெறுப்புணர்ச்சியை காண்பிப்பதற்கும் பழிவாங்கு தலை நடத்தி மக்கள் தலையில் சுமையை ஏற்றிப் பரதேசியாக்கு வதற்கும்தான் அரசியல் கட்சிகள் நடத்துகிறார்கள். இதனைப் புரிந்து விழித்துக்கொள்ளும்வரை மக்கள் கதவிடுக்கில் மாட்டிக்கொள்ளும் எலிகள்தான்.

27

பலி கேட்கும் பயணங்கள்

பலருக்கும் பயண அனுபவம் நிகழ்ந்து கொண்டுதான் இருக்கிறது. பயணம் செய்ய முற்படும்போதெல்லாம் மரணபயமும் வந்து தொற்றிக் கொள்கிறது. வீட்டை விட்டுப் புறப்படும்போது கடவுளை வேண்டிக் கொள் வதைத்தவிர வேறெந்த வழியும் தெரிவ தில்லை. தொடர்வண்டி, வானூர்தி விபத்துகள் எப்போதோ ஒன்று ஏற்படுவதைப் போல அல்ல சாலைவழிப் பயணங்கள். விபத்து செய்திகள் இல்லாத நாட்களே கிடையாது.

வெறும் செய்தியாகவே அதனை ஊடகங் களில் பார்ப்பவர்களுக்கும், படிப்பவர் களுக்கும், அந்த விபத்துக்களினால் உயிரிழந் தவர்களின் குடும்பத்தைப்பற்றி சிந்திக்க நேரமோ தேவையோ இருப்பதில்லை. வெறும் புள்ளி விபரங்களுக்குள் அவர்களின் வாழ்வு முடிந்துவிடுகிறது. ஒரு சாலை விபத்து ஏற்படும்போது எதனால் அது நிகழ்ந்தது என்ற காரணங்கள் ஆராயும் முன்னரே அரசாங்கம் உதவித் தொகையை மட்டும் அறிவித்துவிட்டு தனது கடமையை முடித்துக் கொள்கிறது.

விபத்து நடந்தால் வாகனம் ஓட்டிவந்தமுறை மட்டும் கணக்கில் எடுத்துக்கொள்ளப்படுவதுதான் பெரும்பாலும் நிகழ்ந்து கொண்டிருக்கிறது. எல்லா விபத்துகளும் வெறும் வாகன ஓட்டிகளால் மட்டுமே நிகழ்வதில்லை. சாலையின் ஒழுங்கு, வாகனத்தின் இயங்கு நிலை, வாகன நிறுவனத்தின் பொறுப்புணர்வு என அனைத்துமே கணக்கில் எடுத்துக்கொள்ளப்படவேண்டும்.

சாலையின் ஒழுங்கு மற்றும் சீர்கேட்டினால் ஏற்படுகிற விபத்துகள் பற்றி இதுவரை ஆராயப்பட்டதாகவோ அவ்வாறு ஆராயப்பட்டாலும் அதனை உருவாக்கியவர், மேற்கொண்டு பராமரித்த ஒப்பந்ததாரர், பின்புலத்தில் இயங்கும் அதிகாரிகள் மற்றும் அரசாங்கத்தின் மீது நடவடிக்கை மேற்கொள்ளப்பட்டு தண்டனை வழங்கப்பட்டதாக யாராவது கேள்விப்பட்டிருக்கிறோமா?

சாலை உருவாக்கப்படும் போதும், பின் அது பராமரிக்கப்படும்போதும் மேற்கொள்ளவேண்டிய நிபந்தனைகள் இங்கு கடைப்பிடிக்கப் படுகிறதா? பொறுப்பிலுள்ளவர்கள் தங்களுக்கு வேண்டியவர்களுக்கு, தங்களுக்குச் சேரவேண்டியதைக் கொடுத்தால் போதும் எவருக்கும் அந்தப் பணியைக் கொடுத்துவிடலாம் என்னும் நிலையில்தான் சாலைப்பணிகள் மேற்கொள்ளப்படுகின்றன. ஒழுங்கான, நேர்மை யான முறையில் ஆய்வு மேற்கொள்ளப்பட்டால் ஒரு சாலையாவது நம் நாட்டில் தேறுமா?

இவையெல்லாம் முறையாக மேற்கொள்ளப்பட்டன என கையெழுத்திடும் அமைச்சர்களும் அந்தத் துறை சார்ந்த அதிகாரிகளும், சாலை உருவாக்கிய ஒப்பந்ததாரரும் நீதிமன்றத்தால் என்றைக்காவது ஒருநாள் தண்டிக்கப்படும்போதுதான் இவை தொடர்பான குற்றங்கள் குறையும். அதுவரை முடித்து வைக்கப்படும் கணக்காகவே அனைத்து விபத்துக்களின் காரணங்களும் காணாமல் போகும். கொலை வழக்கு களுக்கு நீதிமன்றங்களில் கொடுக்கப்படும் முக்கியத்துவம் விபத்து தொடர்பான வழக்குகளுக்கு தரப்படுவதில்லை.

அதேபோன்று விபத்துக்குக் காரணமாகும் வாகனங்கள் பெரும்பாலும் சாலைகளில் இயக்கத் தகுதியற்ற மிகப் பழையவையாகவும் பராமரிப்பு அற்றவையாகவும் இருப்பது இன்னொரு முதன்மையான காரணம். போக்குவரத்து அதிகாரியிடமிருந்து உரிமம் பெறுவதிலிருந்து நேர்மையான முறைகள் பின்பற்றப்படுவதில்லை. தரக்கட்டுப் பாட்டை நேர்மையாகவும் கண்டிப்புடனும் செயல்படுத்தினாலே முக்கால்வாசி விபத்துகள் தவிர்க்கப்படும். அந்தப் பதவியைப் பெறுவதற்காகவும் பணி இடமாற்றத்துக்காகவும் அந்த அதிகாரிகள் கொடுக்க வேண்டியவர்களுக்குக் கொடுத்து தங்களின் நேர்மையை

இழக்க வேண்டியிருக்கிறது. விபத்துக் காரணங்களை உண்மையுடன் ஆராய்ந்தால் ஒரு அதிகாரிகூட தப்பமாட்டார்.

குடிப்பழக்கம் பெருகிவிட்டதைத் தொடர்ந்து கடந்த ஆண்டுகளில் சாலை விபத்துகளின் எண்ணிக்கையும் கூடிக்கொண்டேபோகிறது. நெடுஞ்சாலை மற்றும் உள்ளூர் சாலைகளின் ஓரமாக மதுக்கடைகள் இயங்கக்கூடாது என வழக்குப் போட்டுப் பார்த்தார்கள். நீதிமன்றமும் கட்டளை பிறப்பித்தது. அதன் ஆணைகள் எத்தனையோ கண்டு கொள்ளப்படாமல் மீறப்பட்டு கொண்டிருப்பதுபோல் மதுக்கடை களும் நெடுஞ்சாலைகளிலிருந்து அகற்றப்படவில்லை. சில இடங்களில் வெறும் வாசல்படிகளை மட்டும் வேறுபக்கம் மாற்றி வைத்துக்கொண்டார்கள்.

எல்லா விபத்துகளும் குடிமக்களின் தலையிலேயே அவர்களின் குடும்பத்திலேயே 'பட்ட காலிலே படும், கெட்ட குடியே கெடும்' என்பதுபோல விழுந்துகொண்டிருக்கின்றன. மக்களால் முடிந்த தெல்லாம் எலுமிச்சம்பழத்தைச் சக்கரத்தில் ஏற்றிவிட்டு சாலையோரக் கடவுளை வேண்டுவது மட்டும்தான்.

தங்களின் வாகனத்தை வேறொரு வாகனம் முந்துவதை எவருமே விரும்புவதில்லை. என்னையா முந்துகிறாய்... என்னுடைய வாகனத்தின் மதிப்பு என்ன தெரியுமா... சுண்டைக்காய், நீ என்னை முந்துகிறாயா என வேகக்கட்டுப்பாட்டை மீறி ஒருவரையொருவர் முந்திக் கொண்டிருக்கிறார்கள்.

மக்கள் தொகை அதிகரித்ததால் வாகனங்கள் அதிகரித்திருக்கின்றன. அதனால் விபத்துக்களும் அதிகமாகும்தானே எனக் கேட்கலாம். விலை மதிப்பற்றவை உயிர்கள் மட்டுமே. இவை அயல்நாடுகளில் மட்டுமே பின்பற்றப்படுகின்றன. சாலை விபத்து ஒன்று நிகழும்போது வேண்டிய நடவடிக்கைகள் உடனுக்குடன் செயல்படுத்தப் படுகின்றன. அதேபோல் இங்கு இதனைச் சரி செய்யக்கூடியவர்கள் உயர்நிலையிலுள்ள அதிகாரிகளும் ஆட்சியாளர்களும்தான். அவர்கள் ஒருபோதும் இதில் அக்கறை செலுத்துவதாகத் தெரியவில்லை. ஏனென்றால் அவர்களிடம் ஹெலிகாப்டர் இருக்கிறது, சிவப்பு விளக்கு பொருத்திய, மக்களை விரட்டியடிக்கும் வாகனங்கள் இருக்கின்றன. இங்கு பயந்து பயந்து பயணம் செய்பவர்களெல்லாம் இவர்களை பதவியில் அமர்த்தும் மக்கள்தான்.

சாலை விபத்துகள் குறித்த செய்திகளைப் பார்க்கும்போதெல்லாம் அதனால் பாதிப்புக்குள்ளாகும் குடும்பங்கள்தான் என் கண் முன் வந்து நிற்பார்கள். தந்தையை இழந்து வாழ்க்கையைத் தவறவிட்ட

பிள்ளைகள், கணவனை இழந்து அல்லது மனைவியை இழந்து குழந்தைகளுடன் போராடும் குடும்பத்தலைவனும் தலைவியும், உடன்பிறந்தவர்களை இழந்து வாடும் அண்ணன், தம்பி, தங்கை, அக்காக்கள், திருமணத்துக்கு நாள் குறித்துவிட்ட மணமக்கள், மணம் முடிந்து கற்பனைகளுடன் வாழ்வைத் துவக்கவிருந்த இளம் கணவன், மனைவி, வாழ்க்கை என்னவென்றே வாழ்ந்து பார்க்காத பள்ளிக்கூடம் செல்லும் இளம் பிஞ்சுகள் என எத்தனையோ உறவுகள் வாடுகின்றன. காரணமானவர்கள் என்ன முடிவை எடுக்கப்போகிறார்கள்? கடவுளுக்கு பலி கொடுக்கவும் யாகங்கள், பூசை செய்யவும் தெரிந்து வைத்திருக்கிறோம். ஆனால், பலிகள் கேட்கும் பயணங்களுக்குத் தங்களின் உயிரையே தர வேண்டியிருக்கிறதே எனும் கேள்விக்கு பதிலைச் சிந்திக்க நமக்குத் தெரியவில்லை.

கும்பகோணம்-தஞ்சாவூர் நெடுஞ்சாலையில் நெய்வேலி வளைவி லிருந்து வடலூருக்குச் செல்லும் வழியில் ஓர் ஓடையின் குறுக்கே எந்தக் காலத்திலோ அமைத்த ஒரே ஒரு வாகனம் மட்டும் செல்லும் ஒருவழிப் பாலம் பலி வாங்கிய உயிர்கள் கணக்கற்றவை. இந்த வழியாக எத்தனை முறைகள் எத்தனை அமைச்சர்கள், முதலமைச்சர்கள், அதிகாரிகள், பொறியாளர்கள் கடந்து போயிருப்பார்கள்?

அந்த சாலை போட்ட நாளிலிருந்து அந்தக் குறிப்பிட்ட பாலத்தில் இதுவரை நடந்த விபத்துகளைக் கணக்கெடுத்தால் நூறுக்கு மேலே கூடப் போகலாம். எத்தனை உயிர்கள் இழப்பு, எவ்வளவோ குடும்பங்கள் நடுத்தெருவுக்கு வந்திருக்கின்றன.

தீர்வுதான் இல்லை. இதுதான் நம்நாடு!

28

உதிர்ந்த இலைகள்

தொலைக்காட்சிப்பெட்டி ஒன்றுதான் இன்று மனிதர்களிடத்தில் பேசிக்கொண்டிருக்கிறது. அதுவும் இல்லாமல் போனால் இந்த 'பெருசுகளிடம்' பேசுவதற்கு யார்தான் துணையிருக்கிறார்கள்?

வீட்டிலுள்ளப் பெரியவர்கள் பேசுவதை எவரும் விரும்புவதில்லை. பேசினாலும் சுருக்கமாகப் பேசச்சொல்லி கண்டிக்கிறார்கள். நான் நண்பர்களின் வீட்டுக்கோ, விருந்தினர் வீட்டுக்கோ சென்றால் முதலில் பார்க்க விரும்புவது அந்த வீட்டிலுள்ள முதியவர்களைத்தான். பேச்சுத் துணைக்கும், நலன் விசாரிப்புக்கும் ஏங்குகிற அவர்களைப் பெரும்பாலான வீடுகளில் கட்டிவைக்காத நாய்கள்போலவே நடத்துவதைக் கண்டுகொண்டேதான் வருகிறேன். விருந்தினர்களும் நண்பர்களும் வீட்டுக்கு வரும்போது எத்தனைபேர் தங்களின் வயதான உறவுகளை நாம் கேட்காமலேயே அறிமுகப்படுத்துகிறார்கள்?

வெளியூர் சென்றிருந்தபோது என் படைப்புகள் மேல் பற்றுகொண்ட ஒருவர் பலமுறை

வற்புறுத்தி அழைத்ததினால் அவர் வீட்டுக்குச் சென்றிருந்தேன். பெரிய விருந்து என்றே சொல்லலாம். விடைபெற்றுத் திரும்பும்போது எனது கைப்பேசியை மறந்து அங்கேயே வைத்துவிட்டு வந்துவிட்டதால் மீண்டும் நினைவுக்கு வந்து அதனை எடுப்பதற்காக கொஞ்ச நேரத்திலேயே திரும்பிப் போனேன். அழைப்புமணி அடித்தும்கூட யாரும் வரவேயில்லை. வீடு திறந்திருந்ததால் நானே உள்ளே சென்றேன். யாரும் கண்ணில் படவில்லை. ஆனால், மேலே மாடியின் அறைக்குள்ளிருந்து யாரையோ அடிக்கிற சத்தமும் அடியை வாங்குபவர் அலறுவதும் கேட்டது. அவரின் மனைவியும் சேர்ந்து திட்டிக்கொண்டிருந்தார். அவர்களின் கட்டுப்பாட்டையும் மீறி அடி வாங்குபவர் என்னைப் பார்க்க முயன்றதற்காக சண்டை மூண்டிருந்தது. மீண்டும் நண்பர் அவரைத் தாக்குவதைப் பொறுத்துக்கொள்ள முடியாமல் நானே மாடிக்குப் போனேன். அனைவருமே அதிர்ந்து போனார்கள். அடி வாங்கிய அப்பா என்னைக் கண்டதும் அழுகையை மறைத்துக்கொண்டார். அதன்பின் அந்த நபர் என்னை பார்ப்பதையே தவிர்த்தார்.

சில ஆண்டுகளுக்குப்பின் எனக்கு ஒரு கடிதம் வந்திருந்தது. அந்த நபரின் அப்பாதான் முதியோர் இல்லத்திலிருந்து எழுதியிருந்தார். ‘ஒன்பது ரூபாய் நோட்டு’ திரைப்படத்தைத் தொலைக்காட்சியில் பார்த்தாராம். அவரால் என்னைத் தொடர்பு கொள்ள முடியாமல் இருக்கவில்லையாம். ஒருமுறை பார்க்கவேண்டும் என ஆசைப்பட்டு அதிகப்படியான எழுத்துப் பிழைகளோடு எழுதியிருந்த அந்தக் கடிதத்தை அடிக்கடி நினைத்துக்கொள்வேன்.

இரண்டு மாதங்களுக்கு முன் அந்த ஊர் போயிருந்ததால் அவரின் நினைவு வந்து முதியோர் இல்லத்துக்குச் சென்றேன். பக்கவாதத்தால் ஒரு காலும் கையும் அவருக்கு ஒத்துழைக்கவில்லை. தன் மனதில் இவ்வளவு காலம் தேக்கி வைத்திருந்ததையெல்லாம் கொட்டினார். அப்போதும் அவரின் மகன் மீது குற்றம் சொல்லவேயில்லை. இறுதிவரை தச்சுத் தொழில் செய்து வந்த, படிக்காத அவர் அவருக்கென எந்த சேமிப்பையும் வைத்துக்கொள்ளவில்லை. அடிக்கடி ஏற்படும் சண்டையைத் தவிர்க்க வெறுப்பிலிருந்து மீள முடியாமல் திடீரென ஒரு இரவு யாருக்கும் சொல்லாமல் அந்த இல்லத்தில் வந்து சேர்ந்துவிட்டாராம். பொங்கலன்று மகனும் மருமகளும் வந்து பார்த்தார்களாம். மகன்தான் கொஞ்ச காலமாகப் பணம் செலுத்துகிறாராம். அங்கிருந்து என்னால் மீண்டு வரவே முடியவில்லை. அங்கிருந்த ஒவ்வொரு தாய் தகப்பன்களுக்கும் ஒரு கதை இருக்கிறது. திரும்பி வரும்போது அவர்களின் வாழ்கையைப் பற்றி ஒரு படமெடுக்கச்சொல்லிக் கெஞ்சினார்கள்.

என்றைக்கு தொலைக்காட்சிப்பெட்டி வந்ததோ ஒவ்வொருவரின் கைகளுக்கும் கைப்பேசிக் கருவி வந்ததோ அன்றிலிருந்தே மனிதனோடு மனிதன் நேரில் பேசிக்கொள்வது நின்றுவிட்டது. முதியவர்களுக்கு வீட்டு விலங்குகள்போலவே வேளாவேளைக்கு உணவு மட்டும் கிடைக்கிறது. கண்களில் தேங்கியுள்ள ஏக்கத்தோடு தொலைக்காட்சியை மட்டுமே பார்த்துக்கொண்டிருக்கிறார்கள். கை பிடித்து நடந்த பிள்ளைகள் எங்கோ போய்விட்டன. பெட்டியை இயக்கும் கருவி மட்டும் ஒவ்வொரு தாய் தகப்பன் கைகளில் இருக்கிறது.

கிராமங்களிலாவது பேச்சுத்துணைக்கு இவர்கள்போலவே முதியவர் கள் இருக்கிறார்கள். நகரங்களில் எங்கே போவது? மாதச் சம்பளத்தில் பணிபுரிந்தவர்களாவது எதிர்காலம் குறித்து சிந்தித்து சேமிப்பை உருவாக்கிக்கொண்டார்கள். மற்றவர்களுக்கு கையில் எதுவும் இல்லை. அரசாங்கத்தைவிட்டால் ஏது வழி!

இந்தக் கொடுமைகளை களையத்தான் இந்திய அரசாங்கம் தங்களை உருவாக்கிய பெற்றோர்களை இறுதிவரை பாதுகாப்பது ஒவ்வொரு பிள்ளைகளின் கடமை எனச் சொல்லி புதிய சட்டத்தை உருவாக்கியது. பெற்றோர்கள் நினைத்தால் தங்களைத் தவிக்கவிடும் பிள்ளைகள் மீது காவல் நிலையங்களில் தெரிவிக்கலாம். அவர்களின்மீது நடவடிக்கை மேற்கொள்ளப்பட்டு தண்டனையும் கிடைக்கும். பிள்ளைகளை தண்டிக்கச் சொல்லி வழக்குத் தொடுக்கும் அளவுக்கு இன்னும் பெற்றோர்களின் மனது கல்லாக மாறவில்லை.

கடந்த முப்பதாண்டுகளுக்குப் பின்தான் இந்த மணமுறிவுகளும் முதியோர் இல்லங்களும் இந்த மண்ணில் உருவானது. இடப் பெயர்வினாலும் பொருள் தேடலினாலும், தன்னலத்தாலும் கூட்டுக் குடும்பங்கள் காணாமல் போய்விட்டன. ஆளாளுக்குத் தனித்தனியாக சம்பாதித்து கையில் பணத்தைப் பார்த்ததினால்தான் இந்தப் பற்றின்மை.

தன்னை உருவாக்கியவர்களைக் கைவிடக்கூடாது என ஒவ்வொரு பிள்ளைகளும் நினைத்தாலும் வாழ்வு அனைவருக்கும் வசதியாக வாய்த்து விடுவதில்லை. நகரத்து வாழ்வில் தொலைந்து போய்விட்ட கோடிக்கணக்கான பிள்ளைகளுக்கு அவர்கள் வாழ்வதற்கே இங்கு ஒரு அறைக்கு உத்திரவாதமில்லை. வீடு இருப்பவர்கள் வீட்டுக்குமேல் வீடு வாங்கி குவித்துக்கொண்டே போகிறார்கள். அப்பா, அம்மாவுக்கு ஒரு அறை தந்து அவர்களை மகிழ்ச்சியாக தங்களுடன் வைத்துக்கொள்ள நினைத்தாலும் பொருளாதாரம் இடம் தருவதில்லை. தங்கள் பிள்ளைகள் தங்களின் தாய் தகப்பன்களின் கைகளில்தான் வளர

வேண்டும், அதுதான் சிறந்த வாழ்வு என நினைத்தாலும் அது கனவாகவே பலருக்கு முடிந்துவிடுகிறது.

என் நெருங்கிய நண்பர் ஒருவர் கை தேர்ந்த மருத்துவர். கிராமத்தில் ஏழு பேரோடு பிறந்தவர். சுவரில் மாட்டியிருக்கும் தன் தாய் தந்தையரின் படத்தையும், தங்களின் மகன்கள் இருவரின் படத்தைக் கணினியில் பார்த்தபடியும் உட்கார்ந்திருக்கிறார். முதுமை அவரை முடக்கிவிட்டது. அமெரிக்காவில் ஒருவரும் லண்டனில் ஒருவரும் குழந்தைகளோடு வாழ்கிறார்கள். மாடிப்படி ஏறி இறங்க முடியவில்லை. தங்களை கவனித்துக்கொள்ளத் துணைக்கு ஆட்களும் இல்லை. ''தங்களால் இனி தமிழ்நாட்டில் வந்து வாழமுடியாது. இருப்பதிலேயே சிறந்த முதியோர் இல்லத்தில் சேர்த்துவிடுகிறோம். அவர்கள் சிறப்பாகக் கவனித்துக்கொள்வார்கள். நிம்மதியாக வாழலாம். பணத்தை நாங்கள் இருவருமே பகிர்ந்துகொள்கிறோம்'' என மகன்கள் சொல்லிவிட்டார்களாம். என் வீட்டுக்கும் அவர் வீட்டிற்கும் தொலைவு என்றாலும் அடிக்கடி அவரைச் சென்று பார்த்தும் தொலைபேசியில் பேசிக்கொண்டும் வருகிறேன்.

இன்று கட்டடக்கலை எனும் படிப்பை கரைத்துக் குடித்த பிள்ளைகள் இப்படிப்பட்ட முதியோர்கள் ஒரே இடத்தில் வாழும்படி முதியோர் இல்லங்களை அவரவர்களுக்கு சொந்தமாகவே கட்டித்தர தொடங்கி விட்டார்கள். அங்கே நீங்கள் கேட்கிற எல்லாமும் இருக்கும், நீங்கள் பெற்று வளர்த்த பிள்ளைகள் தவிர! கோயம்புத்தூர் மாவட்டத்தில்தான் இதுபோன்ற வீடுகள் அதிகமாகக் கட்டப்பட்டுக்கொண்டிருக்கின்றன. இறுதிச்சடங்குக்கு மட்டும் பிள்ளைகள் வந்தால் போதும். ஒருவேளை வராமல்போகிறவர்களுக்கு வீடியோவில் அவர்களே படமெடுத்து அனுப்பிவைப்பார்களாம்!

கூடிய விரைவில் அரசின் நிதிநிலை அறிக்கைகளில் அரசாங்கமே முதியோர் இல்லத்துக்கான நிதியை ஒதுக்கி அறிவிக்கப்போகும் நாட்கள் வரத்தான்போகிறது.

29

காலம் சொல்லும் கதைகள்!

காலையில் விழித்தெழுந்ததும் கண் திறந்து நான் பார்க்கும் இரண்டு முகங்கள் என் அப்பாவும் அம்மாவும்தான். முன்பின் அறிமுகமில்லாத சென்னையில் என்னைப் போட்டுவிட்டு, இருவரும் என்னைப் பார்த்தபடி சிரித்துக்கொண்டே சுவரில் தொங்கும் படத்தில் வாழ்ந்து கொண்டிருக் கிறார்கள். அம்மாவுக்கு விதம் விதமாக நான் எடுத்த நூற்றுக்கும் மேற்பட்ட படங்கள் இருக்கின்றன. அப்பாவுக்கு இருப்பது ஒரே படம்தான்.

50 திரைப்படங்களுக்கு மேல் பல லட்சம் அடிகள் யார் யாரையெல்லாமோ ஓடும் படமாகப் பிடித்துள்ளேன். அப்பா நடப்பது போன்றோ பேசுவது போன்றோ ஒரே ஒரு நொடிகூட என் பிள்ளைகளுக்குக் காண்பிக்க எதையும் நான் பதிவுசெய்து வைக்கவில்லை.

சினிமா கேமராவைத் தொடுவதற்கு முன் எனக்கும் கேமராவுக்கும் தொடர்பே இல்லை. அதுவரை நான் எடுத்துக்கொண்ட படங்கள் இரண்டே இரண்டுதான். ஒன்று, ஐந்தாம் வகுப்பு பயிலும்போது கடைசி

நாளில் மாணவர்களும் ஆசிரியர்களும் சேர்ந்து எடுத்துக்கொண்ட கூட்டத்தோடு கூட்டமாக நிற்கும் அந்தப் படமும் சென்னை கல்லூரியில் படிக்கிறபோது பேருந்தில் பயணிக்க அடையாள அட்டைக்காக எடுத்துக்கொண்ட மார்பளவுப் படமும்தான்.

வாழ்க்கையில் ஒரு மனிதனுக்கு ஒளிப் படங்கள் எவ்வளவு முக்கியம் என்பதை நெடுநாள் நான் உணரவில்லை. வாழ்வில் எனக்கு எல்லாமும் கிடைத்தபின்தான் இளம்பருவ நினைவுகளும், கடந்து வந்த உறவுகளும் கண்ணில் வந்து நின்றன. இளமைக் காலப் படங்கள் இல்லையே என நினைத்து அந்தப் படங்களைத் தேடி ஓடினேன். எங்கு தேடியும் கிடைக்கவில்லை. இரண்டு ரூபாய் கொடுத்து வாங்கிய ஐந்தாம் வகுப்பு படம் கண்ணாடி போட்டு சட்டகம் அமைக்காமல் கிராமத்து மரப் பெட்டிக்குள் அழுக்குத் துணிகளோடு அவ்வப்போது அந்தப் படம் கண்ணில் தென்படும். அப்போது அதைத் தயார் செய்து சுவரில் மாட்டி வைக்கவேண்டும் எனத் தோன்றவில்லை. 'அழகி' திரைப்படம் வெளிவந்தபின் நான் கிராமத்தில் உள்ள நண்பர்களைத் தேடிப் போனபோது விவசாயக் கூலியாக வாழ்வை நடத்தும் நண்பனின் வீட்டுச் சுவரில் கண்டு கொள்ளப்படாமல் ஒட்டடை படிந்து, துருப்பிடித்த நிலையில் இருந்ததை எடுத்துவந்து தொழில் நுட்ப அறிவையெல்லாம் சேர்த்து அந்தப் படத்துக்கு உயிர் கொடுத்தேன்.

கணக்கற்ற நம் மனிதர்களின் வாழ்வு கண்டுகொள்ளப்படாமலேயே போய்விடுகிறது. வாழும்போது ஒளிப்படமாகவோ காணொலி யாகவோ எடுத்து வைத்துக்கொள்ள வேண்டுமென பெரும் பாலானோருக்கு இப்போதுகூடத் தோன்றவில்லை. நம் முன்னோர் களில் பலருக்கு எந்தப் படப் பதிவுகளும் இல்லை. அவ்வாறு இருந்தாலும் இறந்தபின் எடுத்த படங்களே இருக்கின்றன.

கிராமங்களில் நூற்றில் 90 பேர் கணவன், மனைவியோடு இருக்கும் படியான ஒரு திருமணப் படம்கூட இல்லாமல் இருக்கிறார்கள். குடும்பத்துடன் ஒரு படத்தைப் பிடித்து வைத்துக்கொள்ளவேண்டுமே என்றுகூடத் தோன்றவில்லை. ஆனால், கிராமங்களில் வசதிபடைத்த சிலரின் வீடுகளில் இருக்கும் படங்களைப் பார்க்க எங்களுக்குப் பொறாமையாக இருக்கும். அதிலும் அண்ணாவுடனோ எம்.ஜி. ஆருடனோ தோளில் கைபோட்டபடி இருக்கும் படங்களைப் பார்க்கும் போது கேட்கவே வேண்டாம். எம்.ஜி.ஆரின் தோளில் யாராவது கைபோட்டுப் படமெடுத்துவிட முடியுமா? எங்கள் ஊரில் இருவர் வீட்டில் மட்டும் அதுபோன்ற உருவ அட்டையுடன் எடுத்துக் கொண்டப் படங்கள் இருந்தன. அதனைப் பார்ப்பதற்காகவே அந்த

வீடுகளில் யாருமில்லாத நேரமாகப் பார்த்து நண்பர்களுடன் சென்று அதைக் கண்டு மகிழ்வோம்.

அந்தக் காலங்கள்தான் அப்படி. இப்போது எல்லோருடைய கையிலும் கேமரா. எல்லோருமே படம் பிடிப்பவர்கள். கண்களில் படுவதை எல்லாம் படம்பிடித்துக்கொண்டே இருக்கிறார்கள். அந்தப் படங் களெல்லாம் அப்போதைக்கு மற்றவர்களிடத்தில் காண்பிப்பதற்காக மட்டுமே. சில நாட்களோ, சில மாதங்களோதான் அதற்கு உயிர். என்றைக்கும் பாதுகாத்து வைக்கும் படங்கள் எது என்பது இன்றுகூடப் பலருக்கும் புரியாமலே இருக்கிறது.

நண்பர்கள் வீடுகளுக்கோ கிராமங்களுக்கோ செல்லும்போதெல்லாம் இந்தப் படம் இவர்களுக்கு முக்கியமாகப் பின்னாளில் தேவைப்படும் என எண்ணி, என் கைகளாலேயே ஒரு படத்தை எடுத்துக் கொடுப்பேன். கேமரா வசதி இல்லாதவர்களுக்கு அவ்வாறு பதிவு செய்யப்பட்ட பல படங்களைப் பலருக்கு கொடுத்திருக்கிறேன். குறிப்பாக வீட்டில் உள்ள பெரியவர்கள், முதியவர்களின் படங்கள்தான் அவை.

என் சிந்தனைகளை வளர்த்தெடுத்த, நான் பெரிதும் மதிக்கிற 'அப்பா' என்றே நான் ஆசைதீர அழைக்கிற, 93 வயது கடந்த அசல் எழுத்தாளர் கி.ராஜநாராயணன் அவர்களைப் பார்க்க புதுச்சேரிக்குச் சென்றிருந்தேன். இந்த வயதில் அவர் ஆசைப்பட்டு மீசை வைத்துக் கொண்டதைப் பார்த்ததும் அவரைப் படம் பிடிக்காமல் என்னால் இருக்க முடிய வில்லை. கைப்பேசியில் பிடித்த படத்தைக் காண்பித்தபோது, தனக்கும் ஒரு படம் உடனே வேண்டும் போட்டுக் கொடு எனக் கேட்டார்.

அத்துடன், அவர் என்ன நினைத்தாரோ 23 ஆண்டுகளுக்கு முன் எனது 'வெள்ளை மாடு' சிறுகதைத் தொகுப்பை வெளியிட்டபோது ஜெயகாந்தனுடனும் என்னுடனும் அவர் சேர்ந்து எடுத்துக்கொண்ட படத்தைக் கொடுங்கள் எனக் கேட்டார். அப்படி ஒரு படம் என்னிடம் இருப்பது நினைவுக்கு வந்தபோது மகிழ்ச்சியாக இருந்தது. அன்றைக்கு அவரைப் பார்த்துவிட்டு வந்த சில மணி நேரத்துக் குள்ளாகவே ஜெயகாந்தன் இறந்துபோன செய்தியை நண்பர் குறுஞ் செய்தியாக அனுப்பியிருந்தார்.

நான் நேசிக்கிற எனக்கு நெருக்கமானவர்கள் இறந்துவிட்டால் அவர்களைச் சென்றுப் பார்க்கிற மனநிலை எனக்கு இல்லாமல் போய் விடுகிறது. கி.ராஜநாராயணன் இலக்கியச் சிந்தனைகளையும், கிராமத்து மனிதர்கள் பற்றியும் எனக்குள் வளர்த்தெடுத்ததுபோல் ஜெயகாந்தன் எனக்கு சிந்திக்கும் பார்வையை உருவாக்கிக் கொடுத்தார். அவர் எந்த எழுத்தாளருக்கும் முன்னுரை எழுதித் தருவதில்லை. எனக்கு மட்டுமே

'ஒன்பது ரூபாய் நோட்டு' நாவலுக்கு முன்னுரை அளித்தார் என பிறர் சொல்லும்போது சிலிர்ப்பாகவே இருந்தது.

ஜெயகாந்தன், கி.ராஜநாராயணன் போன்ற சமூகத்தின் ஆதாரமான அரிய படைப்பாளிகளைப் பேசவிட்டு படம் எடுத்து வைத்துக் கொண்டே இருந்திருக்கவேண்டுமென இப்போது நினைக்கிறேன். ஜெயகாந்தனின் அசையாத படங்கள் மட்டுமே எங்கும் உலவுகின்றன. அவரின் பேச்சுக்கள்தான் இந்தத் தலைமுறைக்கு உடனடித் தேவை.

அண்மையில் நிகழ்ந்த என் அம்மாவின் இறப்புக்குப் பின் உலகத்தி லிருந்தே நான் தனிமைப்பட்டுவிட்டதாக உணர்கிறேன். அம்மாவை நான் படமெடுக்கும் போதெல்லாம் ''ஒனக்கு வேற வேலையே இல்லையாடா. இத எடுத்து என்னா செய்யப் போற? இம்மாம் படம் எடுக்குறியே ஒண்ணே ஒண்ண எங்கண்ணுலக் காட்டியிருப்பியா?' எனக் கேட்பார்.

இறுதிச்சடங்கின் நான்கு நாட்களுக்கு முன் அம்மா அப்படிப் பேசியது நினைவில் வந்தது. அப்பாவைத்தான் ஒரே ஒரு படம் எடுத்தோம். அம்மாவை நிறைய எடுத்தோமே என பழையதையெல்லாம் கிளறித் தேடிப் பார்த்தேன். அதன்பின் அம்மா இப்போது நான் நினைக்கும் போதெல்லாம் என்னுடன் பேசிக்கொண்டிருக்கிறார். அம்மாவின் சிரிப்பு, கோபம், அழுகை, கேலிப் பேச்சு, பெருமை, தவிப்பு, ஏக்கம், நடை, உறக்கம் என எல்லாமும் காணொலியாக ஓடிக்கொண்டி ருக்கிறது. சில மணி நேரங்களில் உருவான அந்த 9 நிமிடப் படம் இன்று அம்மா பற்றிய ஆவணப்படமாக மாறியிருக்கிறது.

அம்மா இறந்த பதினாறாம் நாள் இறுதிச்சடங்கின்போது பெரிய திரை அமைத்து பந்தலில் தொடர்ந்து ஓடவிட்டிருந்தேன். யாருக்கும் அங்கிருந்து போக மனமில்லை. அதனைக் காணும் சாதாரண எளிய மனிதர்கள் மட்டுமல்ல; சமூகத்தின் உயர்ந்த நிலையில் இருக்கிற என் நண்பர்கள் அனைவருமே உறைந்துபோய் கலங்கிவிட்டார்கள். இன்று எனக்கு எல்லாமும் இருக்கிறது. எதையெதையோ சாதித்துவிட்டதாக நினைத்தேன். எல்லாமும் பொய் என்று இந்தப் படம் என்னை உணரவைத்திருக்கிறது. என் தலைமுறைகள், எனக்குப் பின் வருபவர்கள் எல்லாவற்றையும் அனுபவிக்கப் போகிறார்கள். ஆனால், அதற்கெல்லாம் மூலக் காரணமாக இருந்த தன் தாய், தந்தையை இவ்வாறு அவர்களுக்கு நான் காண்பிக்காமல் போய்விட்டேனே எனப் புலம்புகிறார்கள். தயவு செய்து இந்தப் படத்தை அனைவரும் பார்க்கும்படி செய்யுங்கள். எனக்கு உறைத்த மாதிரி அனைவருக்கும் உறைக்கட்டும் எனச் சொல்கிறார்கள். அதற்குக் காரணம் அந்தப் படத்தில் என் அம்மா இல்லை, எல்லாருடைய அம்மாக்களும்

இருக்கிறார்கள். அதனாலேயே அந்தப் படத்துக்கு ‘என் அம்மா’ என பெயர் வைத்திருக்கிறேன். நமக்குத் தொடர்பே இல்லாத மற்றவர் களின் படங்களையே 24 மணி நேரமும் திரைப்படமாகவும், நாடகத் தொடர்களாகவும் பார்த்துகொண்டிருக்கும் நாம், நம் கையிலிருக்கின்ற கைபேசியில் எதையெல்லாமோ எடுத்துவைக்கிறோம். இப்படிப் பட்ட எதிர்காலத் தலைமுறைகளுக்காக நம் முன்னோர்களை ஆவணப் படுத்த நினைக்காமலிருக்கிறோம்.

30

புத்தரின் தலைமுறை!

நாளுக்கு நாள் புதிய முகங்கள், புதுப் புதுக் கட்டிடங்கள், புதிய புதிய சாலைகள், புதிய புதிய வாகன ஊர்திகள். ஒரு நொடி கவனம் சிதைந்தாலும் மனிதர்கள் மீதோ, ஏதாவது ஒரு வாகனத்தின் மீதோதான் மோத வேண்டும். நாம் முன்னேறிக் கொண்டிருக் கிறோம்!!

ஒவ்வொரு நொடியும் நம் நாட்டில் பிறக்கும் குழந்தைகளைத்தான் கணக்கெடுக்கிறார் களே தவிர ஒவ்வொரு நொடியும் பிறந்த மண்ணை, உறவுகளை, உடமைகளை விட்டு இடம்பெயரும் மக்களைப் பற்றிய கணக்குகள் தேவையில்லை என நினைக் கிறார்கள். 'எதற்காகப் பிறந்து வளர்ந்த மண்ணை விட்டுப் பரதேசியாய் போகிறீர்கள்?' என அம்மக்களைக் கேட்க இங்கு ஆள்பவர் களுக்கு நேரமில்லை. விண்வெளிக் கலங்கள் தான் இந்நாட்டை வல்லரசாக்கும் என ஆட்சி செய்ய வருகிற அனைவருமே முடிவு செய்து விட்டார்கள்.

ஒவ்வொரு வாரமும் ஒரு நாளாகவும், ஒவ்வொரு மாதமும் ஒரு வாரமாகவும்,

ஒவ்வோர் ஆண்டும் ஒரு மாதமாகவும் கழிவதுபோலவே காலங்கள் ஓடிக்கொண்டே இருக்கின்றன. நின்றுபேச யாருக்கும் நேரமில்லை. பிறக்கும் ஒவ்வொரு மனிதனுக்குமான தேவைகள் அதிகரித்துக் கொண்டேயிருக்கின்றன. அதை நிறைவேற்றும் செயல்களோ ஆட்சியாளர்களால் காலம் கடந்தே சிந்திக்கப்படுகின்றன. உறக்கத்தில் மூன்றில் ஒரு பங்கும் பயணத்தில் ஒரு பங்கும் தீர்ந்துபோகும்போது மற்றவற்றுக்கு நேரமில்லாமல் போய்விடுகிறது. அதிலும், எதற்காக இவ்வளவு நேரத்தைப் பயணத்தில் செலவழித்துக் கொண்டிருக் கிறோம் என சிந்திக்கக்கூட முடியாமல் வாழப் பழகிவிட்டோம்.

மனிதர்கள் நடந்து போகவே இங்கு சாலைகள் இல்லாதபோது வாகனங்களை உற்பத்தி செய்யும் தொழிற்சாலைகளை வரவேற் பதற்காகவே ஆட்சியாளர்கள் காத்துக் கொண்டிருக்கிறார்கள். உள்நாட்டில் உள்ள வாகனங்கள் போதாது என்று, வெளிநாட்டு நிறுவனங்களை அழைத்துவந்து அவர்களை வாழவைப்பதையே கொள்கையாகக் கொண்டுவிட்டார்கள். வாகனக் கடன் கொடுக்கக் கூவிக் கூவி அழைத்துக் கொண்டிருக்கிறார்கள். ஆனால், உயிர் வாழத் தேவையான உணவை உற்பத்தி செய்து தரும் உழவன் மாடுகளை வாங்கக் கடன் கேட்டால் அடித்துத் துரத்துகிறார்கள்.

எல்லாருமே ஏதோ ஒரு வேலைக்காகவே வாகனங்களில் அலைந்து கொண்டிருக்கிறார்கள். இன்று எவ்வளவோ தொழில்நுட்ப வசதிகள் இருந்தும்கூட கர்நாடக, ஆந்திர மாநில எல்லையை ஒட்டிக் கொண்டிருக்கிற சென்னை மாநகரத்தில் தலைமைச்செயலக கட்டடம் இருக்கிறது என்பதற்காகவும், அது தங்கள் வீட்டுக்குப் பக்கத்திலேயே இருக்கிறது என்பதற்காகவும் அனைத்து முதல்வர்களும் இருந்தபடியே ஆட்சி செய்துகொண்டுவருகிறார்கள். மக்களின் நேரத்தையும் அலைச் சலையும் கணக்கில் கொண்டு பல போராட்டங்களுக்கும் எதிர்ப்பு களுக்கும் இடையில்தான் முன்னாள் நீதியரசர் சந்துரு மதுரை மாநகரில் ஒரு உயர்நீதிமன்றக் கிளையை நிறுவ வழிவகுத்தார். அதேபோல் தலைமைச்செயலகத்துக்கும் ஒரு கிளையை அமைக்கலாம் என இன்னும் யாருக்கும் தோன்றவில்லை.

ஏதோ ஒரு காரணத்துக்காக அரசு அலுவலகங்களைத் தேடியே தமிழ கத்தின் கடைக்கோடியிலுள்ள மக்களெல்லாம் வாழ்வின் பொன்னான நேரங்களைப் பயணங்களிலேயே கழித்துக் கொண்டிருக்கிறார்கள். அவர்கள் தேடி வருவதெல்லாம் ஏதோ ஒரு சான்றிதழைப் பெறுவதற் காக மட்டுமே. கணினித் தொழில்நுட்பத்தைக் கையாண்டால் அந்த சான்றிதழ்களை 24 மணி நேரமும் இயங்கும் பணமெடுக்க உதவும் இயந்திரங்கள் போன்றவற்றைக்கொண்டே வழங்கிவிடலாம்.

அல்லது அந்தந்த ஊர்களில் உள்ள அரசு அலுவலகங்கள் எதுவாக இருந்தாலும் அங்கேயே வாங்கிக் கொள்ளலாம். இதையெல்லாம் மற்ற நாடுகள் போல் சிந்தித்து செயல்படுத்தி மக்களை அலைக்கழிக்காமல் அலையவிடாமல் இருக்க யாருக்கும் இங்கே நேரமில்லை. படிக்கிற எல்லாரையுமே கணினி பொறியாளராக மாற்றி 500 கல்லூரிகளைக் கட்டி வைத்துக்கொண்டு, இன்னும் வரிப்பணத்தில் 60 விழுக்காடு களை அரசு ஊழியர்கள் சம்பளத்துக்கே ஒதுக்கி நிதிநிலை அறிக்கை தயார்செய்து கொண்டிருக்கிறார்கள்.

இன்றைக்கு வாய்த்திருக்கிற தொழில்நுட்பத்தில், நேரில் வந்தால்தான் செய்யமுடியும் என கணக்கிடக்கூடிய பணிகள் மிகச்சுருங்கிவிட்டன. தங்கள் வேலை பறிபோய்விடும், நேரில் வந்தால்தான் ஏதாவது காரணங்களைச் சொல்லி அலையவிட்டு பணத்தைக் கறக்க முடியும், அப்போதுதான் தன் பதவி அதிகாரத்தை மக்களிடம் காட்டி வெறியைத் தீர்த்துக்கொள்ள முடியும் என அதிகாரத்தில் உள்ளவர்கள் நினைக் கிறார்கள். எல்லாவற்றையும் கணினிமயமாக்கி இதற்கெல்லாம் விடிவுகண்டு மக்களை இன்னலில் இருந்து விடுவிக்கக் கூடியவர்கள் தான் இன்றைக்குத் தேவை.

ஆனால், இது குறித்த அக்கறையும் கவலையும் மக்களுக்குக்கூட இருப்பதாகத் தெரியவில்லை. எல்லாருமே புத்தத் துறவிகள்போலவே பொறுமையின் எல்லையில் நகைச்சுவைக்காட்சிகளையும், ஆடல் பாடல்களையும் பார்த்துக்கொண்டு பொழுதைக் கழிக்கிறார்கள். ஐந்து நாடக நெடுந்தொடர்கள் முடிவதற்குள் அவர்களின் மொத்த வாழ்நாளும் முடிந்துபோகிறது.

ஒரு வாகனத்தை நிறுத்துவதற்கே இடமில்லாத வீடுகளில்கூட இரண்டு மூன்று என வாங்கிக்கொண்டே இருக்கிறார்கள். நிறுத்தி வைப்பதற்கே இடமில்லாத சாலைகளில் அது ஓட எங்கே இடமிருக்கும். வணிகத்தை விரிவுபடுத்துவதற்காக சாலைகளைக் கையகப்படுத்திவிட்ட வணிகர்கள் வாகனத்தை ஓட்டுவதற்கும், நடப்பதற்கும், மிதிவண்டியில் செல்வதற்கும் வழியில்லாமல் வாகனங்களை நிறுத்தி இடையூறாக இருக்கிறார்கள். 60 அடி சாலைகளெல்லாம் 20 அடி சாலைகளாக மாறிப்போய்விட்டன. ஆனால், இதையெல்லாம் யாரும் கண்டு கொள்ளாமல் கண்ணில்லாதவர்கள்போலவே வாழப்பழகி விட்டோம்.

ஆட்சித் தலைமைக்கு ஆலோசனைகளைத் தந்து மக்களுக்கு வழிகாட்டும் அதிகாரிகளோ தங்களுக்குச் சேர வேண்டியதைப் பெற்றுக்கொண்டு ஆளுக்கொரு வாகனத்தில் சுகமாகச் சென்று கொண்டிருக்கிறார்கள். கோயம்பேடு அரசுக் குடியிருப்பில்தான் ஆட்சி

நிர்வாகத்தைக் கவனிக்கக்கூடிய முதன்மையான அதிகாரிகளெல்லாம் வாழ்கிறார்கள். அவர்கள் பணிக்குச் செல்வதெல்லாம் நகரிலுள்ள சில அலுவலகங்களுக்கு மட்டும்தான். தனித்தனியாக ஒவ்வொருவரும் 300 வாகனங்களில் செல்வதற்குப் பதிலாக குளிரூட்டப்பட்ட சிறியவகை பேருந்துகளில் பயணித்தாலே வாகனங்களில் எண்ணிக்கை 10 விழுக் காடுகளுக்குள் குறைந்துவிடும். இதில் பாதிக்கு மேல் ஒரே இடத்தில் தலைமை நிலையத்தில் பணிபுரிபவர்கள். ஒன்றாகச் சேர்ந்து பயணிக்கும்போது ஒருவருக்கொருவர் கருத்துப் பரிமாறிக் கொள்ளலாம். இவர்களுக்குள்ளாகவே நடைபெறும் பணிகள் துரித மாகவும் நடைபெறும். பக்கத்துப் பக்கத்து அறைகளில் அமர்ந்து கொண்டு காகிதத்தின் மூலம் பேசி, பணி முடியும் காலம் வீணாவதை மிச்சப்படுத்தலாம்.

புதிதாக வாகனங்களை வாங்குபவர்கள் அயல் நாடுகளில் உள்ளது போல் அதற்கான தேவையையும், காரணத்தையும் குறிப்பிட வேண்டும். வாகனங்களை வாங்குவதற்கான விதிமுறைகளையும், கட்டணத்தையும் உயர்த்த வேண்டும். பணம் இருக்கிறது என்பதற்காக விதவிதமான வாகனங்களை வாங்கிக்கொண்டே இருக்கக்கூடாது. அங்கே நான்கு வழி ஆறு வழிச் சாலைகள் இருப்பதாலும், மக்களின் எண்ணிக்கை குறைவாக இருப்பதாலும் ஒவ்வொருவரும் தனித்தனி வாகனங்களில் பயணித்தால் சிக்கலில்லை. நம் நிலை அப்படியா இருக்கிறது?

மக்கள் விதிகளை மீறாத அளவுக்கு அங்கே பேருந்து, தொடர்வண்டி போன்ற பொது போக்குவரத்து வாகனங்கள் விரிவாக்கப்பட்டு தேவை யான அளவுக்கு வசதிகள் செய்து தரப்படுகின்றன. தேவையில்லாமல் எரிக்கப்படும் எரிபொருள் மிச்சப்படுத்தப்பட்டு கணக்கற்ற கோடி கோடியான பணம் வீணாகாமல் சுற்றுச்சூழல் கெட்டு நஞ்சுக்காற்றை உட்கொள்வதும் தவிர்க்கப்படுகிறது. பதவியில் உள்ளவர்களும் அதிகாரிகளும்கூட மக்களோடு மக்களாகப் பயணித்தே தங்களின் கடமைகளைச் செய்கிறார்கள்.

ஒவ்வொரு சாலை நிறுத்தத்திலும் கண்காணிக்கும் கேமராக்கள் பொருத்திவிட்டால் விதி மீறப்படுபவர்கள் தண்டம் செலுத்தப்பட்டு சாலைப் போக்குவரத்தும் சீராகும். அரசுக்கும் வருமானம் பெருகும். இந்தக் காலத்தில்கூட போக்குவரத்துக் காவலர்கள் எனும் பேரில் அங்கங்கு நடக்கும் வசூல் கொள்ளையில் இருந்து மக்களும் தப்பலாம்.

முன்னே போகும் ஏர் எவ்வாறு போகிறதோ அதேபோல்தானே பின் ஏர்களும் போகும். மக்களை வழிகாட்டுபவர்களும், சீர்திருத்து பவர்களும் கோணலாகப் போகும்போது மக்களும் அதையே பின்தொடர்ந்து சிக்குண்டு தவிக்கிறார்கள்.

31

மக்களாட்சியின் மகத்துவம்!

தமிழர்களுக்கு சிக்கல்கள் புதிதில்லை. கடந்த காலங்களில் நடந்து முடிந்த ஈழ மக்களின் படுகொலைகளுக்குப்பின் எத்தனை தமிழர்கள் கொல்லப்பட்டாலும் அதனைக் காணப் பழகிவிட்டார்கள். எப்போதுமே எல்லாவற்றிலுமே உயிரை இழப்பவர்கள் எதுவுமறியாத அப்பாவி மக்களாகவே இருக்கிறார்கள். அதிகாரப்பசியும், பணப்பசியும், இனவெறிப்பசியும்தான் இவ்வாறான அப்பாவி மக்களின் உயிரை சூறையாடிக்கொண்டேயிருக்கின்றன.

ஈழத்துப் போரிலிருந்து உயிரைக் காப்பாற்றிக் கொள்ள முடிவெடுத்தவர்கள் அதிகளாக வெளியேறினார்கள். எதிர்த்துப் போரிட்ட வர்களும், வெளியேற விரும்பாத, வசதியற்ற மக்களும் அரசியல் ஆதிக்கர்களின் சூழ்ச்சியினால் படுகொலை செய்து குவிக்கப் பட்டார்கள். போரில் எத்தனை தமிழர்கள் கொல்லப்பட்டார்கள் என்பதைத் துல்லிய மாகக் கணிக்க முடியாமல் போனாலும் ஒன்றரை லட்சம் பேருக்கு மேல்தான் என்பதை எல்லோராலும் சொல்ல முடிந்தது.

இலங்கை அரசே அந்நாட்டு மக்களை திட்டம் வகுத்துக் கொன்றது. தமிழகத்தில் இதுவரை நடந்த நெடியதும், வரலாற்றில் என்றும் மறக்க முடியாத, மறைக்க முடியாத போராட்டமும் ஈழ ஆதரவுப்போராட்டம் தான். இந்தப் படுகொலைகளை நிகழ்த்தியதற்காக இலங்கை அரசின் மீது ஆவேசப்பட்டோம், தமிழ்நாட்டிலிருந்து 19 போராளிகளைப் பலி கொடுத்தோம்.

அண்மையில் ஆந்திராவில் கொல்லப்பட்ட இருபது தமிழர்களின் உடல்களும் மீண்டும் தமிழகத்தில் அதேபோன்ற அதிர்வை ஏற்படுத்தியது. கூலிக்காகச் சென்ற தமிழர்கள் குற்றுயிரும் கொலை உயிருமாக கொல்லப்பட்டு சிதைக்கப்பட்டதை முன்வைத்து தமிழகத்தில் போராட்டங்கள் வெடித்தன. அரசியல் கட்சிகளும், தமிழர் இயக்கங்களும் ஒன்று சேர்ந்தன. இதற்கான நியாயத்தைப் பெற்று உரியவர்களுக்குத் தண்டனை பெற்றுத்தர சாட்சியங்களை முன்வைத்து வழக்கினை உச்சநீதிமன்றம்வரை கொண்டு சென்றிருக் கின்றன. நியாயம் கேட்டு நாடாளுமன்றத்தில் நமது உறுப்பினர்கள் குரலை எழுப்பினார்கள். உண்மை கண்டறியப்பட்டு உரியவர்கள் தண்டிக்கப்படுவார்கள் என்கிற நம்பிக்கை இருக்கிறது.

பிறந்து நாற்பதே நாளான பச்சிளம் குழந்தையோடு நடுத்தெருவில் நிறுத்தப்பட்டு குடும்பத் தலைவர்களை இழந்து பாதிக்கப்பட்டமக்கள் நீதிமன்றங்கள் நோக்கி அலைந்து கொண்டிருக்கும் காட்சியினை யாராலுமே சகித்துக்கொள்ள முடியவில்லை. அதேபோல், அண்மைக் காலமாக எதுவுமறியாத அப்பாவித் தமிழர்கள் தமிழகத்திலேயே குடும்பம் குடும்பமாக நாள்தோறும் பலியாகிக் கொண்டிருப்பதை உணர்ந்திருக்கிறோமா? சொந்த மக்களை இலங்கை அரசு கொன்றழித்ததுபோல் தமிழ்நாட்டில் தமிழக மக்களையே மது எனும் அரக்கன் செய்யும் கொலைகளைப் பற்றிக் கணக்கில் கொள்ளப் படுகிறதா?

குடும்பத்தைக் கால் வயிற்றுக்கஞ்சியோடு தவிக்கவிட்டு, குழந்தை களின் எதிர்காலத்தைக் கணக்கில் கொள்ளாமல், தானும் வேலைக்குப் போகாமல் அவர்கள் கூலி வேலை செய்து சம்பாதித்து வரும் பணத்தைப் பிடுங்கி வந்து அதிகாலையிலிருந்தே மதுக்கடை முன் காத்துக் கிடந்து அரசாங்கத்திடமே கொடுக்கும் கொடுமைகள் யார் மனதையும் அசைக்காதது ஏனென்றுதான் புரியவில்லை.

நாள் முழுக்க எதைப்பற்றியும் சிந்திக்காமல் தெரு நாய்கள்போல மதுக்கடைகளையே சுற்றிச்சுற்றி வந்து அனைத்து உறுப்புகளும் செயலிழந்து, குடும்பத் தலைவனாக இருந்து மனைவியையும், பெற்ற மக்களையும் காப்பாற்ற வேண்டியவன் ஒவ்வொரு ஊரிலும்

மடிந்துகொண்டிருக்கிறான். மண்ணுக்குள் போய்க்கொண்டிருப் பவனின் எண்ணிக்கைகள் இந்தக் கொலைப்பட்டியலில் சேருவதில்லை. இவர்களெல்லாம் மதுவினால் மட்டுமே இறந்தார்கள் என ஒரு நாளும் மருத்துவர்கள் ஆய்வறிக்கைச் செய்து அறிவிக்க மாட்டார்கள். அதுவரை அவையெல்லாம் இயற்கை மரணங்கள்தான்.

தொடர்ந்து ஆண்டு வந்த அரசாங்கங்களால் குடிநோயாளிகளாக ஆக்கப்பட்டு இன்று விதவைக்கோலத்தில் கைப்பிள்ளைகளோடு தெருவில் திரியும் குடும்பங்களின் எண்ணிக்கைபற்றிய கணக்குகளை யாராவது சொல்லமுடியுமா? குடும்பத் தலைவனை இழந்து பொருளா தாரத்தை இழந்து, குடும்ப பாதுகாப்பினை இழந்து, ஒட்டுமொத்தக் குடும்பத்தின் வாழ்க்கையே கேள்விக்குள்ளாக்கப்பட்டு அரசாங் கத்திடமே எல்லாவற்றுக்கும் கையேந்துகிற அவலம் ஒவ்வொரு நொடியும் பெருகிக்கொண்டிருப்பதை யாருமே உணரவில்லையா?

இந்த மதுவெனும் அரக்கனால் உயிர் மட்டுமா பலியாகிறது. இத்தனை ஆயிரம் கொலைகள், இத்தனை ஆயிரம் கொள்ளைகள், இத்தனை ஆயிரம் விபத்துக்கள் என பட்டியலிடுகிறோம். எல்லாவற்றுக்குமான ஊற்றுக்கண் இந்த மது அரக்கன்தான் என்பதை எப்போது அனைவரும் ஏற்றுக்கொள்ளப்போகிறோம். குடிநோயாளியான கணவனைத் திருத்த முடியாமல் குடும்பத்தோடு தற்கொலை செய்துகொள்ளும் கொடுமையும், பெற்றவனே தன் மகள் மீது நிகழ்த்தும் வன்புணர்ச்சிக் கொடுமையும் தமிழ்நாட்டைத்தவிர இந்தியாவில் வேறெங்காவது நிகழ்கிறதா?

படிப்படியாக நோயாளியாக்கப்பட்டு மரணத்தைத் தழுவும் மக்களின் எண்ணிக்கையைக் கணக்கெடுத்தால் எத்தனையோ ஆயிரங்களைத் தாண்டும். நாளொன்றுக்கு பல ஆயிரம் என்றால் மாதத்துக்கு எத்தனை லட்சங்கள்? ஆண்டுக்கு இரண்டாயிரம் கோடி மது விற்பனையாக இருந்தபோது குடிக்கத் தொடங்கியவர்கள்தான் இப்போது சாகத் தொடங்கியிருக்கிறார்கள். அதன்பின் இப்போது அது பத்து மடங்குகளுக்குமேல் உயர்ந்திருக்கிறது. ஆறு ஆண்டுகள் இந்த மதுவைக் குடித்தால் அத்தனையும் அடங்கி நடைபிணமாக மனிதன் ஆகிவிடுவான் என இதுபற்றி ஆய்வு செய்தவர்களும் மருத்துவர்களும் சொல்கிறார்கள்.

அப்படியானால் இன்னும் ஆறேழு ஆண்டுகளுக்குப்பின் தமிழ்நாட்டில் மதுவினால் ஏற்படும் மனித உயிர்ப்பலிகளின் எண்ணிக்கை இப்போது இருப்பதைவிட பத்து மடங்குக்குமேல் இருக்கும். ஒட்டுமொத்தமாக ஈழப்போரில் கொல்லப்பட்ட மக்களின் எண்ணிக்கையை தமிழகம் அரைமாதத்திலேயே தொட்டுவிடுகிறது! வருங்காலங்களில் யாரையும்

புதைப்பதற்குக்கூட இடமிருக்காது. அவர்களை அடக்கம் செய்வதற் காகவே புதிதாக ஒரு துறையைத் தொடங்க நேரிடலாம்!

ராஜபக்சே புதுடில்லிக்கு வருவதற்கே நரம்புகளை முருக்கேற்றி கொக்கரித்தவர்கள் தமிழ்நாட்டிலுள்ள தமிழர்களுக்கு ஏற்படும் நிலையைக்கண்டு என்ன செய்து கெண்டிருக்கிறார்கள்? இனி என்ன செய்யப்போகிறார்களா?

இப்படியெல்லாம் ஒரு நாள் நடக்கும் எனத் தெரிந்துதான் எனக்கிருந்த உரிமையினாலும், ஒரு தமிழ்க்குடிமகன் என்பதாலும் முன்னாள் முதலமைச்சரிடம் 'மதுவிலக்குச் சட்டத்தைக் கொண்டுவந்து இம்மக்களைக் காப்பாற்றுங்கள். நீங்கள் இதை ஒன்றைச் செய்தாலே போதும், பேருதவியாக இருக்கும்' என கெஞ்சினேன். 'எல்லை மாநிலங்களுக்கும், புதுச்சேரிக்கும் குடிக்கப் போய்விடுவார்கள். மக்களின் பணமெல்லாம் அண்டை மாநிலங்களுக்குப் போய்விடும். கள்ளச் சாராயம் பெருக்கெடுத்து அப்பாவி மக்கள் அதைக்குடித்து இறந்து போவார்கள்' என்று காரணம் சொல்லி அவர் சமாளித்தார்.

இன்றைக்குக் கள்ளச்சாராயத்தை மக்கள் குடிக்கவில்லை. நண்பர்கள், உறவினர்கள், ஊர்க்காரர்கள் இறக்கின்ற செய்தி வந்துகொண்டே இருக்கிறது. அதற்காக மட்டுமே அதிகமாக நான் என் ஊருக்குப் போகிறேன். அரசு விற்கும் மதுவினால் ஏற்படும் பலிகளின் எண்ணிக்கை கணக்கில்லாமல் போய்க்கொண்டிருக்கிறது. இன்னும் சில காலங்களில் கடைகளின் எண்ணிக்கையில் என் சிறிய ஊர் புதுச்சேரியையே தாண்டிவிடக்கூடும்.

உடலுக்கு நன்மைதரும் கள்ளுக்கடைகள் அனுமதிக்கப்படுவதையே மது எனச்சொல்லி காந்தியடிகள் எதிர்த்தார். அவருக்கு ஆதரவாக பெரியார் தன் மனைவி நாகம்மையையே போராட்டத்துக்கு தலைமை தாங்கச் செய்து தன் தோட்டத்திலிருந்த ஐநூறு தென்னை மரங்களையும் வெட்டி சாய்த்தார். மக்களே தங்களை ஆளவேண்டியவர்களை தேர்ந்தெடுத்துக்கொள்வதுதான் மக்களாட்சி. மக்களுக்காகத்தான் அரசாங்கம் உருவாக்கப்படுகிறது. மக்களுக்கு பாதிப்பு என்பதை உணரும்போது அதற்கான நடவடிக்கைகளை மேற்கொள்ள வேண்டியதுதான் அரசின் கடமை. அதை உணர்ந்து பக்கத்து மாநில கேரள அரசு படிப்படியாக மதுக்கடைகளை அகற்றி மக்களை காக்கும் பணியைத் தொடங்கி செயல்படுத்திவிட்டது. அதேபோல் தமிழகத்திலும் உடனே நடைமுறைப்படுத்தவேண்டும்.

இருபது தமிழர்கள் ஆந்திர அரசின் வனத்துறையால் கொல்லப் பட்டதற்காக நாடாளுமன்றத்தில் தமிழக ஆளும் கட்சி நீதி கேட்கிறது.

மது அழிவின் பலிக்காக மக்கள் யாரிடம் நீதி கேட்கப்போகிறார்கள்? குடிமகன் எனும் சொல் இன்றைக்கு தமிழ் அகராதியில் கேலியாக் கப்பட்டிருக்கிறது. மக்களுக்காக செயல்படவேண்டிய சட்டமன்றம் இதுபோன்ற செயல்களுக்காக முடங்கிப்போகிறது. மக்களும் தேர்தலை மட்டுமே எதிர்பார்த்துக்கொண்டு முடங்கித்தான் போயிருக்கிறார்கள். பாவம், அவர்களிடம் இருப்பதெல்லாம் இந்த ஒரே ஒரு வாக்குச்சீட்டு மட்டும்தான். வாழ்க மக்களாட்சி!

32

அவமானச் சின்னங்கள்!

எழுத்தால் எழுதி இதனைப் புரியவைத்து விட முடியும் என எனக்குத் தோன்றவில்லை. புரிந்தாலும் எதுவும் நடக்கப் போவதில்லை என்பதும் எனக்கு நன்றாகவே தெரிகிறது.

'உழுதவன் கணக்குப் பார்த்தால் உழக்குக் கூட மிஞ்சாது' என்பதெல்லாம் தெரிந்தும் அவனது பாரம்பரியத் தொழிலைத் தொடரவே நினைக்கிறான். அவனது உழைப்பில் உடல் வளர்த்து, உயிர் வளர்த்துக் கொண்டிருக்கும் மக்களும் அரசாங்கமும் கண்டு கொள்ளாமல்விட்டது போல் இயற்கையும் அவனைக் கைவிட்டுக் கொண்டிருக்கிறது. அவனும் அவனது குடும்பமும் மற்றவர்களைப் போல் வாழ வேண்டுமென யாருமே நினைப்பதில்லை. தங்களது ஊதிய உயர்வுக்காகவும் இன்னும் பிற தேவைகளுக்காகவும் இந்த நாட்டில் ஒரு உழவனைத் தவிர யார் வேண்டுமானாலும் போராடி வெற்றி பெற்றுவிட முடியும். காலம் முழுக்க உழைத்து ஏற்கெனவே பட்டினியில் கிடக்கும் அவன், யாரை நம்பிப் போராடுவது?

எந்த ஒரு உழவனும் அவன் உற்பத்தி செய்த பொருட்களை, தன் குடும்பத்துக்காக வைத்துக் கொள்வதில்லை. அறுவடை செய்த கையோடு அதை கால் விலைக்கும் அரை விலைக்கும் கொடுத்துவிட்டு, கடன்காரனிடம் இருந்து தப்பித்துக் கொள்ள முடியுமா என்றுதான் நினைக்கிறான். நடைபாதையில் கைக்குட்டைகளையும், விளையாட்டுப் பொருட்களையும் விற்றுப் பிழைக்கிறவனுக்கு ஒரு மாதத்தில் கிடைக்கிற வருமானத்தில் கால் பகுதிகூட ஒரு குடும்பமே உழவு மாடுகளை வைத்துக்கொண்டு, இரவும் பகலும் நிலத்திலேயே உழன்றாலும் ஆண்டுக்கு ஒருமுறைகூட உழவனுக்குக் கிடைப்பதில்லை.

இந்தியாவுக்கு என்றைக்கு விடுதலை கிடைத்ததோ அப்போதே உழவனும் இந்த நிலங்களும் விலங்கிடப்பட்டன. இருப்பவற்றைக் கொண்டே யார் கையையும் எதிர்பார்க்காமல் செய்துவந்த உழவுத் தொழிலை, கடன் வாங்கி பெரும்பொருள் செலவழித்து செய்யும் தொழிலாக மாற்றிவிட்டார்கள். நிலத்தில் கால்படாதவர்களும், ஒரு பிடி மண்ணைத் தொட்டுக்கூடப் பார்க்காத ஆட்சியாளர்களும், வேளாண்மை விஞ்ஞானிகளும்தான் ஓராண்டுத் திட்டம், ஐந்தாண்டுத் திட்டம் எனத் தீட்டி இந்தத் தொழிலையும், உழவனையும் படுகுழியில் தள்ளினார்கள். திட்டங்களைத் தீட்டியவர்களுக்கும் செயல்படுத்தியவர் களுக்கும் பெருவாழ்வு கிடைத்தது.

மூலைக்கு மூலை, கிராமத்துக்கு கிராமம் ஓசையின்றி உழவன் தற்கொலை செய்துகொள்கிறான். இவன் இவ்வாறு சாகக்கூடாது என்பதற்காகத் தான் கால்வயிறு கஞ்சி குடித்துக் கொண்டிருந்த அவனது நிலத்தையும் பிடுங்க அவசர அவசரமாக நாடாளுமன்றத்தைக் கூட்டி பேசிக்கொண்டிருக்கிறார்கள்.

ஆயுதங்களைக் கொண்டுத் தாக்கி கொலை செய்வதுதான் கொலைப் பட்டியலில் சேர்க்கப்படுகிறது. இவ்வாறு திட்டங்களைத் தீட்டி செய்யப்படும் கொலைகள் எந்தப் பட்டியலிலும் சேருவதில்லை. புது தில்லியில் ஆயிரக்கணக்கானவர்கள் முன்னாலேயே தூக்கில் தொங்கிய உழவன் கஜேந்திர சிங், எதனால் செத்தான்? 'என்னால் எனது மூன்று பிள்ளைகளுக்கு உணவும், உடையும், வசதியும் செய்து தர முடியவில்லை. என் நிலம் என்னைக் காப்பாற்றவில்லை. என் குடும்பத்தை நடுத்தெருவில் விட்டுவிட்டு அவர்களை கடனாளியாக்கி விட்டுப் போகிறேனே!' எனக் கதறிவிட்டுத்தான் செத்தான்.

'மற்றவர்களைப்போல அவன் போராடாமல் ஏன் செத்தான்' என் கிறார்கள். எதிரி யார் என்பதே தெரியவில்லை. யாரை எதிர்த்து, எப்படிப் போராடுவது? கால்நடைக் கழிவுகளைக் கொண்டு பயிர் செய்தவனிடத்தில் ரசாயன உரங்களைக் கொடுத்தார்கள். சாம்பல்

தெளித்து, பூச்சிகளை விரட்டியவனிடத்தில் ரசாயனப் பூச்சிக்கொல்லி களைக் கொடுத்தார்கள். மழை நீரைக் கொண்டு இயற்கையாக உழவுத் தொழில் செய்தவனிடத்தில் கடன் கொடுத்து கிணறு வெட்டச் சொல்லி, கனரக இயந்திரங்களைக் கொடுத்து கடனாளியாக்கினார்கள்.

அதிகாரத்தில் இருந்தவர்கள் ஏரிகளையும், குளம், குட்டைகளையும், ஆறுகளையும் தங்கள் வசமாக்கி மூடிவிட்டார்கள். நிலவளம் அழிந்து, தன்னிடம் இருந்த கால்நடைகளும் அழிந்து ஒவ்வொரு உழவனும் மன நோயாளியாக, உற்பத்தி செலவு பல மடங்குக் கூடிப் போய் வாழ வழியின்றி குடும்பத்தையே காலம் முழுக்க தீராதக் கடனாளியாக்கி விட்டுச் சாகிறான்.

சென்ற வாரம் வீசிய பெருங்காற்று மழையில், இன்னும் அறுவடைக்கு மூன்று மாதங்களே இருக்கிற நிலையில் இருந்த இரண்டு ஏக்கர் வாழை மரங்களும் முறிந்து சேதமடைந்தன. அதைப் பார்த்து ஏற்கெனவே இருக்கிற கடனோடு இதற்காக வாங்கியக் கடனும் சேர்ந்துவிட்டதே எனக் கலங்கிப்போன எனக்குத் தெரிந்த ஒரு ஏழை உழவன், தற்கொலை செய்துகொண்டு மாண்டு போனான். சென்ற மாதம் எங்கள் கிராமத்தில் இதேபோன்று ஒரு தற்கொலை. இவையெல்லாம் நமக்கு உணர்த்தும் சேதி என்ன? எல்லோருக்கும் தெரியவேண்டும் என்பதற்காக, எல்லோராலும் புது தில்லிக்குச் சென்று ஊடகத்தினரின் தொலைக்காட்சி கேமராக்களுக்கு முன்னால் தற்கொலை செய்து கொள்ள முடியுமா?

நாட்டு மக்களுக்கு உணவளித்த, கணக்கில் வெளிவராத லட்சக் கணக்கான உழவர்கள் மாண்டுகொண்டே இருப்பதை இன்னும் எத்தனை காலத்துக்குத்தான் அனுமதிக்கப் போகிறோம்? இதன் பாதிப்பை ஆட்சியாளர்கள்தான் உணரவில்லையென்றால், மக்களும் கூட உணரவில்லை. ஒரு தோசைக்கு 100 ரூபாய் கொடுக்கத் தயாராகி விட்டவர்கள், குளுகுளு கடைகளுக்குச் சென்று ஒரு உடைக்கு 5 ஆயிரம் ரூபாய் தாராளமாக செலவு செய்பவர்கள், உழவன் பொருளுக்கு மட்டும் பேரம் பேசுவார்கள்.

ஒரு காலத்தில் தொழில் போட்டி என்பதுகூட நம் நாட்டில் குடும்பத்துக்கு உள்ளேயே இருந்ததால், சூதாட்டத்தில் பணம் வைத்துத் தோற்றால்கூட, அந்தப் பணம் நம்மிடமே இருந்தது. இப்போது குடும்பத்துடன் போட்டியிட கார்ப்பரேட் எனும் பன்னாட்டு முதலாளிகளை இறக்கிவிடுகிறார்கள். கால் காணி, அரைக் காணி வைத்திருந்தவன் எல்லாம் இந்த கார்ப்பரேட் முதலாளிகளிடம் உழவுத் தொழில் செய்து போட்டிப் போட முடியுமா? இத்தொழிலையும், உழவர்களையும் கொன்றுவிட்டு இயற்கை வளங்களை அழித்து நம்

பணத்தை மூட்டைக்கட்டி அவர்களின் நாடுகளுக்குக் கொண்டு போகத் தொடங்கிவிட்டார்கள்.

தற்கொலை செய்துகொண்டவனுக்கு வழங்கப்படுகிற உதவித் தொகையோ, சலுகையோ, நிவாரணமோ தீர்வைக் கொடுத்துவிடுமா? அல்லது செய்திகளில் வருத்தம் தெரிவித்தால் மட்டும் போதுமா?

நாடு முழுக்க 32 வேளாண்மைப் பல்கலைக்கழகங்களை உருவாக்கி வைத்துக்கொண்டு, எதை ஆராய்ச்சி செய்துகொண்டிருக்கிறார்கள்? அவர்களின் ஆராய்ச்சியெல்லாம் அரைக் காணி, ஒருகாணியை வைத்துக்கொண்டு தலைமுறை தலைமுறையாக செத்து மடியும் பெரும் பான்மை உழவர்களுக்குப் பயன்படுவதே இல்லை. 10 ஆண்டு களுக்குப்பின் எது நடக்கும் என்பதைக் கணக்கில் கொண்டு திட்டங் களை வழி வகுக்க உதவுபவர்கள்தான் விஞ்ஞானிகள். அவர்களின் திட்டங்கள் இத்தொழிலுக்கு எதிரானதாகவும், அழிவைத் தருவதாகவும் உணரும்போது மாற்று நடவடிக்கை மேற்கொள்ள வேண்டாமா?

நீர்நிலைகளை மீட்டெடுத்து, நிலவளங்களைக் காப்பாற்றி செலவில்லாத பழைய முறை உழவுத் தொழிலை நடைமுறைப் படுத்துவதுதான் இதற்கெல்லாம் உடனடியான ஒரே தீர்வு. இதை விட்டுவிட்டு ஆட்சியில் பொறுப்பேற்ற உடனே, அவனிடம் இருக்கிற மீதி உயிரான நிலத்தையும் பிடுங்குவதற்கான சட்டத்தை உருவாக்கு வதையே முதன்மையாக நினைத்தால், இனி இந்நாட்டின் உழவர்கள் மட்டுமல்ல; பிற மக்களும் பட்டினியால்தான் தற்கொலை செய்து கொள்வார்கள்.

உழவுத் தொழிலுக்காக தனி நிதிநிலை அறிக்கையை உருவாக்கி செயல்படுத்தாத ஆட்சியாளர்களே இந்நாட்டுக்குத் தொடர்ந்து வாய்த்திருக்கிறார்கள். தொடர்வண்டி சேவைகளுக்காக தனி நிதிநிலை உருவாக்குபவர்களுக்கு இதுவும் கட்டாயம் என்பது புரிவதில்லை. ஒதுக்குவதே சிறு தொகை. அதையும் இத்தொழில் என்னவென்றே தெரியாத அமைச்சர்கள், அதிகாரிகள், நிர்வாகிகளிடம் கொடுத்து விட்டு மானியத்தையும், நிவாரணத்தையும், கடன்களையும் கொடுத்து விட்டால் போதும் என இருந்துவிடுவது தொடரும்வரை இந்தத் தற்கொலைகள் தொடர்ந்துகொண்டுதான் இருக்கும். நிலங்களும் அழிந்துகொண்டுதான் இருக்கும்.

இதற்கு ஒரு தீர்வு எட்டும்வரை இந்நாட்டின் அவமானச் சின்னங்கள் தற்கொலை செய்துகொள்ளும் இந்த அப்பாவி உழவர்களா? இல்லை அவர்களைக் கண்டுகொள்ளாமல் எல்லாவற்றையும் வேடிக்கை பார்த்தபடி இந்நாட்டை மாறி மாறி ஆட்சி செய்யும் ஆட்சியாளர்களா? நீங்கள்தான் சொல்லவேண்டும்!

33

சண்டைக்கோழிகள் + கறிக்கோழிகள் = மாணவர்கள்

இனி, எந்நாளுமே தற்கொலை காலங்கள் தான். உழவர்களிடம் இருந்து தொடங்கிய தற்கொலைகள், இப்போது அரசு அதிகாரி களைத் தொற்றிக்கொண்டுள்ளது. கல்வி கற்று இந்நாட்டை மேம்படுத்த அனுப்பப் பட்டவர்கள் தற்கொலை செய்து மாண்டு கொண்டிருக்கிறார்கள். இந்தத் தற்கொலை களின் பின்னாலுள்ள அரசியலையும் அதற்கான தீர்வையும்பற்றி யாருமே சிந்திப்ப தில்லை. சிந்தித்துத் தீர்வை உருவாக்க வேண்டிய ஆட்சியாளர்களும், பெற்றோர் களும் தீர்வை உருவாக்குவது தங்களுடைய கடமை இல்லை என நினைக்கிறார்கள்.

பன்னிரண்டாம் வகுப்புத் தேர்வில் மதிப் பெண் சாதனை புரிந்தவர்களின் படங்களின் அருகே தேர்வில் தோல்வி அடைந்து தற்கொலையில் வாழ்வை முடித்துக் கொண்ட மாணவர்களின் படங்களையும் நாளேடுகளில் காண்பது பற்றிய கவலை 'தற்காலிகமானது' என நினைக்கிறோம். மதிப்பெண்கள்தான் வாழ்வின் முடிவைத் தீர்மானிப்பதாக நினைத்துத் தற்கொலை செய்துகொண்ட மாணவர்களும், வெற்றி

பெற்று பணம் எனும் ஒன்றை மட்டுமே சிந்தனையில் முன்னிறுத்திக் கொண்டு அடுத்தகட்டக் கல்விக்கூடங்களுக்குச் சென்று கொண்டிருக்கும் மாணவர்களும்தான் நாம் உருவாக்கி வைத்திருக்கும் கல்வி முறையின் விளைச்சல்கள்.

இந்தப் பள்ளிகள் யாருக்கானவை? ஆசிரியர்களுக்கா பெற்றோர் களுக்கா மாணவர்களுக்கா அல்லது அனைவரையும் ஆட்டிப் படைக்கும் அரசுகளுக்கா? அவை அறிவுக்கானதாகவும், வாழ்வியலுக் கானதாகவும் இல்லாமல் எதிலும் நம்பிக்கைகளை இழந்த கோழை களையும், எல்லாவற்றுக்கும் வளைந்து கொடுக்கும் அடிமைகளையும் உருவாக்குவதால்தான் இந்தக் கேள்விகள்!

கல்வியைக் கற்றுக் கொடுப்பதால் கல்லா கட்ட முடியாது. வெறும் செலவுதான் என்பதால் அதிக வருமானம் வருகிற துறையை மட்டும் ஆட்சியாளர்கள் கையில் வைத்துக்கொண்டார்கள். மக்களின் கேள்வியில் இருந்து தப்பிக்கும் நோக்கில் மட்டுமே, மிஞ்சியிருக்கிற அரசுப் பள்ளிகள் நடத்தப்படுகின்றன. 'அதெல்லாம் இல்லை. சிறந்த கல்வியை அரசுப் பள்ளிகள்தான் தருகின்றன' எனச் சொன்னால், அரசாங்கத்தை நடத்துபவர்களின் பிள்ளைகள் அங்கேதானே படித்திருக்க வேண்டும்? எது எதற்கோ சட்டம் இயற்றுபவர்கள், அரசு ஊதியம் பெறுகிறவர்களின் பிள்ளைகளும் அரசின் கல்விக் கூடங்களில் தான் பயில வேண்டும் என்கிற சட்டத்தை உட னடியாக இயற்றியிருக்க வேண்டும் அல்லவா? கல்வித் துறையில் அரசாங்கத்தின் வேலை என்பது தேர்வை நடத்தி முடிப்பதற்கு மட்டுமே பயன்படுகிறது.

சண்டைக்காக வளர்க்கப்படும் கோழிகள் என்னென்ன முறைகளில் வளர்க்கப்படுகின்றனவோ அவ்வாறேதான் இங்கு பயிலும் மாணவர்களும் உருவாக்கப்படுகிறார்கள். மாணவர்களுக்குள்ளேயே போட்டி மனப்பான்மையை உருவாக்கி, மனப்பாடம் செய்ய வைத்து, அதனை மீண்டும் தேர்வுத்தாளில் வாந்தி எடுக்கும் தலைமுறைகள்தான் இவர்களால் உருவாக்கப்படுகின்றன.

எதிலும் நம்பிக்கையற்ற, அடிமைத்தனமும் கோழைத்தனமும் கொண்ட, போர்க்குணம் அற்ற, கேள்வி கேட்காத தலைமுறைகளை உருவாக்கிக்கொண்டு இந்நாட்டைச் சீரழித்துக் கொண்டிருக்கிறோம் என்கிற குற்றவுணர்வு பெற்றோர்களுக்கும் இருப்பதில்லை; நிறுவனங் களுக்கும் இருப்பதில்லை; அரசுக்கும் இருப்பதில்லை.

இந்த எல்லாக் குறைபாடுகளையும் களைந்து, வளமான முன்னேற்றப் பாதைக்கு இந்நாட்டைக் கொண்டுச் செல்ல இனி எங்கிருந்து, யார்

வரப்போகிறார்கள்? அரசியலைத் தொழிலாக மாற்றிக் கொண்டு விட்ட, அரசியல்வாதிகளிடமா நாம் தீர்வையும் விடுதலையையும் எதிர்பார்த்துக் காத்துக்கிடக்கிறோம்?

ஒருவேளை யாராவது வந்தால் சத்தியமாக அவர்கள் அடிமைகளையும் கோழைகளையும் உருவாக்கும் ஆங்கிலக் கல்வி புகட்டும் தனியார்ப் பள்ளியில் இருந்து வரமாட்டார்கள். யாருமே கண்டுகொள்ளாத, கால் வயிற்றுக்கும் அரை வயிற்றுக்கும் கஞ்சி இல்லாமல் காய்ந்த தலையுடன், புழுதிக் கால்களுடன் நடந்து சென்று படிக்கிற, ஒவ்வோர் ஆண்டும் மூடப்பட்டுக் கொண்டிருக்கும் அரசுப் பள்ளிக்கூடங்களில் இருந்துதான் வருவார்கள். எல்லா இடர்பாடுகளையும் தடைகளையும் கடந்து வளரும் அந்தக் காட்டுச் செடிகள்தான் நம் நாட்டுக்கு ஒரே நம்பிக்கை. ஆனால், நாம் அனைவரும் ஒருநாள்கூடக் கவனிக்காமல் போனால், வாடி வதங்கி பட்டுப்போகும் எந்தப் பலனையும் தராத, வெறும் காட்சிப்பொருளான குரோட்டன் செடிகளைத்தான் தனியார் பள்ளிகளில் வளர்த்துக் கொண்டிருக்கிறோம்.

மதிப்பெண்களே வாழ்க்கை எனக் கற்பித்து மாணவர்களின் உயிரைக் காவு கொள்ளும் பள்ளிகள்தான் இந்நாட்டின் புற்றுநோய்கள். மதிப்பெண்களை குறைவாகப் பெற்றதற்காகவும், தேர்வில் தோல்வி அடைந்த தற்காகவும் நிம்மதியை இழந்து ஒவ்வொரு நொடியும் அவமானத்தில் உழலும் மாணவர்களை உருவாக்கும் போக்கு நீடிக்கத்தான் வேண்டுமா? என்றைக்காவது இந்தக் கல்விமுறை சரியில்லை எனச் சொல்லி நாம் போராடியிருக்கிறோமா? ஊதிய உயர்வுக்காகவும், பிற தன்னலத் தேவைக்காகவும் போராடும் ஆசிரியர்கள் இந்தக் கொடுமைகளில் இருந்து இம் மாணவர்களை காப்பாற்ற வேண்டும் எனப் போராடியிருக்கிறார்களா?

இன்றைய மாணவர்கள் ஆசிரியர்களின் ஒடுக்குமுறைகளுக்கும் அதிகாரத்துக்கும் பயந்து நடுங்கி அடையாளத்தை இழந்து நிற்கிறார்கள். மதிப்பெண் போட்டியினால் உடன் பயிலும் தோழமையை எதிரியாகக் கருதும் எண்ணத்தில் வளர்கிறார்கள். ஆராய்ச்சி மற்றும் ஆய்ந்தறியும் மனநிலையை இழந்துவிட்டார்கள். கறிக்கோழிகள் போல் வெறும் பணம் சம்பாதிக்கவே வளர்க்கப்படும் இந்தத் தலைமுறைகளின் நிலை யார் கண்களுக்கும் தெரியவில்லையா?

மாநில அளவில் சாதனை புரிந்து மதிப்பெண்களை வாரிக் குவித்தவர் களின் தற்போதைய வாழ்க்கை என்னவாக இருக்கிறது? கடந்த இருபத்தைந்து ஆண்டுகளில் முதல் பத்து இடங்களில் இடம் பெற்றவர்கள் தற்போது என்ன செய்துகொண்டிருக்கிறார்கள்? யாருக்குப் பயன்பட்டுக் கொண்டிருக்கிறார்கள்?

எதற்கும் விளங்காதவர், யாருக்கும் பயன்படாதவர் என பெற்றோர் களாலும், ஆசிரியர்களாலும் இகழப்பட்ட மாணவர்கள்தான் இம்மக் களுக்காக, இம்மொழிக்காக பாடுபட்டுக் கொண்டிருக்கிறார்கள். சொந்தக் காலில் நின்று பெரும் தொழில் செய்யும் முதலாளிகளாக, உற்பத்தியாளர்களாக, சூழலியல் செயல்பாட்டாளர்களாக, மக்கள் செயல்பாட்டாளர்களாக, அரசியல் தலைவர்களாக, திரைப்பட இயக்குநர்களாக, மக்கள் கொண்டாடும் நடிகர்களாக, எழுத்தாளர் களாக, ஓவியர்களாக, சிற்பிகளாக, இசைக் கலைஞர்களாக இவை எல்லாவற்றையும்விட நமக்கெல்லாம் உணவை உற்பத்தி செய்து தரும் யாரும் கண்டுகொள்ளாத உழவர்களாக இந்நாட்டிலேயே வாழ்ந்து கொண்டிருக்கிறார்கள். சாலையில் நடந்து செல்லும்போதுகூட அடிபட்டால் ஓடிவந்து தூக்கி உதவிசெய்து காப்பாற்றுபவர்கள் அதிக மதிப்பெண்களை பெறத் தெரியாதவர்கள்தான். அதிக மதிப்பெண் பெற்றவர்கள் வேடிக்கை பார்ப்பவர்களாகவே இருக்கிறார்கள். இதுதான் நம் கல்வி!

இதனை மாற்றாமல் இங்கு எந்த அரசியல் மாற்றமோ, சமூக மாற்றமோ, புரட்சியோ நடக்கப் போவதில்லை. சண்டைக் கோழி களையும், கறிக் கோழிகளையும் உற்பத்தி செய்துத் தருகிற நம் கல்விமுறை இருக்கும்வரை நாம் வெறும் இனப்பெருக்கம் மட்டுமே செய்யும் விலங்குக் கூட்டம்தான்.

34

எதைப் பார்த்து சிரிக்கிறார்கள்?

அரசியல் என்பது என்ன? புதிது புதிதாக எதற்காக கட்சிகள் தொடங்கப்படுகின்றன? அந்தக் கட்சிக்குள் இருப்பவர்கள் எங்கிருந்து வருகிறார்கள்? தொடங்குபவர்களின் தகுதியும், அற்குள் இணைந்து கொள்பவர் களின் தகுதியும் என்ன? மக்கள் முன்னேற்றத் துக்காக எனத் தொடங்கப்பட்ட கட்சிகளும் யாரையெல்லாம் முன்னேற்றின? தலை முறை தலைமுறையாகத் தொடர்ந்து செய்துவந்த தொழில்கள் எல்லாம் அழிக்கப் பட்டு, எல்லாத் தொழில்களையும் தனது காலடியில் போட்டுக்கொண்ட அரசியல்... இன்று பெரும் தொழிலாக மாறிப் போனதன் காரணங்கள் என்ன?

காலையில் கண்விழித்து நாளேடுகளைப் பார்த்தாலோ, தெருக்கள், சாலைகளுக்குச் சென்றாலோ அங்கெல்லாம் அரசியல் கட்சிகளின் பெயர்களும், தலைவர்கள், குட்டித் தலைவர்களின் பெயர்களும் படங்களும் நிரம்பி வழிகின்றன. அந்தப் படங்களில் எல்லாம் அவர்கள் மக்களைப் பார்த்து சிரித்துக்கொண்டே இருக்கிறார்கள். சிற்றூர்கள், சிறு நகரங்கள், நகரங்கள்,

பெருநகரங்கள், தலைநகர் என ஒவ்வோர் இடத்திலும் அரசியல் வாதியாக இருப்பவரின் தோற்றம், வளர்ச்சி, அவர்களின் செயல்பாடு என எல்லாவற்றையும் மக்கள் கவனித்துக்கொண்டுதான் இருக்கிறார்கள்.

தங்களுடனேயே சுற்றித் திரிந்தவர்கள் வளர்த்துக்கொண்ட வசதிகளும், செல்வாக்கும், சொத்துக்களும் எங்கிருந்து வந்தன என்பதெல்லாம் மக்களுக்குத் தெரியும். அரசியலில் நுழைந்து காலடி எடுத்து வைக்கும்போது அவர்கள் எப்படி இருந்தார்கள்? அவர்களின் குடும்பம் என்ன தொழிலைச் செய்து, எவ்வளவு வருமானத்தைப் பெற்றது? எவ்வளவு சொத்து இருந்தது என்பதெல்லாமும் தெரியும். குடும்பத்தில் உள்ள ஒருவர்கூட எந்தத் தொழிலையும் செய்யாமல் நூற்றுக் கணக்கான, ஆயிரக்கணக்கான, லட்சக்கணக்கான கோடிகள் எங்கிருந்து வந்தன என்பதும் மக்களுக்குத் தெரியும்.

சட்டமன்ற உறுப்பினர், நாடாளுமன்ற உறுப்பினர், அமைச்சர் பதவி, முதலமைச்சர் பதவி, பிரதமர் பதவி என எல்லாவற்றுக்கும் சம்பளம் எவ்வளவு கிடைத்தது? செலவுகள் போக மீதி எவ்வளவு இருக்கும் என கணக்குப் பார்த்தால், இந்நாட்டில் எத்தனை பேர் நேர்மையாக வாழ்ந் திருக்கிறார்கள் என்பது தெரிந்துவிடும். ஆனால், தங்கள் பதவிக்காக தரப்பட்ட ஊதியத்தில் மட்டுமே நேர்மையோடு அரசியல் வாழ்வை மேற்கொள்பவர்களும் இருக்கின்றனர். ஏனெனில், அவர்கள் அரசியலைத் தொண்டாக மதித்தவர்கள்.

யார் யார் பெயரிலோ, எந்தெந்த நாட்டிலோ அரசியல்வாதிகள் மறைத்து வைத்திருக்கும் சொத்துக்களை எல்லாம் பிடுங்கினால் உலகத்திலேயே இந்தியாவே பணக்கார நாடு. ஒரு ரூபாய்கூட மக்களிடத்தில் வரி விதிக்காமல் 50 ஆண்டுகள் சிறந்த ஆட்சியை நடத்தலாம். அரசியலில் வெற்றிபெற்றவர்கள் மட்டுமில்லை; தோற்ற வர்களும் வளமாக வாழ்ந்து கொண்டிருக்கும் நாடு நம் நாடுதான். ஆனால், மக்களாட்சி மலர்ந்து மக்களுக்குக் கிடைத்ததெல்லாம் நோய்களும் ஒவ்வொருவரின் தலையிலும் கடன் சுமைகளும்தான்.

எவ்வாறு கட்சி தொடங்குவது? எவ்வாறு மக்களைத் திரட்டுவது? எவ்வாறு தலைவனாக உருவெடுப்பது? எவ்வாறு மக்கள் பணத்தைக் கொள்ளையடிப்பது? அதன் மூலம் காவல்துறை, சட்டத்துறை, நீதித் துறையை வளைப்பது? பின், இந்தப் பணத்தைக்கொண்டு எவ்வாறு மக்களை விலைக்கு வாங்குவது என்பதெல்லாம் அறிந்த அரசியல் வாதிகள், நம் நாட்டைத் தவிர வேறெங்கும் இல்லை.

மக்களை மேம்படுத்த உருவான ஜனநாயகம் எனும் மக்களாட்சி, இந்த 68 ஆண்டுகளில் கண்டதெல்லாம் மக்களின் அடிப்படை வசதியான கழிப்பிடம்கூட 63 கோடி மக்களுக்கு இல்லாமல் வைத்திருப்பதுதான்!

தன்னலவாதிகள் அரசியலுக்குள் நுழைந்ததால், அரசியல் என்பது ஒரு தொண்டாக இருந்ததுபோய், வெறும் தொழிலாக மாறிப்போனது. பிழைப்புவாதிகள் செய்யும் அரசியல் தொழிலுக்கு, தொண்டர்கள் எனும் பெயரில் அதே போன்ற பிழைப்புவாதிகளே தேவைப்படு கிறார்கள். அரசியல்வாதிகள் எப்படியெப்படியோ பணம் சம்பாதிப் பதையும் அதற்காக எந்த தண்டனையும் இல்லையென்பதையும் பார்க்கும் தொண்டன், தானும் அதே வழியில் சம்பாதிக்க, அதே அரசியலைப் பயன்படுத்துகிறான்.

எந்தத் தொழிலில் இன்று இழப்பு வந்தாலும் அரசியல் தொழில் மட்டும் வருமானம் தரும் தொழிலாகப் பரிணாமம் பெற்றிருக்கிறது.

தங்களின் குழப்ப நிலையால் முடிவெடுக்கத் தெரியாமல், ஒவ்வொரு முறையும் எதிர்காலத்தில் எந்த முன்னேற்றத்தையும் காணாத கட்சிகளில் மாறி மாறி சேர்ந்து, குடும்பத்தைக் கவனிக்காமல் சொத்துக் களை இழந்து, குடிகாரர்களாக மாறி கடைநிலைத் தொண்டனாக செத்துப் போகிறவர்களின் பட்டியலும் இதில் ஏராளம்.

கட்சித் தலைவர்களின் பகை உணர்ச்சிகளுக்குள் சிக்கிக்கொண்டு அவர்கள் அடிக்கடி எடுக்கும் தவறான முடிவுகளால் வாழ்க்கை திசைமாறி எதிர்காலத்தை இழந்து நிற்பவர்களும் ஏராளம். இப்படிப் பட்ட பிழைப்புவாதிகள் மற்றவர்களிடம் தாவிவிடக்கூடாது என்பதற் காகவே அவ்வப்போது சுறுசுறுப்பை ஏற்றி ஆர்ப்பாட்டங்களும் போராட்டங்களும் பொதுக்குழுக் கூட்டங்களும் கட்சி மாநாடுகளும் நடத்தப்படுகின்றன.

இதுமட்டுமின்றி யாராவது இறந்தாலோ, குற்றம் உறுதி செய்யப்பட்டு பதவியை இழந்தாலோ, இடைத்தேர்தல் வந்தாலோ அது பெரும் கொண்டாட்டமாகிவிடுகிறது. தேர்தலுக்குத் தயாராகும் காலங்களில் இருந்தே பிரியாணிப் பொட்டலங்களுக்கும், மதுவுக்கும், செலவுக்குப் பணத்துக்கும் குறைவிருக்காது. போதை ஊசி ஏற்றப்பட்டதுபோல் தலைவரின் புகழ் பாடி வளர்பவர்கள் அவரைக் கடவுளுக்கு இணை யாகப் பார்க்கிறார்கள். ஊழல்வாதிகளாகவும் குற்றவாளிகளாகவும் சொல்லப்படுவதை அவர்களால் ஏற்றுக்கொள்ள முடியாமல் நாக்கை அறுத்து, மொட்டையடித்து, சிலவேளைகளில் பலர் உயிரையும் மாய்த்துக் கொண்டுவிடுகிறார்கள். அரசியல் நமக்கான இடமில்லை என படித்தவர்களெல்லாம் விலகிப்போய்விடுகிறார்கள். நேர்மை யானவர்கள் பழி வாங்கப்படுவதையும், கொலை செய்யப்படுவதையும் கண்டு, வாக்களிப்பது மட்டுமே தங்களின் கடமை என மக்களும் இருந்துவிடுகிறார்கள்.

‘நேர்மையான என் தலைவன் பின்னால்தான் என் வாழ்க்கை’ என தன் கட்சிக்காகவே தன்னை அர்ப்பணித்துக்கொண்ட என் அண்ணன், இரவு பகலாக அந்தக் கட்சிக்காகவே உழைத்தார். குறுக்கு வழியில் போகப் பிடிக்காமல் தன் சொத்துக்களை எல்லாம் இழந்து, குடும்பத்தைக்கூட கவனிக்காமல் ஏழையாகவே மாண்டு போனார். அவரின் மகன் ஒருவன் அரசு மதுபானக்கடையில் பணியாளனாக மது ஊற்றிக் கொடுத்துக் கொண்டிருக்கிறான். மற்றொருவன் வரப்போகும் தேர்தலுக்காக அதே கட்சிக்காக ஊர்ப் பகுதியில் எல்லா சுவர்களிலும் பெயரெழுதி இடம் பிடித்துக் கொண்டிருக்கிறான். நாட்டின் எந்த மூலைக்கு பயணித்தாலும் இவ்வாறான தொண்டர்களால் வரையப்பட்ட கட்சித் தலைவர்கள் மக்களைப் பார்த்து சிரித்துக் கொண்டேயிருக்கிறார்கள். எதற்காக இப்படி சிரிக்கிறார்கள் என எனக்குத் தெரியவில்லை. உங்களை யெல்லாம் நோயாளிகளாக, தன்மானம் இழந்தவர்களாக, குடிகாரர் களாக, சிந்தித்து வாக்களிக்கத் தெரியாதவர்களாக, பணம் வாங்கிக் கொண்டு வாக்களிப்பவர்களாகத் தொடர்ந்து வைத்துக் கொண்டிருக் கிறோமே என்பதற்கான சிரிப்பாக இருக்குமோ? நீங்கள்தான் சொல்ல வேண்டும்!

35

அசோகர் மீண்டும் பிறப்பாரா?

பணத்தை சம்பாதிக்க ஓடிக்கொண்டிருக்கும் நாம் தண்ணீருக்கும் சேர்த்து சம்பாதிக்க பழகிவிட்டோம். தேவையின்றி வீணாக்கப் படும் ஒவ்வொரு துளி நீரும் மீண்டும் திரும்பி வராது என்பது புரிவதில்லை. உலகத்தில் விலை மதிக்கமுடியாத ஒன்று தண்ணீர்தான் என்பதை மற்ற நாடுகளும், மற்ற மாநிலங் களும் உணர்ந்து செயல்படுவதுபோல் இன்னும் நாம் செயல்படவில்லை. பணம் கொடுத்தால் தண்ணீர் வரும் என நாம் நினைத்துக்கொண்டிருக்கிறோம். அரசாங் கத்தை மட்டுமே குறை சொல்லப்பழகிவிட்ட நாம் ஒவ்வொரு நிமிடமும் செய்யும் குற்றங்கள்பற்றி சிந்திப்பதே இல்லை. நிறைய மழை பெய்தால் நிலைமை சரியாகி விடும் என நினைக்கிறோம்.

தண்ணீருக்குப் பஞ்சமான நாட்டில் வளர்ச்சியும் செழுமையும் காணாமல் போய் விடும். தண்ணீரை பாட்டிலில் பிடித்து விற்கும் நிலைக்கு அரசாங்கமே திட்டங்களை வகுத்ததற்குக் காரணம் நம்மை தொடந்து ஆண்டவர்களா அரசாங்கத்தை நடத்திய அதிகாரிகளா இதுபற்றிச் சிந்திக்காத இந்த

மக்களா? மக்கள் உயிர் வாழ்வதற்கான குடிநீரைக்கூட விலையில்லாமல் தாராளமாகத் தரமுடியாத நிலைக்கு தள்ளப்பட்டது குறித்து யாருக்குமே இன்னும் குற்றவுணர்ச்சி இல்லை.

வங்கியில் சேமித்து வைத்திருக்கிற பணத்தை கண்மூடித்தனமாமாக எடுத்து செலவு செய்வதை மட்டுமே வேலையாகக் கொண்டு பணத்தை சேமிப்பது குறித்து சிந்திக்காமல் விட்டுவிட்டால் என்ன நடக்குமோ அதுதான் இப்போது நடந்து கொண்டிருக்கிறது. எப்போதிலிருந்து தண்ணீரை பாட்டிலில் பிடித்து விலைக்கு விற்கப்படுவதை பார்த்தீர்கள் நினைவிருக்கிறதா? வரலாற்றில் இதுவரை இப்படி தண்ணீரை விற்பது குறித்து கேள்விப்பட்டிருக்கிறோமா? நம் கண்முன்னே வெறும் இருபது ஆண்டுகளில்தான் இந்தக் கொடுமையும் சீர்கேடும் நடந்திருக்கிறது. நீரையும், நீர் ஆதாரங்களையும் பாதுகாக்கத் தெரியாதவர்கள், அதுபற்றி அக்கறையில்லாதவர்கள் மூலமாகவே இத்தகைய சீரழிவு நிகழ்ந்திருக்கிறது. இருபத்தி நான்கு மணி நேரமும் பணத்தை எப்படிச் சேர்த்து வைப்பது எனத் தெரிந்தவர்களுக்கு, தண்ணீரைச் சேர்த்து வைப்பது குறித்து சிந்திக்கவே நேரமில்லாமல் போய்விட்டது.

மழை என்பது உடலுக்குக் குளிச்சியைத் தருவதற்காகவும், பார்த்து மகிழ்வதற்காகவும் மட்டுமே என நினைக்கும் ஒரு சமுதாயத்தை உருவாக்கி வைத்துவிட்டோம். நகரத்து மனிதர்களுக்கு மழை என்பது எப்போதுமே ஒரு இடைஞ்சல்தான். மழைநீரைப் பாதுகாப்பதிலும் தண்ணீரை வீணாக்காமல் இருப்பதிலும் தங்களுக்கு எந்தப் பொறுப்பும் இல்லை என நினைத்து மக்கள் வாழப்பழகிவிட்டார்கள். நீர்ப் பாதுகாப்பு, நீர் மேலாண்மை குறித்து நம் கல்வி பாடத்திட்டங்களில் சொல்லித் தருவதே இல்லை. குழந்தைகளாக இருக்கும்போதே அதற்கான சிந்தனையும், பயிற்சியும் தரப்பட்டிருந்தால் இந்தச் சீர்கேடு நிகழ்ந்திருக்காது. கேரளாவும் கர்நாடகமும் ஆந்திராவும் தான் நம்முடைய தண்ணீர் பற்றாக்குறைக்கெல்லாம் காரணம் என ஒவ்வொருவரும் நினைத்துக்கொள்ளும் அளவுக்கு நம் அரசியல் வாதிகள் நம் மக்களைப் பயிற்றுவித்திருக்கிறார்கள்.

அண்டை மாநிலங்கள் நீர் ஆதாரங்களைப் பாதுகாப்பதற்கும், பெருக்குவதற்கும், மழைநீரை சேமிப்பதற்கும், நிலத்தடி நீரைப் பாதுகாப்பதற்கும் உருவாக்கும் திட்டங்களையும் நடவடிக்கைகளையும் கண்டு கொள்ளாமல், முல்லைப் பெரியாற்றுக்கும் காவிரியாற்றுக்கும் பாலாற்றுக்கும் சண்டைபோட்டு அரசியல் செய்வதிலேயே ஐம்பது ஆண்டுகளைக் கழித்துவிட்டோம்.

தமிழகத்துக்குச் சொந்தமான ஆறுகளைப் பாதுகாப்பதிலும் தூய்மையாக வைத்துக்கொள்வதிலும் அக்கறை செலுத்தாமல் 17 முதன்மை

ஆறுகளையும், 16 துணை ஆறுகளையும் அழித்தொழித்துவிட்டோம். குடிமைக்கழிவுகளையும், தொழிற்சாலைக்கழிவுகளையும் தூய்மைப் படுத்திக் கையாளும் முறையைக் கடைப்பிடிக்காமல் ஆறுகளைக் குப்பைத் தொட்டிகளாகக் கையாண்டு சாக்கடையாக மாற்றி ஆட்சி நடத்திவிட்டோம்.

நீரை உறிஞ்சி நிலத்தடியில் சேமிக்க உதவும் மணலை அள்ளி விற்பதையே இருபத்தி நான்கு மணி நேரத் தொழிலாகச் செய்து வேளாண்மைக்கு வழியில்லாமல் போனதோடு அல்லாமல் குடி நீருக்கே அலைகிறோம். ஐநூறுக்கும் மேற்பட்ட பொறியியல் கல்லூரிகள் உள்ள மாநிலத்தில்தான் இந்தக் கொடுமை நிகழ்ந்து கொண்டிருக்கிறது. நீர் பாதுகாப்பு, நீர் ஆதாரங்கள், நீர் மேலாண்மை பற்றிய எந்த அறிவையும் பெறாத பொறியாளர்களையும் மாணவர் களையும் உருவாக்கிக்கொண்டேயிருக்கிறோம்.

வரலாறு பாடங்களைப் படிப்பதையும் படித்தவர்களையும் கேவலப் படுத்தி பரிகாசம் செய்தோம். ‘அசோகர் குளம், குட்டை வெட்டினார், மரம் வளர்த்தார், ஏரிகளைப் பெருக்கினார்’ என பழைய பாடத்தையே எத்தனை நாளைக்குதான் சொல்லிக் கொண்டிருக்கப்போகிறோம் என நாம் கேலி செய்தோம். இவற்றைச் செய்வதுதான் சிறந்த ஆட்சி என்பதை இன்னும்கூட நம் மண்டையில் ஏற்றிக்கொள்ள மறுக்கிறோம்.

பொதுப்பணித்துறையும் வேளாண்மைத்துறையும் சுற்றுச்சூழல் துறையும் போட்டி போட்டுக்கொண்டு ஆறுகளைச் சுரண்டிவிட்டன. காடுகளைப் பாதுகாக்கத் தவறிவிட்டன. இவர்கள் கடமையிலிருந்து தவறிப்போனதன் விளைவு ஆறுகள் நிறைவதற்குப் பதிலாக கடல் நிறைந்து கொண்டிருக்கிறது. ஆறுகளிலும், குளம், குட்டை ஏரிகளிலும் நீரைப் பிடிப்பதற்குப் பதிலாக கடலுக்குப் போன தண்ணீரை மேல் நாட்டுத் தொழில்நுட்ப உதவியுடன் திட்டங்களைத்தீட்டி கோடிக் கணக்கில் செலவு செய்து மீண்டும் குடிநீராக்கும் சாதனையை நிகழ்த்திக் கொண்டிருக்கிறோம்!

கேரளமும் கர்நாடகமும் ஆற்றில் மணல் அள்ளத் தடை விதித்திருக்கும் போது நாம் மட்டும் அதை அள்ளி விற்பதையே வேலையாகக் கொண்டிருக்கிறோம். ஒவ்வொரு ஆறுகளின் பெயரெழுதி வைத்து வீதிகளில் அண்டை மாநிலங்கள் நம் மணலை விற்கும் அவலத்தை இன்னும் எவ்வளவு காலத்துக்கு அனுமதிக்கப் போகிறோம். ஐரோப்பிய நாடுகளும், மற்ற நாடுகளும் மணல் பயன்பாட்டுக்குப் பதிலாக மாற்றுப் பொருளைக் கண்டுபிடித்து எப்போதோ பயன் படுத்தத் தொடங்கிவிட்டார்கள்.

ஏற்றம், கபிலை பயன்படுத்தியே இயற்கை வேளாண்மை முறையைப் பின்பற்றிவந்தோம். கிணறுகளிலிருந்தும், குளம், குட்டை,

ஏரிகளிலிருந்தும், ஆறுகளிலிருந்தும் குடிநீரைப் பெற்றது போய் எல்லா வற்றையும் அழித்து ஆண்டாண்டு காலமாக இயற்கை சேர்த்து வைத்திருந்த நிலத்தடி நீரை ஆழ்துளை கிணறுகளை அமைத்து இரவு பகலாக உறிஞ்சிக் கொண்டிருக்கிறோம். மழைநீரை நம்பி புன்செய் பயிர்களை விளைவித்து வந்த உழவர்களிடம் பணப்பயிர்களைக் கொடுத்து ஆசை காட்டி அவர்களை அழித்ததோடு நிலத்தடி நீரையும் வரைமுறையில்லாமல் உறிஞ்சி இனி குடிநீருக்கு எங்கே போவது எனத் தெரியாமல் அடித்துக்கொண்டு சாகப்போகிறோம்.

நீர் ஆதாரங்கள் இருந்த இடங்களே இன்றைக்குத் தமிழகத்தின் அனைத்து நகரங்களிலும் அரசு கட்டடங்களாகவும், பேருந்து நிலையங் களாகவும் உருவாக்கப்பட்டு ஏரிப்பகுதிகளெல்லாம் கூறுபோடப்பட்டு குடியேற்றப்பகுதிகளாகி வளர்ச்சி பெற்ற நகரங்களாக மாறி நிற்கின்றன. ஏரிகள் மாவட்டம் என அழைக்கப்பட்ட செங்கல்பட்டு மாவட்டம் இன்று குடிநீருக்கு வழியின்றி தாகத்துக்குத் தவிக்கிறது. சென்னை நகரைச் சுற்றியுள்ள மாவட்டங்களிலுள்ள ஏரிகளை முறையாகத் தூர் வாரி நீரை சேமித்து வந்திருந்தால் எதற்காக அண்டை மாநிலங்களிடம் குடிநீருக்குக் கையேந்தவேண்டும். பராமரிப்புக்காக நிதி ஒதுக்கப்பட்டாலும் முறையாக அது செயல்படுத்தப்படாததால் அதில் பலனில்லை.

சொட்டு நீர் பாசனத்தை விரிவுப்படுத்தி, கட்டாயமாக்கவேண்டும்; பணப்பயிர்கள் பயிரிடுவதைத் தடைசெய்து உழவர்களுக்கு மாற்றுப் பயிரிடும் திட்டங்களை உருவாக்கித் தரவேண்டும். நிலத்தடி நீர் வரை முறையின்றி உறிஞ்சப்படுவதைத் தடுக்கவேண்டும். ஆழ்துளைக் கிணறுகளுக்குக் கட்டுப்பாடுகளை உருவாக்குவது இன்றைய உடனடி யான தேவை. அதேபோல் நகர்ப்புறங்களிலும் மழைநீர் சேகரிப்பைக் கட்டாயப்படுத்திக் கட்டடங்களை ஆய்வு செய்து மறுசீரமைப்பதே முதல் கடமையாக இருக்கவேண்டும். இன்னும்கூட நீர்ப்பாதுகாப்பின் தீவிரத்தை உணராமல் நடுவண் அரசுக்கு மடல் வரைந்துகொண்டிருப்ப தாலும், அண்டை மாநிலங்கள் வஞ்சிப்பதாலேயே நாம் இன்னல்களை அனுபவிக்கிறோம் எனச் சொல்வதாலும் மக்களுக்கு துயரம் மட்டுமே மிஞ்சும்.

36

காசிருந்தால் வாங்கலாம்!

எந்தப் பொறுப்பும் அற்ற மக்களை என்றைக் காவது ஒருநாள் சிந்திக்க வைத்துவிட முடியும். இம்மக்களுக்கு அரணாக இருக்க வேண்டிய அரசை யார்தான் சிந்திக்க வைப்பது? சமூகத்தின் எந்தச் சிக்கல்களும் அவர்களின் காதுகளுக்கு எட்டியதுபோல் தோன்றவில்லை.

வாரம் ஒருமுறை ஊடகங்களைச் சந்திப்பேன் எனக்கூறிவிட்டு ஆட்சி முடியும்வரை அதை நிறைவேற்றாத அரசாங்கம் யார் மூலமாக மக்களின் தேவையை உணர்ந்து கொள்கிறது? மக்களாட்சியின் தூண்களில் நான்காவதான ஊடகங்களே ஆட்சியாளர் களை நெருங்க முடியாதபோது, வாய்க்கும் வயிற்றுக்குமே திண்டாடிக் கொண்டிருக்கிற ஒரு சாதாரண குடிமகன் எவ்வாறு அவனது கோரிக்கைகளை இந்த அரசிடம் எடுத்துக்கூற முடியும்?

இப்போது எந்தத் துறைக்கு எந்த அமைச்சர்கள், அவர்களின் பெயர்கள்தான் என்ன என்பது ஊடக நண்பர்களுக்கேத் தெரியவில்லை. விபத்துக்குள்ளாகும்போது, மருத்துவமனை

களில் தீவிர சிகிச்சைக்காக சேர்க்கப்படும்போது, பதவி மாற்றம் அல்லது நீக்கம் செய்யும்போது மட்டுமே அவர்கள் குறித்த செய்திகள் வெளியாகின்றன.

மனிதனை உருவாக்குகிற மனித முயற்சியே கல்வி எனக் கூறலாம். அந்தக் கல்வியைப் பெறுவதற்காக ஒவ்வொரு சாதாரண மனிதனும் இன்று எவ்வாறு எத்தனை சோதனைகளையும் தடைகளையும் போராட்டங்களையும் கடக்க வேண்டியிருக்கிறது!

ஒவ்வொரு மனிதனுக்கும் தர வேண்டிய அடிப்படைத் தேவைகளான கல்வி, மருத்துவ வசதிகளைக்கூடத் தனியார் வசம் ஒப்படைத்து விட்டதால் ஏற்படுகிற இன்னல்கள் கணக்கற்றவை. ஈ, எறும்பு போல், பறவை விலங்கினங்கள் போல் தினமும் கை, கால்களைக் கொண்டு உழைத்தால் மட்டுமே உணவு கிடைக்கும் எனும் நிலையில் இருக்கும் அன்றாடங்காய்ச்சி மக்கள் இந்தக் கல்வியைப் பெறுவதற்காகவும், நோய்களிலிருந்து உடலைக் காப்பாற்றிக் கொள்வதற்காகவும் படும் பாட்டை கடமைப்பட்டவர்கள் உணரவேயில்லை. அதனால்தான் இவற்றைத் தனியாரிடம் கொடுத்துவிட்டு வருவாய் தரும் மதுவை விற்பதிலேயே கவனம் செலுத்தி கொண்டிருக்கிறார்கள்.

அரசு அடிப்படைப் பொறுப்பிலிருந்து நழுவியதால் அந்தச் சுமை முழுக்கப் பெற்றோர்களின் தலையில் விழுந்துவிட்டது. அரசாங்கம் இந்தப் பிள்ளைகளுக்கு பணம் செலவில்லாத கல்வி தந்து பொறுப்புடன் செயல்பட்டிருந்தால் ஒவ்வொருவனும் தன் உழைப்பையும், தன் அறிவையும் இம்மண், இந்நாடு என சிந்தித்து கடமையாற்ற முன்வந்திருப்பான். அவனிடம் பணம் வாங்கிக் கொண்டு கொடுத்ததால் தன் குடும்பம், தன் நலம் மட்டுமே என சமூகத்திலிருந்து கழன்றுவிடுகிறான்.

சொர்க்கவாசலைத் திறந்துவைத்துவிட்டோம் எனச் சொல்லித்தான் புதிய பொருளாதாரக் கொள்கைகளை அறிமுகப்படுத்தினார்கள். விடுதலைபெற்று 68 ஆண்டுகளைக் கடந்த பின்னும் இன்னுங்கூட உயர்கல்வி என்பது சாதாரண மக்களுக்கு எட்டாக்கனியாகவே இருந்து கொண்டிருக்கிறது. வசதியும், வாய்ப்பும், வலிமையும் படைத்த மேட்டுக் குடியினர் அதிகப் பணம் கொடுத்துப் பெறும் இக்கல்வி எவ்வளவு ஆற்றல் திறமைகள் இருந்தாலும் எளிதில் ஒரு சாதாரண மனிதனுக்குக் கிடைத்துவிடுவதில்லை.

ஏற்கெனவே படித்து முடித்து வேலையில்லாமல் அலைபவர்கள் ஒரு கோடியைத் தாண்டிவிட்ட நிலையில் இன்னும்கூட தனியார் பொறியியல் கல்லூரிகளுக்கு அனுமதி அளிக்கப்படுகிறது. பொறியியல் பட்டதாரி

களை ஐந்தாயிரம் ரூபாய் சம்பளத்துக்கு அலைபவர்களாக மாற்றி விட்டதோடு அல்லாமல் அவர்களுக்கு படிக்கக் கடன் கொடுத்து கடனாளியாகவும் மாற்றிவிட்ட பெருமை அரசாங்கத்தையே சாரும்.

500 மதிப்பெண்களுக்கு 499 மதிப்பெண்ணை 41 பேர் பெறும் மாநிலமாக இருப்பது எல்லோருக்கும் பெருமைதான். உண்மையில் இவர்களை உருவாக்கிய கல்வி தரமானது என்றால் ஏற்கெனவே இதேபோன்று அதிக மதிப்பெண்களைப் பெற்ற மாணவர்களைக் கொண்டு எந்த மாதிரியான சமுதாயத்தை உருவாக்கிவிட்டோம்?

என் உறவுக்காரப்பெண் ஒருத்தி கிராமப் பள்ளியில் படித்துவிட்டு 1, 122 மதிப்பெண்களைப் பெற்றாள். அதைக்கேட்டு அனைவரும் மகிழ்ந்தது போலவே நானும் மகிழ்ந்தேன். முன்பின் நகரத்தை, கல்லூரியைப் பார்த்தறியாதவள் என்பதால் உயர்கல்விக்கான கல்லூரியைத் தேர்வு செய்யும் பொறுப்பை நானே ஏற்றுக் கொண்டேன். தேர்வுமுடிவு தெரிந்த நாளிலிருந்து தொடங்கப்பட்ட இது தொடர்பான வேலைகள் நேற்றுதான் ஒருவழியாக முடிந்தது.

வெறும் கையெழுத்தை மட்டுமே போடத் தெரிந்த அவளின் தந்தை தினமும் காலையில் எழுந்து வட்டாட்சியர் அலுவலகத்தில் போய் நின்றால் இரவுதான் கிராமம் திரும்புவார். அவருக்கு யாரைப் பார்த்தாலும் கைகட்டி மரியாதை கொடுக்க மட்டுமே தெரிந்திருக்கிறது. இருப்பிடம், வருமானம், முதல் பட்டதாரி போன்ற சான்றிதழ்களைப்பெற அவர் பட்டபாட்டினை என்னால் விளக்கி மாளாது. இத்தனைக்கும் நாள்தோறும் அவர்கள் கூறும் நேரத்துக் கெல்லாம் போய் வாசலிலேயே நின்றுவிடுவார். கடைசிநாள் நெருங்கி விட்டதைக் காரணம் காட்டி எனது நண்பர் ஒருவர் உடன் சென்று அழுத்தம் கொடுத்தபின்தான் அந்தத் தாள்கள் இறுதிநாளில் கைக்குக் கிடைத்தன.

இவ்வாறு ஒவ்வொரு வட்டாச்சியர் அலுவலகத்திலும் தினமும் கூலி வேலைப் பிழைப்பை விட்டுவிட்டுக் கால்கடுக்க பசியுடன் தெருநாய்போல காத்துக்கிடக்கும் பெற்றோர்கள் எந்த பாவத்தைச் செய்தார்கள். இந்தத் தாளைக் கொடுப்பதற்கு அவர்களை எத்தனை முறை எங்கெல்லாம் அலைய வைக்கிறார்கள்.

தானே புயலில் தாக்குப்பிடித்து உயிர்வாழும் மரத்திலிருந்து ஒரு பலாக்காயுடன் தந்தையும் மகளும் சென்னை வந்து நான்கு நாட்களாக என் வீட்டிலேயேத் தங்கியிருந்தார்கள். அந்தப் பள்ளியிலேயே முதல் மாணவியாக அனைவராலும் பாராட்டைப் பெற்று வந்தவளுக்கு மேற்படிப்பாக எதைத் தேர்வு செய்வது என்கிற தெளிவில்லை;

விண்ணப்பங்களை நிரப்பத் தெரியவில்லை. கணினி வலைதளங்கள் மூலம் எவ்வாறு விண்ணப்பிப்பது என்பதும் தெரியவில்லை. எந்தப் படிப்பைச் சொன்னாலும் படிக்கிறேன் என்கிறாள். மூன்று நாட்கள் இரண்டுபேர் உதவிசெய்து அவள் பெயரில் ஒரு மின்னஞ்சல் முகவரியை உருவாக்கி இணையதளம் மூலம் நிரப்பி பணம் செலுத்தி விண்ணப்பித்தோம்.

கல்லூரிகளுக்கு விண்ணப்பிக்க அவர்கள் பட்ட பாட்டைக் கண்டு கலங்கிவிட்டேன். நகரத்து மாணவர்களோடு கிராமத்து மாணவர்கள் எதிலெல்லாம் போட்டிபோட வேண்டியிருக்கிறது? எந்தெந்தக் கல்லூரிகளில் எந்தெந்தப் பாடங்களைப் படிக்கலாம் என்கிற ஆலோசனைகளைத் தரவேண்டியது இந்த அரசாங்கம்தான். ஆனால், அதற்கோ வேறு வேலைகள் இருப்பதால் தனியார் தொலைக் காட்சிகளில் பணத்தைக் கொடுத்துவிட்டு கல்விக் கொள்ளையர்கள் அவரவர்களுக்கு சாதகமாக மாணவர்களை வலைவீசி பிடித்துக் கொண்டிருக்கிறார்கள். பின்னிரவு நேரங்களில் தொலைக்காட்சிகளில் இனவிருத்தி ஐய்யங்களுக்கு பதிலளித்து லேகியம் விற்பதுபோல கல்வித் திறனாய்வாளர்கள் ஆலோசனை தந்து கொண்டிருக்கிறார்கள்.

விவசாயக் கல்லூரிகளையும் தனியார்மயமாக்கிவிட்டக் கொடுமை நம் நாட்டில்தான் நடந்திருக்கிறது. விவசாயம் தொடர்பான எந்தவித அடிப்படை அறிவும் இல்லாதவர்கள் 16 பாடப்பிரிவுகளைப் பார்த்து ஏதாவதொன்றைத் தேர்வு செய்துகொள்ளவேண்டும். அதை இணையதளம் மூலமாக மட்டுமே செய்யமுடியும். எந்த விவரமும் அறியாத குழப்பநிலையிலுள்ள ஏழை எளிய மாணவனால் எவ்வாறு இதை விண்ணப்பிக்க இயலும்? விண்ணப்பப் படிவங்களுக்கு, கலந்தாய்வுகளுக்கு, இணைப்புச் சான்றிதழ்களுக்கு, சான்றொப்பங் களுக்கு என எல்லாவற்றுக்கும் பணத்தைச் செலவு செய்து அலையும் இந்நிலை தொடரத்தான் வேண்டுமா?

ஐ.ஐ.டி., ஐ.எம்.எம்., எல்லாம் வசதி படைத்தவர்களுக்கு மட்டும் தானா? துணை வேந்தர்களின் தகுதியும், தரமும், பதவி பெறும் முறை களையும் ஊடகங்கள் மூலமாக அறியும் போது அவர்களின் பொறுப்பில் இயங்கும் கல்லூரிகளிலிருந்து இந்த ஏழைகளுக்கு, ஒடுக்கப்பட்ட மக்களுக்கு எந்த நியாயம் கிடைக்கும்?

கல்வியின் தேவையையும் நோக்கத்தையும் புரிந்துகொள்ளாமல் அதையும் வணிகமயமாகப் பார்க்கும் அரசாங்கம் உள்ளவரை சமுதாயத்தில் எந்த மாற்றமும் நிகழப்போவதில்லை!

37

கண்ணுக்குத் தெரியும் கடவுள்கள்

நாட்டில் உள்ள துறைகளிலேயே முதன்மையானதாக, முக்கியமானதாகக் கருதப்படுவது ஊடகத்துறை. மக்களாட்சியில் வாழ்கின்ற மக்களுக்கு வழிகாட்டியாகவும், சமூகத்தை முன்னோக்கி எடுத்துச் செல்லக்கூடிய பொறுப்பும் கடமையும் அவற்றுக்கு உண்டு. நாம் தேர்ந்தெடுத்த அரசு நமக்கு அரணாக இருக்கவேண்டியதுபோல் போல் ஊடகங்களும் ஒட்டுமொத்த சமூகத்துக்கும் அரணாக இருக்க வேண்டும். கற்றவர்களும் பாமரர்களும் நாட்டு நடப்புகளை அறிந்துகொள்ள ஊடகங்களையே நம்பி இருக்கிறார்கள்.

ஒவ்வொரு துறையின் மீதும் மக்கள் நம்பிக்கையை இழந்துகொண்டு வருவது போல் ஊடகங்களின் மீதும் இழந்துவருவது பெரும் கவலைக்குரியது. சமூகத்தின் சீர்கேடுகளை அலசும் ஊடகங்கள் தாங்கள் வழி தவறிச் சென்று கொண்டிருப்பதைப்பற்றி உணர்ந்த மாதிரியே தெரியவில்லை.

இயற்கை வளங்கள் சீரழிகின்றன, அரசியல்வாதிகள் தங்களின் நெறிமுறைகளைத் தவறவிட்டுவிட்டார்கள், அரசியல் தொழிலாக

மாறிவிட்டது, மக்களை மது சீரழித்துக்கொண்டிருக்கிறது, கல்வி வணிகத் தொழிலாக மாறிவிட்டது என மக்களிடத்தில் கவலைப்படும் ஊடகங்களுக்கு மக்களின் கவலை புரிந்தனவா எனத் தெரியவில்லை.

திரைப்படம், தொலைக்காட்சி, பத்திரிகை இவை எல்லாமே ஊடகங்கள்தான். இவை ஒன்றுக்கொன்று வீரியத்தில் குறைந்தவை யல்ல. அனைத்துக் கலைகளையும் உள்வாங்கிக் கொண்ட திரைப்படம் எளிதில் அனைத்து மக்களின் மனதிலும் புகுந்துவிடக்கூடியது. அதற்கு படித்தவர்கள், பாமரர்கள், அதிகாரத்தில் இருப்பவர்கள், பணக் காரர்கள், ஏழைகள் என்கிற பாகுபாடு கிடையாது. அனைவரின் சிந்தனையையும் ஒருங்கமைத்து அவர்களின் நிலையை மறந்து சிந்திக்கவைக்கும் ஆற்றல் படைத்தது. ஆனால், அப்படிப்பட்ட கலை, முறையாகப் பயன்படுத்தப்படாமல் கையில் கிடைத்தவர்களெல்லாம் அதனை எடுத்துக்கொண்டு கையாண்டதினால், தன் உயிரைத் தக்க வைத்துக்கொள்ளவே அது போராடிக் கொண்டிருக்கிறது. தற்போது பேய்களின் பிடியில் தமிழ்த் திரைப்படக் கலை சிக்கிக் கொண்டுவிட்டதால், எப்போது அது சமநிலைக்குத் திரும்பும்... அதற்கு எவ்வளவு காலமாகும் எனத் தெரியவில்லை.

தொலைக்காட்சிகளின் நிலையோ அதைவிடவும் இன்னும் பரிதாபம். தமிழர்களுக்கு வயிற்றுக்கு சோறு இருக்கிறதோ இல்லையோ, வீட்டுக்கு வீடு தொலைக்காட்சிப் பெட்டியை வைத்துக்கொண்டிருக் கிறார்கள். மக்களை மகிழ்விப்பதற்கும், விழிப்புணர்வை ஊட்டு வதற்கும், ரசனையை மாற்றியமைப்பதற்கும் உதவ வேண்டிய தொலைக்காட்சி, அவர்களை பாடாய்ப்படுத்திக் கொண்டிருக்கிறது. கொஞ்ச நஞ்சமாவது சிந்தித்துக் கொண்டிருந்தவர்கள் அது வீட்டுக்குள் நுழைந்தவுடன் சிந்திப்பதையே மறந்துவிட்டார்கள். காலையிலிருந்து நடு இரவுவரை அதில் வரும் நிகழ்ச்சிகளைப் பார்த்து களைத்துப் போய்விடுகிறார்கள். தங்களின் பிள்ளைகளையும் ஆட்டக்காரர்களாக, பாட்டுப் பாடுபவர்களாக மாற்றமுடியவில்லையே என்று பல பெற்றோர்கள் கவலையில் கிடக்கின்றனர். இது மட்டுமின்றி தொலைக்காட்சித் தொடர்களில் வருகிற பாத்திரங்களும், சம்பவங் களும் அவர்களின் மனதைச் சிதைத்து மனநோயாளிகளாக மாற்றிக் கொண்டிருக்கின்றன. இனி, நம் நாட்டுக்கு அதிகளவில் உடல் நல மருத்துவர்களைக் காட்டிலும் மனநல மருத்துவர்கள்தான் தேவை.

தொலைக்காட்சி நிறுவனங்கள் அதிகளவில் தனியார் வசமே இருப்பதால் அவர்கள் கொடுப்பதுதான் செய்தி. அவர்கள் காண்பிப் பதைத்தான் பார்த்தாக வேண்டும்; நம்பவும் வேண்டும். ஒரே செய்தி ஒவ்வொரு தொலைக்காட்சியிலும் அவரவர்களின் நோக்கங்களுக்குத் தகுந்த மாதிரி திரிக்கப்படுகிறது. உண்மைச்செய்திகளை

அறிந்துகொள்ள மக்கள் அலைய வேண்டியிருக்கிறது. சமூக நோக்குடன் செயல்படவேண்டிய ஊடகங்கள் இன்று ஒரு தொழிலாக, வணிக நிறுவனங்களாகப் பரிணாமம் அடைந்திருக்கின்றன. இது இந்த நாட்டுக்கும் சமுதாயத்துக்கும் எவ்வளவு பெரிய கேடு, எவ்வளவு பெரிய இழப்பு என்பதை எவரும் உணர்ந்த மாதிரித் தெரியவில்லை. ஒரு தேசத்தின் மனநிலையை அறியப் பயன்படும் ஊடகங்கள் மக்களின் மனங்களைக் கெடுக்கக் கூடியவையாக மாறிவிட்டன.

ஒவ்வொரு அரசியல் கட்சிகளும் அவரவர்களின் செல்வாக்கை, அதிகாரத்தை வளர்த்துக்கொள்ள அவரவர்களுக்கு சொந்தமான தொலைக்காட்சி மூலம் மக்களின் மேல் அவர்களின் கருத்துகளைத் திணிக்கின்றன. தங்களுக்குச் சொந்தமாக ஒரு தொலைக்காட்சி நிறுவனம் இல்லாமல் இங்கு எதையும் செய்ய முடியாது என்பதை உணர்ந்து, புதிதாக அரசியல் கட்சித் தொடங்குபவர்களும் நிறுவனங் களைத் தொடங்கிவிடுகிறார்கள். மீதியிருக்கும் தொலைக்காட்சிகளும் பெரு முதலாளிகள், பண முதலைகளின் வணிகக்கூடமாக மாறி விடுவதால் மக்கள் நடுநிலையான செய்திகளுக்கு அலைய வேண்டியிருக்கின்றது.

ஒன்றிரண்டு நடுநிலையான தொலைகாட்சி நிறுவனங்கள் நேர்மை யாகச் செயல்பட்டாலும் ஆட்சி நடத்துபவர்களை, அரசின் செயல் பாடுகளை விமர்சித்தால், அவர்களின் நிகழ்ச்சிகள் மக்கள் கண்களில் படாதபடி அரசின் கம்பிவடப் பாதையில் இருந்து நீக்கப்படுகின்றன. அந்தத் தடைகளையும் மீறி அப்படிப்பட்டவர்கள் துணிச்சலோடு செயல்பட முனைந்தாலும் அந்த முதலாளிகளின் கல்வி நிறுவனங் களும், மருத்துவ நிறுவனங்களும், மற்றைய வணிகங்களும் பாதிக்கப் படும் என்பதால் அவையும் உண்மையைச் சொல்லத் தயங்குகின்றன. அரசின் நேர்மையற்ற செயல்பாடுகள் மக்களின் கண்களிலிருந்து மறைக்கப்படுகின்றன. இதனாலேயே காலங்காலமாக ஒரு சில பத்திரிகைகள், தொலைக்காட்சிகள் வணிகத் தந்திரத்தைக் கையாண்டு அரசின் கைப்பாவையாக மாறி, அவர்களின் விருப்பத்தை நிறைவேற்றி சலுகைகளையும் பெற்றுவிடுகின்றன.

இந்த நெருக்கடிகள் ஒருபக்கம் இருந்தாலும், அந்த ஊடகத்தில் பணிபுரிகிறவர்கள் அவர்களின் சாதி, மத, கொள்கைக்கு உட்பட்டவர் களாக நியமிக்கப்படுகிறார்கள். இதனால் அவர்களுக்கு வேண்டியவர் களின் செய்திகளே முதன்மைப்படுத்தப்படுகின்றன. நம் நாட்டில் உள்ள ஊடகங்களில் பல அதன் கண்ணியத்தையும் மக்களின் நம்பிக்கையையும் இழந்துவிட்டன. ஆளாளுக்குப் பேச்சாளர்களை வளர்த்துவிட்டு தினமும் விவாதம் என்கிற பெயரில், கோழிச்சண்டை போடவைத்து மக்களின் மனதில் இடம்பிடிக்கப் போராடுகின்றனர்.

செய்திகளை நடுநிலையோடு வெளியிடுவதை விட்டுவிட்டு அவரவர்களுக்குச் சாதகமான கருத்துருவாக்கத்தை உருவாக்குவதால், மக்களும் நம்பிக்கையை இழந்து அந்தந்த பத்திரிகையில் இருந்தும், தொலைக் காட்சிகளில் இருந்தும் வெளியேறுகின்றனர்.

இவ்வாறு வெளியேறுபவர்களுக்கு சமூக வலைதளங்கள் வசதியாக அமைந்துவிடுகின்றன. ஒவ்வொரு சாதாரண மனிதனும், அவன் பெயரில் ஒரு கணக்கினைத் தொடங்கி அவனால் முடிந்தவரை சில நூறு பேர்களுக்கு அவனது மனநிலையை வெளிப்படுத்துகிறான். நேர்மையான, நடுநிலையான செய்திகளுக்காக மக்கள் இன்று காத்திருக்க வேண்டியது இல்லை. கணினி மூலமாக, கைபேசி மூலமாக தன் குரலை வெளிப்படுத்தத் தொடங்கிவிட்டனர். ஊடகங்கள் மூலம் தன் கடமையை, தான் நினைத்ததைச் சாதிக்கவேண்டும் என அத்துறையைத் தேர்ந்தெடுத்து, எதையும் செய்ய முடியாமல் கைகள் கட்டப்பட்டு மாதாந்திரக் கூலிகளாக மனமுடைந்து தங்களுக்கு சோறுபோடும் நிறுவனங்களின் பின்னால் ஓடிக்கொண்டிருக்கும் ஊடகத்துறையினர் சிலர் அங்கிருந்து உடைத்துக்கொண்டு வெளியேறி கணினி மூலம் தங்களின் ஆசையை, கடமையை நிறைவேற்றிக் கொள்கின்றனர். இவர்கள் போன்றவர்களாலேயே இன்று மக்களுக்கு உண்மைச் செய்திகள் கிடைத்துக்கொண்டிருக்கிறது. மக்களை கட்டிப் போட்டு சிந்திக்கவிடாமல் வைத்துக்கொண்டிருக்கும் சில ஊடகங்களும் வேறு வழியின்றி அந்தச் செய்திகளையே வெளிட வேண்டியிருக்கிறது.

சின்னச் சின்ன செய்திகளை ஊதி ஊதிப் பெரிதுபடுத்தும் ஊடகங்கள் மக்களிடத்தில் அம்பலப்படுத்த வேண்டிய, விவாதத்துக்குள்ளாக்க வேண்டிய செய்திகளை ஒருவருக்கும் தெரியாமல் மறைத்து விடுகின்றன. ஊழியர்கள் மூலம் திரட்டப்பட்ட செய்தியை மட்டுமே தாங்கி வருகிற பத்திரிகைகளைவிட மக்களின் குரலையும், எண்ணங் களையும், படைப்பாளிகளின் படைப்புகளையும், எண்ணத் தேடல் களையும் தாங்கி வரும் ஊடகங்கள்தான் இன்றைக்குத் தேவை. மக்களை வழி நடத்தவும், கை கொடுக்கவும், அவர்கள் எல்லாவற்றின் மீதும் நம்பிக்கையோடு வாழ்வதற்கும் இன்றியமையாதவை மக்களாட்சியின் நான்குத் தூண்கள்தான். ஒவ்வொன்றின் மீதும் அவர்களின் நம்பிக்கை அறுந்து வருகிறது. எதையும் காசு கொடுத்து வாங்கலாம். காசு இருப்பவர்களுக்கே இவ்வுலகம் எனும் கருத்தும், மதிப்பீடும் அனைத்து மக்களின் மனத்திலும் உருவாகிக் கொண்டிருக்கிறது.

மக்களாட்சி அதன் மகத்துவத்தை, வலிமையை இழந்து திருடர்கள் கையில் மாட்டிக்கொண்ட சாவியாகத் திகழ்கிறது. இந்நிலையில்

மக்களிடத்தில் ஒவ்வொன்றையும் தெளிவுபடுத்தி, விழிப்புணர்வூட்டி, நம்பிக்கையை உருவாக்கி உண்மையான மக்களாட்சியை மலரச் செய்யும் பொறுப்பு ஊடகத்துறைக்கு மட்டும்தான் உண்டு.

மக்களுக்குக் கடமைப்பட்டவர்கள், மக்களுக்கு அரணாக இருக்க வேண்டியவர்கள் ஊடகத்தினரைச் சந்திப்பதையே தவிர்க்கும்போது, ஏற்கெனவே செயல்பட்டுக் கொண்டிருக்கும் ஒரு சிலரையே ஊடகத்தினர் மீண்டும் மீண்டும் பிடித்து உலுக்கிக்கொண்டிருப்பதில் என்ன நியாயம் இருக்கிறது? ஊடகங்கள் தன்னுடைய குரலை இழந்துவிடக்கூடாது எனும் கவலை மக்களுக்கு இருப்பதுபோல் எனக்கும் உண்டு.

38

மீண்டும் ஒரு விடுதலைப் போர்

நானும் தொடர்ந்து எழுதுகிறேன். நீங்களும் படிக்கிறீர்கள். இதன்மூலம் எங்கேயாவது ஒரு எள்ளளவு மாற்றமாவது நிகழ்ந்திருக் கிறதா? வேலையில்லாமல் ஒருத்தன் எழுதுகிறான், வெட்டிக்கூட்டம் அதைப் படிக்கிறது; பாவம் இவர்கள் என சிலர் நினைக்கலாம். எல்லாவற்றையும் கேட்டு மறந்துவிடும் கூட்டம், கேட்டும் எந்த மாற்றத்தையும் செய்யத் துணியாத அதிகார வர்க்கம்; இதுதான் தற்கால இந்தியா!

'நீ தொடர்ந்து எழுத வேண்டுமா? மக்கள் வீதியில் இறங்கிப் போராடாதவரை இதெல்லாம் வீண் வேலை' என எனது நண்பர்கள் என்னைத் திட்டி, என் பேனாவைப் பிடுங்குகிறார்கள். உணர்ச்சியோடு வாழ்வ தால் தொடர்ந்து எழுதுகிறேன். நேற்றுவரை நாம் சாப்பிட்டு மகிழ்ந்த உணவுகள் இன்று வேதிப் பொருட்கள் கலந்தவை எனக் கூறினால் எப்படி இருக்கும்? நூடுல்ஸ் எனும் சீனாக்காரன் உணவு, இன்று நம் ஒவ்வொரு வரின் வீட்டுக்குள்ளும் வந்துவிட்டது. நாஞ்சில் நாடன் எழுதியது மாதிரி நூடுல்ஸ்

வாங்கி, அதில் சாம்பார் ஊற்றிப் பிசைந்து சாப்பிடும் கிராமத்து மனிதர் களை நானும் கண்டிருக்கிறேன்.

இங்கு ஒரு சிறிய பொருள்கூட அரசு அனுமதியின்றி விற்பது சட்டப்படி குற்றம். முறைகேடுகளைக் கண்டுபிடித்தால் கடும்தண்டனை உண்டு. லட்சக்கணக்கான பொருட்கள் விற்பனையில் உள்ள இவ்வளவு பெரிய நாட்டில், ஒரேயொரு குற்றவாளியாவது கடும்தண்டனைக்கு உட்பட்டி ருக்கிறாரா?

அரசாங்கம்தான் கலப்படத்தைக் கட்டுப்படுத்தும் பொறுப்பில் இருக்கிறது. சட்டமும் அதன் கையில்தான் இருக்கிறது. ஏன் எதுவும் நடக்கவில்லை? நடக்கவில்லை எனச் சொன்னால் நாம் விவரம் இல்லாதவர்களாகிவிடுவோம். நடக்கிறது. அதாவது, அடிக்கிற மாதிரி அடிப்பார்கள்; அழுகிற மாதிரி அவர்களும் அழுவார்கள். தாங்கள் செயல்பட்டுக் கொண்டிருக்கிறோம் என்பதை மக்களிடத்தில் உறுதிபடுத்த, இப்படி வீதியோரக் கடைகளில் சோதனை நடத்தி, செய்தி அறிவிப்பார்கள். அதனைப் பார்த்து நாம் நடவடிக்கைகள் நடை பெறுவதாக நம்பவேண்டும்.

தரமற்ற பொருட்களைத் தடை செய்யும் உணவு பாதுகாப்பு அதிகாரிகள் கையூட்டு வாங்கிக்கொண்டு, மக்களின் எதிரிகளாக மாறி நெடு நாட்களாகிவிட்டன. இவர்களுக்குத் தெரியாமல் எந்தக் கலப்படப் பொருளும் இங்கே விற்க முடியாது. இன்று அச்சமின்றி எந்தப் பொருளையும் வாங்க பயமாக இருக்கிறது.

இந்தப் பொருட்களை உற்பத்தி செய்ய மூலகாரணியாக இருக்கும் அறிவியலாளன், அதன் முதலாளி, அதனை விற்பவன், வேண்டியதைப் பெற்றுக்கொண்டு கண்டும் காணாமல் ஒதுங்கிக்கொள்ளும் அந்தத் துறை அதிகாரிகள், அதனோடு தொடர்புடைய அமைச்சகம் எல்லாமும் ஒவ்வொரு நொடியும் நம்மைக் கொன்றுகொண்டே இருக்கின்றன.

எனது நண்பனின் அண்ணன் சிறு நகரத்தில் உள்ள ஒரு கடைக்கு வீட்டுப் பொருட்கள் வாங்கப் போயிருக்கிறார். அங்கே எல்லா பொருளுமே காலாவதியான பொருளாக இருந்திருக்கிறது. ஒருமணி நேரத்தில் அந்தக் கடைக்கு பூட்டுப் போடச் செய்துவிட்டார். உடனே அவருக்கு பல நிலைகளில் இருந்து கொடுக்கப்பட்ட அழுத்தமும் மன உளைச்சலும் யாருக்குத் தெரியும்? அவரால் அந்தக் கடையை 6 மணி நேரம்தான் மூடிவைக்க முடிந்தது. இந்தப் பிரச்னையில் இறுதியாகத் தண்டிக்கப்பட்டவர், பொருட்களை விற்பனை செய்த அந்தக் கடைக் காரர் இல்லை. தடை செய்யச்சொன்ன நண்பரின் அண்ணன்தான்!

ஒரே நாளில் மதுராந்தகத்தில் பெப்சி குளிர்பானத் தொழிற்சாலைக்குப் பூட்டு போட்டு நான்கு மாநிலங்களில் விற்பனையை நிறுத்தி, தடை செய்ய உத்தரவிட்ட அதிகாரி சகாயம் இரவோடு இரவாகப் பணிமாற்றம் செய்து கடைநிலைப் பணிக்குத் தள்ளப்பட்டதுபோல் நண்பரின் அண்ணனும் தள்ளப்பட்டார்.

சிக்கல் வெளிவந்த உடனே தமிழக அரசு 5 நிறுவனங்களின் நூடுல்ஸ் களைத் தற்காலிகமாகத் தடை செய்துள்ளது. அப்படியென்றால் விற்பனைக்கு அனுமதிக்கப்பட்டிருக்கிற மற்ற எல்லாப் பொருட்களும் பாதுகாப்பானவை என கணக்கில் எடுத்துக்கொள்ளப்படுகிறதா? இத்தனை நாட்களுக்குள் அனைத்துப் பொருட்களின் தரமும் உறுதி செய்யப்படும் என மத்திய, மாநில அரசுகள் அறிவிக்குமா?

தரமற்ற உணவுப் பொருட்களினால் கல்லீரல், இரைப்பை, மண்ணீரல், சிறு குடல், பெருங்குடல், நுரையீரல், இதயம், நரம்பு மண்டலம் போன்றவைகள் பாதிக்கப்பட்டு பக்கவாதம் மூளைச் செயலிழப்புகூட வர வாய்ப்புள்ளதாக மருத்துவர்கள் கூறுகின்றனர்.

மஞ்சள் பொடி மற்றும் துவரம் பருப்பில் மஞ்சள் நிறம் வருவதற்காக மெட்டானில் என்ற வேதிப் பொருள் சேர்க்கப்படுகிறதாம். சர்க்கரையில் சுண்ணாம்புத் தூள், கொத்தமல்லித் தூளில் குதிரைச் சாணம், கறுப்பு வெல்லத்தை வெள்ளையாக மாற்ற ஹைட்ரோ குளோரிக் அமிலம், பாக்குத் தூளில் மரத்தூள், பாலில் சோப்புத் தூள் மற்றும் காஸ்ட்டிக் சோடா, ஆப்பிள் பழத்தின் மேல் மெழுகு என பட்டியல் முடியவே முடியாது. தரமற்ற கலப்படப் பொருட்களை ஆய்வு செய்தால் ஒரு கடையைக்கூட திறந்து வைத்திருக்க முடியாது. ஒவ்வொரு நாளும் நம் வயிற்றுக்குள் போய்க்கொண்டிருக்கும் கோடிக் கணக்கான கறிக்கோழிகளை உருவாக்கப் பயன்படுத்தும் நஞ்சுப் பொருட்களைப்பற்றிச் சிந்தித்து, அதற்குரிய கட்டுப்பாட்டை விதிக்க, யாருக்கு இங்கே நேரமிருக்கிறது. ஒரு மாம்பழத்தைக்கூட அச்சமின்றி உண்ணும் பாதுகாப்பை அளிக்க அரசாங்கத்தால் முடியவில்லை.

பான் மசாலாவுக்கு இங்கே தடை விதிக்கப்பட்டுள்ளது. அதனை விற்காத கடைகள் உண்டா? இதெல்லாம் இந்த அதிகாரிகளுக்குத் தெரியாதா? ஊழல் பணத்தில், லஞ்சப் பணத்தில் உயிர்களைக் கொல்லும் இந்த அயோக்கியர்கள்தான் மக்களைக் காப்பாற்றுவார்கள் என்று எத்தனை நாளைக்குத்தான் நம்பிக் கொண்டிருக்கப் போகிறோம்? வேண்டியவர்களுக்கு வேண்டியதைக் கொடுத்துவிட்டு, யாரும் எதையும் செய்து கொள்ளலாம். இதற்குத்தான் கால்கடுக்க வரிசையில் நின்று வாக்களிக்கிறோம். அதன் பெயர்தான் நாம் மார்தட்டிக் கொள்ளும் ஜனநாயகம்!

குளிர்பான நிறுவனம்தான் தண்ணீரை உறிஞ்சி விவசாயத்தைக் கெடுக்கிறது. அதற்காகத்தான் அந்தக் கதை நாயகனும், விவசாயிகளும் போராடுகிறார்கள் என்று அந்தப் படத்தைப் பார்த்துப் பாராட்டிக் கொண்டே, அதே படத்தின் இடைவேளையில் கொஞ்சமும் வெட்க மில்லாமல் அதே குளிர்பானத்தை வாங்கிச் சுவைக்கிறோம். அவ்வாறு நடிப்பவர்களுக்கு கோடிக்கணக்கில் பணம். அந்தக் குளிர்பான விளம்பரத்தில் நடிப்பவருக்கு பணம். இரண்டையும் பார்த்துக் கொண்டிருக்கும் சமூகத்துக்குக் கிடைத்த புதியசெய்திதான் - நூடுல்ஸ் விளம்பரத்தில் நடித்ததற்காக நடிகர்களின் மேல் வழக்கு என்பது. ஒருவேளை பரிசோதனை எல்லா பொருட்களின் மீதும் நிகழ்த்தப் பட்டால் யார் யார் மீதெல்லாம் வழக்குகள் தொடர வேண்டியிருக்கும்? அந்தப் பட்டியலில் மக்களைத் தவிர அரசாங்கம், அதிகாரிகள், விற்பனையாளர்கள் என எல்லோருமே இருப்பார்கள்.

இதற்கு ஒரே தீர்வு, மீண்டும் ஒரு விடுதலைப் போரை சிப்பாய்க் கலகத்தில் இருந்து தொடங்குவதுதான்!

39

விதையில்லா விதைகள்

இப்படி ஓர் அமைதியான மக்கள்திரளை உலகத்தில் எங்குமே பார்த்திருக்க முடியாது. எதற்கும் வாய் திறக்காத, எதைக் கொடுத் தாலும் வாங்கிக் கொள்கிற, எதையும் வேடிக்கையாக மட்டுமே பார்க்கிற சமூகம் எங்குமே இருக்கமுடியாது. ஒவ்வொரு வரும் தனித் தீவில் வளர்க்கப்பட்ட தனி மனிதன்போல எந்தப் பொறுப்புணர்வும், எந்தக் கடமை உணர்வும் இன்றி, தன் குடும்பம், தான் மட்டுமே வாழ்க்கை என வாழப் பழகிவிட்டார்கள்.

தனது கடமையும் பொறுப்பையும் உணராத சமூகத்தில்தான் நாமும் வாழ்ந்து கொண்டி ருக்கிறோம். எதைக் கொடுத்தாலும் வாங்கிக் கொள்கிற (விலையில்லாப் பொருட்கள் எனும் பெயரில்) கேள்வி கேட்காத, போராட்ட குணமில்லாத, உழைப்பு மற்றும் உற்பத்திபற்றி உணராத ஒரு சமூகம் உருவாக் கப்பட்டுவிட்டது. எதற்காக இந்த விலை யில்லாப் பொருட்களைப் பெறுகிறோம்? எதற்காக கொடுக்கிறார்கள்? அன்றாடம் பயன்படுத்தும் இந்தப் பொருட்களை நாம் உழைத்து வாங்கிக் கொள்ளமுடியாதா எனக்

குழந்தைகளுக்குத் தெரிவதில்லை. அதனை அவர்களுக்குக் கூறுவதற்கு எந்தப் பெற்றோருக்கும் துணிச்சலும் கிடையாது. உழைத்துப் பெறாத பொருட்களைப் பெற்று இங்கு உழைப்பின் மதிப்பைக் குழிதோண்டிப் புதைத்துவிட்டனர்.

இப்படிப்பட்ட பெற்றோர்கள்தான் குழந்தைகளை உருவாக்கு கின்றனர். இவர்களைப் பார்த்துத்தான் இந்தக் குழந்தைகளும் வளர்கின்றனர். கல்விக்கூடங்களும் வாழும் முறைகளைக் கற்றுத் தருவதில்லை. அங்கிருந்து உருவாகிறவர்கள் பின் எப்படிப்பட்டவர் களாக இருப்பார்கள்?

ஒவ்வொரு மனிதனுக்கும் குடும்பம்தான் ஆசிரியர். அவன் பயிலும் கல்விக்கூடம்தான் பல்கலைக்கழகம். பெற்றோர்களும் ஆசிரியர்களும் இதன் பொறுப்பை உணர்ந்திருக்கிறார்களா? இன்று ஒவ்வொரு பெற்றோரும் தங்கள் குழந்தைகளை எதிர்கால முதலீடாகப் பார்க்கின்றனர். பணம் காய்க்கும் மரமாக மாற்ற ஆசை. நீரை ஊற்றி வளர்த்து, அரசாங்கத்தின் அல்லது தான் பணிபுரியும் நிறுவனத்தின் அடிமைகளாக மாற்றுகின்றனர். நிறுவனங்களுக்கு நல்ல ஊழியனாகவும் எதைப் பற்றியும் கண்டுகொள்ளாதவனாகவும் வளர்வதே அடிப்படைத் தகுதி என நினைக்கிறார்கள்.

பெரும்பாலான பெற்றோர் தங்களை ஒரு வேலைக்காரனாகவே நினைத்துக்கொண்டு குழந்தைகளை அன்றாடப் பணிகளைக்கூடச் செய்யவிடாமல், ஓடி ஓடிச் சென்று செய்து அவர்களைப் பொறுப்பவர் களாகவும், தன்னம்பிக்கை அற்ற சோம்பேறிகளாகவும் மாற்றிவிடு கின்றனர். தங்கள் பிள்ளை வீட்டில் எப்படி இருப்பானோ அதையே தானே சமூகத்திலும் செய்வான் என்பதை மறந்துவிடுகின்றனர். அதுவும் ஒற்றைக் குழந்தையாக வளர்ப்பவர்களின் நிலைமை எல்லா வற்றையும்விடக் கொடுமை. அதிக செல்லம் கொடுத்து அவர்களைத் தங்கள் உலகமாகவே பார்க்கின்றனர் பல பெற்றோர். அப்படி வளர்கிற பிள்ளைகள் பின்னாளில் பெற்றோர்களையே பார்த்துக்கொள்ளா தவர்களாக, சுரண்டுபவர்களாக, மதிக்கத் தெரியாதவர்களாக, ஒட்டுண்ணிகளாகவே வாழ்க்கையை நடத்துகின்றனர்.

எந்தப் பெற்றோரும் குழந்தைகளிடம் தங்களின் வருமானத்தை, செலவுகளைச் சொல்வதே இல்லை. குடும்ப விவரங்களைப் பகிர்ந்து கொள்வதும் இல்லை. வீட்டை விட்டு இவர்கள் வெளியேறும்வரை குழந்தையாகவே நடத்துகின்றனர். பெற்றோர்கள் மற்றவர்களிடத்தில் நடந்துகொள்ளும் முறை, நண்பர்கள், உறவினர்களிடத்தில் பேசும் முறை, சமுதாயப் பணிகளில் தங்களை இணைத்துக்கொள்ளும் முறை போன்றவற்றைப் பார்த்துத்தான் குழந்தைகள் வளர்கிறார்கள்.

எப்போதுமே குடும்பத்தில் ஒரு சிக்கல் வரும்போது அதை தீர்ப்பதுடன், என்ன வழிவகைகளைக் கையாண்டு அந்தச் சிக்கலைத் தீர்த்தோம் என்பதைக் குழந்தைகளுக்குக் கற்றும் கொடுப்பதும் முக்கியம்.

வெளிநாடுகளில் ஒவ்வொரு குழந்தையிடமும் தன்னம்பிக்கை வளரும்விதத்தில்தான் வளர்க்கிறார்கள். 18 வயது வரைதான் குழந்தைகளுக்கு வேண்டியவற்றைச் செய்து கொடுப்பார்கள். பின்னர் அவரவர் பணிகளை அவரவர்களே செய்துகொண்டு, அவரவரும் அவரவர் வாழ்க்கையைப் பார்த்துக் கொள்ளவேண்டும். 18 வயதுக்குப் பின் ஓய்வு பெறும் வயதுவரை ஒருவர்கூட சொந்தமாக சம்பாதிக்காமல் இருக்க முடியாது. மற்றவர்களின் உழைப்பில் உடல் வளர்த்து, வாழ்க்கையைக் கழிக்க முடியாது.

நம் நாட்டில்தான் ஒருவன் உழைப்பில் குடும்பமே உட்கார்ந்து உண்ணுவ தெல்லாம். அங்குள்ள அரசாங்கம் வீடு வீடாகச் சென்று கணக்கெடுத்து, ஒவ்வொருவரின் கல்வித் தகுதி மற்றும் உடல் தகுதிக்கு ஏற்ற வேலையை வழங்கி, அவர்களை உழைக்கச் செய்து வருமானம் உடையவர்களாக மாற்றும். இங்கிருப்பதைப் போல் வீட்டிலேயே பலரை முடக்கிப் போட்டு, வீட்டுக்கு வீடு தொலைக்காட்சி, மாவாட்டும் இயந்திரம் போன்றவற்றை இலவசமாக கொடுத்து, வாக்களிக்க மட்டும் நீங்கள் வந்தால் போதும் என்று சொல்வது இல்லை. வாக்களிக்க வருபவர் களுக்கு பணம் கொடுக்கும் 'சிறப்புத் திட்டங்களும்' உலகத்தில் எந்த நாட்டிலும் இல்லை. அதனால்தான் வாக்குரிமை பெறுவதற்கும் அதனைப் பதிவதற்கும் இங்கே அவ்வளவு போட்டி.

இன்றைய நாளில் குழந்தைகளின் கையில் எப்போதும் கைப்பேசி அல்லது கணினிதான். மனிதர்களைப் பார்ப்பதே இல்லை. அவர்களுடன் பேசுவது இல்லை. இந்நிலையில் எவ்வாறு, எங்கிருந்து மனித உறவுகளை இவர்கள் கற்றுக்கொள்ள முடியும்? இன்றைய அனைத்து பிரச்சினைகளுக்கும் மக்களின் மவுனமே காரணம். இன்று அரசியல் தொடங்கி, கல்வி, ஊடகங்கள்வரை அனைத்திலும் ஒடுக்கப் பட்டவர்களின் உண்மைநிலை மறுக்கப்படுகிறது அல்லது மறைக்கப் படுகிறது. ஒவ்வொரு மனிதனையும் சமூக மனிதனாக மாற்ற வேண்டிய பொறுப்பு, குடும்பம் மற்றும் கல்விக்கூடங்களுக்கே உண்டு. ஆனால், இவை இரண்டுமே சரியில்லாததால்தான் மனிதர்கள் மனிதத் தன்மையற்றவர்களாக, சமூகப் பொறுப்பற்றவர்களாக இருக்கிறார்கள். ஏழைகள் மற்றும் ஒடுக்கப்பட்டவர்களின் குழந்தைகளும் தாங்கள் ஏமாற்றப்படுவதை, நசுக்கப்புடுவதை உணராதவர்களாக, விடுதலையை அறியாத அடிமைகளாக ஆதிக்க ஆசை கொண்ட அடிமைகளாக வளர்க்கப்படுகின்றனர்.

‘உண்மையான சுதந்திர மனிதன் எப்படி இருப்பான்’ என்பது இன்றைய இளைஞனுக்குத் தெரியவே தெரியாது. ஓர் அதிகாரியாக, அரசு ஊழியனாக, முதலாளியாக மாறுவது மட்டும்தான் விடுதலை என நினைக்கிறான். இன்று ஒவ்வொருவரும் இதுபோல் மாறியதால்தான் ஒடுக்கப்பட்ட சமுதாயத்தின் குணமாகவே இந்த மவுனம் உருவாகியுள்ளது.

தனிமனிதர்கள், குடும்பங்கள், சமூக அமைப்புகள் ஆகியவற்றின் வாழ்க்கை முறையையும், அன்றாட நடவடிக்கைகளையும் அறியாத ஒருவன் ஒரு சாதாரண மனிதனாகக்கூட உருவாகமுடியாது. இங்கு பெற்றோர்கள் உழைக்கவில்லை அல்லது உழைக்க வழியில்லை. அதற்கான காரணமும் இவர்களுக்குத் தெரியவில்லை. உழைப்பின் அவசியத்தை உணர்த்தாமல் ‘இலவசமாக கிடைக்காதா’ என ஏங்க வைக்கும்போது சமுதாயத்தின் முக்கியத்துவம் உணர்த்தப்படாமல் போகிறது. வெறும் அடிமைகளாகவே பிறந்து, அடிமைகளாகவே வாழ்ந்து, அடிமைகளாகவே மடிந்து ஒருவித ஊமைக் கலாசாரத்தை உருவாக்கிவிடுகிறார்கள்.

கூட்டுச் சமூக வாழ்க்கையின் மூலம் சமூகத்துக்கு நாம் திருப்பிச் செய்ய வேண்டிய கடமைகளை, பொறுப்புகளை உணரச் செய்ய வேண்டியது பெற்றோர்களும் ஆசிரியர்களும்தான். நம்மைச் சுற்றி நிகழும் திருட்டு, கூட்டுக் கொள்ளை, ஏமாற்று, பித்தலாட்டம், முறைகேடு, அடாவடித்தனம், அநீதி பற்றியெல்லாம் நம் குழந்தைகளுக்கு எடுத்துச் சொல்லாமல், 500-க்கு 499 மதிப்பெண்களை 41 பேர் பெறுகிற புத்தகப் பூச்சிகளாக மட்டுமே மாற்றிக் கொண்டிருக்கிறோம்.

எதையும் கேள்வி கேட்காமல் வளர்க்கப்படும் குழந்தைகள், இந்த சமுதாயத்தில் எந்த மாற்றத்தையும் செய்ய முயற்சிக்காத ஊமைக் கலாசாரத்தையே விதைப்பார்கள். இவர்கள் தான் இன்றும் நாளையும் நம் விளைச்சல்கள். ஆம்... இவர்கள்தான் நம் விதையில்லா விதைகள்!

40

மாயமான் !

விளம்பரமற்ற மனிதர்களைக் கவனிக்க எப்படி ஆட்கள் இல்லையோ, அப்படித்தான் விளம்பரமற்ற பொருட்களும். ஆனால், தகுதி இல்லாத ஒன்றை கூவிக் கூவி விளம் பரப்படுத்தினால், ஒன்றுக்கும் உதவாத உயிரைக் கொல்கிற பொருட்களையும் மக்கள் மனங்களில் இடம்பிடிக்க வைத்து விடமுடியும். பணம் இருந்தால் யாரையும், எதையும் விளம்பரப்படுத்திக் கொள்ளலாம். எந்தப் பொருளையும் மக்கள் விழுந்தடித்துக் கொண்டு ஓடி வாங்கும் அளவுக்கு பித்து பிடிக்க வைத்துவிடலாம். பணம் இருந்தால் எந்த விளையாட்டையும் விளம்பரப்படுத்தி அனைவரையும் ஈர்த்துவிடலாம் என்ப தெல்லாம் நடைமுறையில் நாளுக்கு நாள் நாம் காணும் காட்சிகள்.

உணவும், நீரும் மனிதனுக்கு எவ்வளவு முக்கியமோ அவ்வாறு முக்கியமானதுதான் விளையாட்டும். ஆனால், வளரும் தலை முறைகள் தாம் விளையாடுவதை விட்டு விட்டு, மற்றவர்கள் விளையாடுவதைப் பார்த்துக்கொண்டே இருக்கின்றன.

கிரிக்கெட் எனும் மட்டைப் பந்து விளையாட்டு எனக்கு அறிமுகமான போது என்னை அது ஈர்க்கவே இல்லை. அதற்கு தரப்படுகிற முக்கியத்துவத்துக்குரிய தகுதி அந்த விளையாட்டுக்கு இல்லை என்பதும், அதற்கான அதிரடி விளம்பரங்களும், பணத்தை அடிப்படை யாகக் கொண்டு மக்களைக் கண்ணிவைத்துப் பிடிக்கும் அதன் மாய வலையில் ஒளிந்திருக்கும் அரசியலைப் புரிந்துகொண்டதாலும், இன்றுவரை அந்த மட்டையை நான் தொட்டதுகூட இல்லை. என் மகன்களுக்கும் இதில் ஈடுபாடு இல்லாமல் போனது எனக்கு வியப்புதான்.

இந்திய சாலைகளில் நீங்கள் எங்கு பயணம் செய்தாலும் எல்லா இடங்களிலும் காணக்கூடியது, திறந்த வெளிகளில் பலர் கிரிக்கெட் விளையாடிக் கொண்டிருப்பதையும், ரியல் எஸ்டேட் எனும் பெயரில் விளைநிலங்களை முடக்கி, நிலங்களில் வேலியமைத்து, பல வண்ணங் களைத் தீட்டி வைத்திருப்பதையும் காணலாம்.

ஆங்கில மொழியையும், அவனது கலாசாரத்தையும், அவனது விளை யாட்டையும் நம்மேல் திணித்து, தலைமுறை தலைமுறையாக பல நூற்றாண்டுகளாக நம் தேசிய இனங்கள் பேசி வந்த மொழியையும், நமது உணவு மற்றும் கலாசாரத்தையும், நமது அடையாளத்தையும் இன்று மதிப்பிழக்கச் செய்துவருவது குறித்த சிந்தனையோ கவலையோ எவருக்கும் இல்லை.

தொடக்கத்தில் வானொலி மூலமும், பின்னர் தொலைக்காட்சி மூலமாகவும் விளம்பரப்படுத்தப்பட்ட இந்த கிரிக்கெட், நான்காயிரம் ஆண்டுகளுக்கு முன்பிருந்தே விளையாடி வந்த நம் விளையாட்டுகளை நாற்பதே ஆண்டுகாலத்தில் நம்மிடம் இருந்து விரட்டியடித்துவிட்டது.

எல்லாவற்றையும்போல் கிரிக்கெட்டும் ஒரு விளையாட்டு, அதனை விளையாடுபவர்களும் நம்மைப் போன்ற மனிதர்கள்தான் என்பதை மறக்கடித்து, ‘அதுதான் சிறந்த விளையாட்டு’ என்பதுபோலவும், அவர்கள்தான் சிறந்த விளையாட்டு வீரர்கள் எனவும், தெய்வங்களுக்கு இணையாகப் போற்றும்படியான மனநிலையை விதைத்துவிட்டனர். இதில் இந்த விளையாட்டின் மூலம் பணம் குவிக்கும் அந்த வீரர்களுக்கோ, அவர்களை இயக்கும் பன்னாட்டு வணிக நிறுவனங் களுக்கோ மட்டுமில்லை; இந்த ஊடகங்களுக்கும் பெரும் பொறுப்பு உள்ளது.

எல்லா நாடுகளிலும் ஏன் கிரிக்கெட் இல்லை? எல்லா நாடுகளிலும் ஏன் இந்த விளையாட்டை விளம்பரப்படுத்தவில்லை. ஏனெனில், சில பொருட்களை உற்பத்தி செய்து விற்கும் முதலாளிகளும், தரகர்களும் தங்களின் பொருட்களை மக்கள்தொகை அதிகம் உள்ள நாடுகளில்தான்

விற்க முயற்சிப்பார்கள். அந்தவகையில் அனைத்து பன்னாட்டு முதலாளிகளின் பார்வையில் இந்தியா முதல் வரிசையில் நிற்கிறது. அவர்களுடைய பொருட்களைச் சந்தைப்படுத்துவதற்கு கிரிக்கெட் மூலமாக இந்தியாவுக்குள் நுழைந்தார்கள். கிரிக்கெட் முதலில் சில வீரர்களுக்கு விளம்பரம் தேடித் தரும். அதன்பின், அவர்கள் பலபொருட்களுக்கு விளம்பரம் தேடித் தருவார்கள். இது இரண்டையும் இணைத்து முதலாளிகள் தங்களின் தொழிலுக்கு மூலதனமாக்கி நம்மை முட்டாளாக மாற்றுவார்கள்.

கிரிக்கெட் இந்திய மக்களின் நாட்டுப்பற்றை வெளிப்படுத்தும் விளை யாட்டாகவே இன்று மாறிவிட்டது. இந்திய அணியின் தோல்வி யினால் பாதிக்கப்படாதவன் நாட்டுப்பற்று இல்லாதவனாகக் கருதப் படுகிறான். கிரிக்கெட் வீரர்களாகும் கனவில் காட்டிலும் மேட்டிலும் சாலைகளிலும் விளையாடி வாய்ப்புக்காகக் காத்துக் கிடந்து, வஞ்சிக்கப்பட்டு, படிப்பு கெட்டு வாழ்க்கையை இழந்த லட்சக் கணக்கான இளைஞர்களின் நிலை இன்னும் தொடர்ந்து கொண்டே யிருக்கிறது. கிரிக்கெட் ஒரு மாயை, மற்றவர்களை ஏமாற்ற நடத்தப் படும் கண்ணாமூச்சி என எத்தனை பேருக்குத் தெரியும்?

இது ஒரு நவீன சூதாட்டம். பன்னாட்டு நிறுவனங்கள் நடத்தும் வியாபாரச் சந்தை. அவர்களுக்கு மட்டுமே பயன்படும் விளம்பரக் கொண்டாட்டம். ஆரவாரத்துடனேயே அதனைப் பார்ப்பவர்கள் அனைவருக்கும் போடப்படும் விளம்பர விஷ ஊசி என்பதெல்லாம் இன்னும் புரியாமல் இருப்பதுதான் கொடுமை.

கிரிக்கெட் வீரர்கள் குடிக்கிற குளிர்பானத்தை எல்லாம் ரசிகர்களும் பொதுமக்களும் ஏன் விழுந்து விழுந்து குடிக்கிறார்கள். அதில் பூச்சிக் கொல்லி இருந்தால் என்ன... பாம்பு விஷம் இருந்தால் என்ன? அதனைக் குடிப்பதைப் பெருமையாக நினைப்பதையும் கிரிக்கெட்தான் உயர்ந்த விளையாட்டு என நினைப்பதையும் எப்போது மாற்றிக் கொள்வார்கள்?

'விளையாட்டு என்பது உடலுக்கு உறுதி; உள்ளத்துக்கு பலம்' என்பதை மாற்றி, விளையாட வேண்டியவர்களை எல்லாம் விளையாடுபவர் களைப் பார்த்தால் போதும் என்று மாற்றியிருக்கிறார் களே, இதுவொன்று போதாதா கிரிக்கெட்டின் தரத்தை உணர்ந்து கொள்ள.

வெற்றி, தோல்விகளை முன்கூட்டியே முடிவு செய்துவிட்டு விளையாடும் விளையாட்டு இதைத் தவிர உலகத்தில் வேறெதுவும் இல்லை. 'நான் அடிக்கிற மாதிரி அடிக்கிறேன்; நீ அழுகிற மாதிரி அழு' என்பது நாடகம், சினிமாக்களில் மட்டும்தான் நிகழும். அதை

முதன்முறையாக விளையாட்டில் நுழைத்து, கோடிக்கணக்கான ரூபாய்களைக் குவித்துக்கொண்டே இருக்கிறார்கள்.

ஐந்து நாட்கள் வீரர்கள் விளையாடுவதைப் பார்க்க ரசிகர்களுக்குப் பொறுமையில்லை. எப்போதாவது விழும் விக்கெட்டுகளையும் ஒன்றிரண்டு முறை மட்டுமே எழும் சிக்ஸர்களையும் பார்த்து ரசிகர்கள் சோர்ந்து போனார்கள். இதன் காரணமாக - கிரிக்கெட்டின் புகழ் சரிவதை மீட்க, உடனே அதை ஒருநாள் போட்டியாக மாற்றி புத்துயிருட்டினார்கள். ஒவ்வொரு நாட்டு அணிக்கும் தனித் தனி வண்ண ஆடைகள், நிமிடந்தோறும் பரபரப்பு என திட்டமிட்டு புகுத்தப்பட்டது. ஒருநாள் போட்டியும் சலித்துப் போய், இப்போது 20:20 எனப்படும் 20 ஓவர் போட்டிகளைக் கொண்டு வந்துள்ளனர். இந்த 20 ஓவர் போட்டிகள் இன்னும் மிகப் பெரிய சூதாட்டத்தின் ஆடுகளமாக உருவெடுத்துள்ளது. அதனாலேயே கிரிக்கெட் என்பது ஒரு விளையாட்டு என்பதைக் கடந்து, ஒரு வியாபாரமாகப் பரிணாமம் அடைந்துள்ளது.

பணம் கொழிக்கும் எந்தத் துறையிலும் அரசியலும் ஊழலும் முறை கேடுகளும் நுழைவதைப்போல் கிரிக்கெட்டிலும் நுழைந்துவிட்டன. விளையாட்டுக்குத் தொடர்பே இல்லாத அரசியல்வாதிகளும் பெரு முதலாளிகளும் கூட்டணி அமைத்து கிரிக்கெட் வாரியத்தை நடத்தி வெற்றிகரமாகக் கொள்ளையடிக்கிறார்கள்.

ஒரு முக்கியப் போட்டியில் வெற்றிபெற்றுவிட்டால் போதும் நடுவண் அரசும் மாநில அரசுகளும் அந்த வீரர்களிடத்தில் பாசமழை பொழிந்து மக்களின் வரிப் பணத்தில் இருந்து லட்சக்கணக்கான பணத்தையும் சொகுசு பங்களாக்களையும் உயர்ந்த விருதுகளையும் பரிசளிக் கிறார்கள். இப்படியான புகழைக் கொண்டு கோடி கோடியாக பணத்தை அந்த வீரர்கள் சேர்த்துவிடுவதைக் காணும் ரசிகர்கள், தாங்களும் அவர்களைப்போல மாறும் கனவின் மாயவலையில் அகப்பட்டுக் கொள்கிறார்கள்.

40 ஆண்டுகளுக்கு முன் நாம் விளையாடிக்கொண்டு இருந்தவை யெல்லாம் விளையாட்டுகள் இல்லையா? இப்படியேதான் அடுத்தடுத்து தலைமுறைகளும் இதனைத் தொடரப்போகின்றனவா? ஊழல் புரையோடிப்போன கிரிக்கெட்டுக்கு இந்த அரசாங்கங்கள் ஏன் இவ்வளவு முக்கியத்துவம் கொடுக்கின்றன? ஒரு குற்றத்தைத் தனியாகச் செய்தால் அது தவறு; அதையே கூட்டமாக முறைப்படுத்திச் செய்தால் அது வியாபாரம். விளையாட்டு எனும் போர்வையில் வியாபாரம் நடத்தி, நம் மக்களையும் சோம்பேறிகளாக மாற்றும் இந்த 'சூதாட்ட' விளையாட்டு ஒரு 'மாயமான்' என்பதை எப்போது நாம் உணரப் போகிறோம்?

41

தலை தப்புமா?

என்னதான் வெளிநாடுகளைப் புகழ்ந்தாலும் நம் நாடுபோலாகுமா? கட்டுப்பாடுகளுடன் சட்டத்தை மதித்து வாழ்வதெல்லாம் ஒரு வாழ்க்கையா? அயல்நாடுகளில் எந்நேரமும் அரசாங்கம் கண்காணிப்பு கேமரா வைத்து கவனித்துக்கொண்டே இருக்கிறது. உறங்குகிற நேரம் மட்டும்தான் அரசின் சட்ட விதிகளை மறந்து உறங்குகிறார்கள். எந்த ஓர் இடத்தையும் சேதப்படுத்த முடியாது. கண்ணில்படும் இடங்களில் எல்லாம் விளம் பரங்களையும், எப்போதும் சிரித்துக் கொண்டே இருக்கும் அரசியல் கட்சித் தலைவர்களின் படங்களையும், பட்டங்கள் சூட்டிக்கொண்ட பெயரையும் எழுதிவைக்க முடியாது. அதேபோல் காணும் இடங்களில் எல்லாம் எச்சிலைத் துப்பி குப்பைகளை வீச முடியாது. தனி ஆளாக சாலையில் இருந்தா லும் நடு இரவு 2 மணிக்குக்கூட சாலைவிதி களைப் பின்பற்றியாக வேண்டும். இதுதான் வல்லரசு நாடுகளிலும் அல்லது வளரும் நாடுகளிலும் நடைமுறையில் உள்ளது.

அரசாங்கமோ சட்டமோ நம்மவர்களைக் கட்டுப்படுத்துவது நமக்குப் பிடிப்பதில்லை.

வீட்டிலுள்ள குப்பையை வெளியில் வீசிவிட்டு, கதவை மூடிக் கொண்டால் சுத்தமாக வாழ்வதாக நினைத்துக் கொண்டிருக்கிறோம். பொதுஇடங்களையும், பொது சொத்துகளையும் நம்முடையவை யாகப் பராமரிக்கும் எண்ணம் நமக்கு எப்போதுமே இல்லை. நமக்காக வாழ்வதாகவே சொல்லிக்கொள்ளும் அரசியல்வாதிகளும் இதனைக் கடைப்பிடிப்பது இல்லை.

உலகத்துக்கே முன்னுதாரணமாக இருக்கக்கூடிய 'திருக்குறள்' உருவாகக் காரணமாக இருந்த இந்த இனம், அதற்கு நேர்மாறாக எந்த நெறிமுறைகளையும் பின்பற்றாமல், மற்றவர்கள் பரிகாசம் செய்யும் அளவுக்கு வாழ்ந்து கொண்டிருக்கிறது. எல்லாவற்றுக்கும் காரணம் நமது மக்கள்தொகைப் பெருக்கம் எனச் சொல்லித் தப்பித்துக் கொள்கிறோம்.

சீனாவைவிட நம் நாட்டு மக்கள்தொகை குறைவுதான். அந்த நாட்டை இப்படி குப்பைத் தொட்டிபோலவா வைத்திருக்கிறார்கள்? எல்லா வற்றையும் சட்டம்போட்டுத்தான் கட்டுப்படுத்த வேண்டும் என மக்கள் நினைக்காமல், 'நமக்கும் பொறுப்பு இருக்கிறது' என அவர்கள் நினைக்கிறார்கள். அதனால், அயல்நாடுகள் எல்லாவகையிலும் முன்னேறிக்கொண்டு வருகின்றன. அவர்களை ஆள்பவர்களும் தலைவர்களாக இருப்பவர்களும் மக்களுடன் நெருக்கமாகப் பழகு கின்றனர். சட்டத்தை மதிக்கின்றனர். அதனால் மக்களும் சட்டத்தை மதித்து வாழப்பழகிவிட்டனர்.

ஆஸ்திரேலியாவில் சாலை விதியை மீறிய பிரதமர் ஒருவர் தண்டிக்கப் பட்டதை நீங்கள் அறிந்திருக்கலாம். இங்கு ஒரு கவுன்சிலரை இப்படி செய்துவிட வாய்ப்பிருக்கிறதா? ஆனால், எல்லா நாடுகளிலும் கையாள்வது ஒரே சட்டம்தான்! எல்லா குற்றங்களில் இருந்தும், எல்லா தண்டனைகளில் இருந்தும் தப்பிக்கும் வழிவகைகளை அதிகாரம், பண பலம், செல்வாக்கு படைத்தவர்கள் மீறுவதுபோல் மக்களும் அவற்றைக் கற்று கையாளப் பழகிவிட்டார்கள்.

சாலைகளில் பயணிக்கிறபோது விபத்தில் இருந்து தப்பிக்க எத்தனையோ விதிகள் இருக்கின்றன. ஒரே ஒரு விதியைக்கூட முறையாக நாம் பெரும்பாலும் பின்பற்றுவதில்லை. வாகனத்தில் உள்ளவர்கள் அனைவருக்குமேதான் விபத்து நேரிட்டால் பாதிப்பு ஏற் படும். எனவே, அனைவருமே நான்கு சக்கர வாகனத்தின் இடுப்புப் பட்டையைக் கட்டாயம் அணிய வேண்டும். இந்தியாவில் ஒரு வாகனத்தில்கூட பயணிக்கும் அனைவரும் இதனைப் பின்பற்று வதில்லை. வாகன ஓட்டி மட்டும் சிலவேளைகளில் விரும்பியோ காவல்துறைக்கு பயந்தோ அணிந்து வாழப் பழகிவிட்டனர்.

தற்போது நடுத்தட்டு மக்களின் பெரும் சிக்கலாக உருவாகியிருப்பது இருசக்கர வாகனப் பயணத்தில் கட்டாயம் ஒவ்வொருவரும் தலைக்கவசம் அணிவது. இப்படிப்பட்ட உத்தரவுகள் இதற்கு முன் பலமுறை பிறப்பிக்கப்பட்டுள்ளது. நெருக்கடிகள் தரப்படும் அந்தந்த காலங்களில் மட்டும் காவல்துறையினருக்கு பயந்து அணிந்துவிட்டு, பின் அந்தத் தலைக்கவசத்தை வீசிவிடுகிறோம். நெருக்கடி தராத காலங்களில் தலைக்கவசம் அணிந்து பயணிப்பவர்கள் நூற்றில் ஐந்து பேர்கூடத் தேறாது. பயணத்துக்கு வசதியில்லாமல் இடைஞ்சல் தருவதாலும், காவல்துறை ஒருவேளை கேட்டால் சரிக்கட்டிக் கொள்ளலாம் என்பதாலும், போகிற உயிர் எப்படியும் போய்த்தான் தீரும் என விதியின்மேல் நம்பிக்கை கொண்டு, எத்தனைமுறை சட்டம் போட்டு உத்தரவு பிறப்பித்தாலும் மீதமுள்ளவர்கள் தலைக்கவசத்தைப் பின்பற்றாமல் விட்டுவிடுகிறார்கள்.

இப்போதுகூட இங்கே நடந்திருப்பது நீதிமன்ற உத்தரவுக்கு பயந்து காவல்துறையும், காவல்துறைக்கு பயந்து மக்களும் தலைக்கவசம் அணிய முன் வந்திருக்கிறார்கள். இப்படி ஒரே நாளில் திரும்பிய பக்கமெல்லாம் தலைக்கவசங்களைக் காண்பது உயிருக்குப் பயந்து அல்ல. உலகம் முழுக்க இந்தச் சட்டம் நடைமுறையில் இருக்கிறது. மக்கள் பின்பற்றுகிறார்கள். ஆனால், நாம் மட்டும் இன்னும் ஏதாவது காரணம் சொல்லி தப்பித்துகொண்டே வருகிறோம்.

நீதிமன்றம் காலக்கெடு கொடுத்தது. அது அனைவருக்கும் தெரியும். இருந்தும் கடைசி இரண்டு நாட்களில்தான் எல்லோருமே போக்கு வரத்து தடைபடும் அளவுக்கு எல்லா வேலைகளையும் போட்டுவிட்டு, அந்த விற்பனைக் கடைகளில் குவிந்தோம்.

இப்படிப்பட்ட நேரங்களில் தலைக்கவசக் கடைக்காரர்கள் துளியும் மனசாட்சி இன்றி, யாருக்கும் பயப்படாமல் மூன்று மடங்கு விலை வைத்து வாரிக் குவித்தார்கள். மக்களின் மனக்குமுறல் வெளிப்பட்டப் பிறகு அவர்கள் இனி அவ்வாறு செயல்படக் கூடாது என அறிவித்து, அதிகாரிகள் திறம்பட சோதனை செய்து குற்றம் கண்டுபிடிக்கப்பட்டு, கடை ஒன்றுக்கு 2,500 ரூபாய் பணம் கட்டச்சொல்லி இருக்கிறார்கள்.

இந்த அதிகாரிகளுக்கு இவ்வாறெல்லாம் நடக்கும் என்பது முன்கூட்டியே தெரியாதா? ஒரு வாரமாக எல்லாவற்றையும் வேடிக்கை பார்த்தபடியே இருந்துவிட்டு, மக்களின் பணம் முழுக்க கொள்ளை யடிக்கப்பட்ட பின்னர், இப்போது அறிக்கைத் தருகிறார்கள்.

தலைக்கவசத்தின் தரம் என்ன, அணிபவர்களுக்கு அது வசதியாக இருக்கிறதா, அணிந்து பயணிக்கும்போது என்னென்ன முன்னெச் சரிக்கை நடவடிக்கைகளைப் பின்பற்றவேண்டும் என்பதெல்லாம்

மக்களுக்கு அறிவுறுத்தப்பட்டிருக்கவேண்டும். தரமற்ற தலைகவசங் களை விற்பனைக்கு வைத்திருக்கக்கூடாது என்கிற சோதனைகளை முன்கூட்டியே மேற்கொண்டு, தரமற்றவற்றை அப்புறப்படுத்தி இருக்கவேண்டும்.

இவை எதையுமே செய்யாமல், மீறுபவர்களைப் பிடிக்கிற வேலை மட்டுமே நடந்துகொண்டிருக்கிறது. எப்போதும்போல் செல்வாக்கு மிக்கவர்கள், அதிகார அமைப்பில் உள்ளவர்கள், பிரபலங்கள் என யாருடைய பெயரைச் சொன்னாலும் நடவடிக்கை இல்லை என்கிற நிலையும் தொடர்ந்துகொண்டேதான் இருக்கிறது.

தலைக்கவசத்தை அணிந்துகொண்டால் நினைத்தபடி திரும்பிப் பார்க்க முடியாது, பின்னால் வரும் வாகனங்களின் சத்தம் கேட்பது குறைந்து விடும், இதனாலேயே நிறைய விபத்துகள் ஏற்படும், இரண்டு பக்கங்களிலும் கண்ணாடி பொருத்தப்படாமல் ஓட்டினால் எவ்வளவு தரமான கவசம் அணிந்து ஓட்டினாலும் விபத்து நடக்க அதிக வாய்ப்பு உண்டு. இதுபோல் எவ்வளவோ முன்னேற்பாடுகளை மேற்கொண்ட பின்னர் தலைக்கவசம் அணிந்து பயணிப்பதுதான் உயிரைக் காக்கும் வழி. இதெல்லாம் இல்லாமல் வெறும் தலைக்கவசம் அணிந்தால் மட்டும் போதும் என கண்காணிப்பதால், மீண்டும் திரும்பப் பெற முடியாத உயிர்களைக் காப்பாற்றிவிட முடியாது.

இருக்கிற வழக்குகளைத் தீர்க்கவே இங்கே நேரமில்லை. உயர்நீதி மன்றத்திலேயே பெரிய பெரிய வழக்குகளெல்லாம் பாதிக்கும் மேற்பட்ட நீதிபதிகளின் இடம் நிரப்பப்படாததால் காத்துக்கிடக் கின்றன. நம் ஊர் காவல் நிலையங்களில் இருக்கிற வசதியில், கையகப் படுத்துகிற இத்தனை ஆயிரம் வாகனங்களையும் எங்கே கொண்டு போய் நிறுத்தி வைக்க முடியும்?

‘ஒருவேளை பிடித்தாலும் எப்போதும்போல் காவலர்களைச் சரிகட்டி விடலாம்; இருக்கிற பிரச்னையில் இதெல்லாம் ஒரு பிரச்னையா’ என்கிற அலட்சியக் குரல்களும் கேட்டுக்கொண்டேதான் இருக்கின்றன. இம்முறை தலை தப்புமா தெரியவில்லை!

42

ஆள் பிடிக்கும் ஆசான்கள்!

சமுதாயத்தை வழிநடத்த வேண்டிய அரசு வழி தவறும்போது சமூகமும் வழி தவறி விடுகிறது. அரசினால் தவறாகச் செயல் படுத்தப்படும் ஒவ்வொரு திட்டமும் பொருளாதாரச் சீரழிவை ஏற்படுத்துவதோடு, ஏற்கெனவே இருக்கும் சிக்கல்களுடன் சேர்ந்து மேலும் மேலும் வளர்ந்துகொண்டே போய் ஒட்டுமொத்த சமுதாயத்தையும் பாதாளத்தில் தள்ளிவிடுகிறது.

அரசாங்கம் சமுதாயத்தின் அடிப்படைத் தேவைகளைச் செய்துதருவதை முதன்மை யான கடமையாக கொண்டிருந்தவரையில் சிக்கல் இல்லை. அத்தகைய பொறுப்பு களைத் தனியாரிடம் கொடுத்தபோதி லிருந்தே ஒன்றன்பின் ஒன்றாகச் சீரழியத் தொடங்கிவிட்டன.

கல்லூரிகள் எனப்படுவது இந்நாட்டின் தொழில்நுட்ப ஆய்வுகள், கல்வி, அரசு நிர்வாகம், மராமத்துப் பணி என ஒவ்வொரு துறைக்குமான வல்லுனர்களை உருவாக்கித் தருவதற்காகத்தான் தொடங்கப்பட்டன. ஆனால் இந்த நோக்கம் மாறிப்போய்

கறுப்புப் பணம் உள்ளவர்கள், அரசின் உயர்பொறுப்பில் இருந்தவர்களுக்கு எடுபிடி வேலை பார்த்தவர்கள், அமைச்சர்கள், அரசியல்வாதிகள், வணிகர்கள் என தன்னலத்துக்காகவே வாழ்பவர்களின் பொறுப்பில் அவை சென்றுவிட்டன.

அரசாங்கமே நடத்திவந்த கல்வி நிலையங்கள் இவர்கள் கைக்கு மாறியதன் விளைவு, எங்கு திரும்பினாலும் உணவகங்கள்போல கல்லூரிகளும் மலிந்துவிட்டன. நாட்டின் ஒவ்வொரு துறைக்கும், ஒவ்வொரு பணிக்கும் தேவைக்கு ஏற்ப கல்லூரிகள் உருவாக்கப்பட்டிருக்க வேண்டும். ஆனால், இங்கு கல்லூரிகள் என்கிற பெயரில் பெரிய பெரிய கட்டடங்களைக் கட்டிப்போட்டு, மாணவர்களை ஆள்வைத்துப் பிடிக்கிறார்கள்.

ஒவ்வொரு ஆண்டும் வெளியேறுகிற 2 லட்சத்துக்கும் மேற்பட்ட மாணவர்களில் 5 ஆயிரம் பேருக்கு மட்டுமே 20 ஆயிரம் ரூபாய் சம்பளம் கிடைக்கிறது. மீதி 10 ஆயிரம் பேர் 10 ஆயிரத்துக்கும் மீதமுள்ளவர்கள் 5 ஆயிரத்துக்கும் அல்லது அதற்கும் குறைவான சம்பளத்துக்கும் போகிறார்கள். எஞ்சியவர்கள் எல்லாம் வேலை கிடைக்காமல் அலைந்துகொண்டுதான் இருக்கிறார்கள். இந்த நிலையில் மேலும் மேலும் புதிய பொறியியல் கல்லூரிகளுக்கு அனுமதி தருவது நிறுத்தப்படவே இல்லை.

மூன்று வயதில் இருந்து போராடிச் செலவழித்து கனவுகளைச் சுமந்து படிக்க வைத்த பெற்றோர்கள், தங்கள் பிள்ளைகள் தானும் முன்னேறி தங்களையும் காப்பாற்றுவார்கள் என நினைத்து ஏமாந்து கிடக்கிறார்கள்.

படித்து முடித்து வெளியேறியவர்கள் எங்கே போவது, எப்படி வேலையைப் பெறுவது என்பது தெரியாமல் திக்குமுக்காடித் திகைத்து நிற்கிறார்கள். சரியான கட்டமைப்பு வசதிகளோ தகுதியான ஆசிரியர்களோ இல்லாத சில தனியார் மற்றும் தன்னாட்சிக் கல்லூரிகளும் தனியார் பல்கலைக்கழகங்களும் இவர்களைக் குறிவைக்கின்றன. நாளிதழ்களின் முதல் பக்கங்களிலும் காலை தொடங்கி நடு இரவுவரை தொலைக்காட்சிகளிலும் தங்கள் கல்லூரிகளின் பெருமைகளெனப் பொய்களைக் கூவிக் கூவி விளம்பரம் செய்துகொண்டே இருக்கின்றன. எத்தனைக் காலம்தான் ஏமாறுவது என பெற்றோர்களும் விழித்துக்கொண்டார்கள். பொய்யான தகவல்களும், போலியான கெடுபிடிகளும், பசப்பு வார்த்தைகளும், பிரபலங்களை அழைத்து கட்டுக்கட்டாகப் பணம் கொடுத்து தங்கள் கல்லூரியைப் பற்றி புகழச்சொன்ன வார்த்தைகளும் பலன் கொடுக்காமல் பல கல்லூரி முதலாளிகள் இப்போது பரிதவித்து நிற்கிறார்கள். சென்ற

ஆண்டே நாற்பதுக்கும் மேற்பட்ட கல்லூரிகளில் ஒரே ஒரு மாணவர்கூட பொறியியல் படிப்பில் சேரவில்லை என்பதை ஊடகங்களின் மூலம் அறிந்திருப்போம். அப்படிப்பட்ட நிலையில் இந்த ஆண்டும் ஒரு லட்சத்து 20 ஆயிரம் பொறியியல் படிப்புக்கான இடங்கள் மாணவர்கள் இல்லாமல் காலியாக இருக்கும் எனத் தகவல்கள் வெளிவருகின்றன.

இந்த நிலையில்தான் என் வீட்டுக்கு வந்த இரண்டு கல்லூரி விரிவுரையாளர்களிடம் பேசிக்கொண்டிருந்தேன். அவர்களின் நிலை மிகவும் பரிதாபமாக இருந்தது. அங்கே இங்கே ஆள் பிடித்து தான் 10 ஆயிரம் ரூபாய் சம்பளத்துக்கு ஒரு கல்லூரியில் பணிக்கு சேர்ந்தார்களாம். ஒவ்வொரு மாதமும் சம்பளம் கிடைக்குமோ கிடைக்காதோ என தவிக்கும் நிலையில் சென்றவாரம் அவர்களை அழைத்து ஆளுக்கு 6 மாணவர்களை பிடித்துக்கொண்டு வராமல் வேலைக்கு வரவேண்டாம் என கல்லூரி நிர்வாகத்தினர் சொல்லிவிட்டார்களாம். இவர்களைப் போலவே எத்தனை ஆசிரியர்கள் இந்நேரம் இந்த ஆள் பிடிக்கும் பணியில் ஈடுபட்டிருப்பார்களோ தெரியவில்லை. சில ஆண்டுகளாகவே இத்தகைய அவலம் நடந்து வருவதாக அறிந்தபோது, அதிர்ச்சியடையாமல் இருக்க முடியவில்லை.

இவ்வளவு கேவலமான நிலைக்குக் கல்வியின் தரத்தைக் கொண்டு வந்ததற்கு யார் பொறுப்பு ஏற்கப் போகிறார்கள்? அரசும் அந்தத் துறையைச் சேர்ந்த அதிகாரிகளும் இந்தச் சீர்கேட்டினை இன்னும் உணர்ந்ததாகவே தெரியவில்லை. வாழ்வின் வழிகாட்டியாக முதல் நிலையில் வைத்துப் போற்றப்படவேண்டிய ஆசிரியர்களுக்கே இந்த நிலை என்றால், வெளிநாட்டு மாணவர்களைப் பொறி வைத்துப் பிடிக்கும் சில கல்லூரிகளில் அரங்கேறும் கேவலமான நிலை இன்னும் பரிதாபத்துக்குரியது.

2-ம் ஆண்டு, 3-ம் ஆண்டு படிக்கும் நம் சொந்த மாநில மாணவர்களே தங்களின் கல்லூரிச் செலவை ஈடுகட்டுவதற்காக மும்முரமாக ஆள் பிடிக்கும் பணியில் அமர்த்தப்படுவதாக அந்த விரிவுரையாளர்கள் கூறினார்கள். அதேபோல வெளிமாநில மற்றும் வெளிநாட்டு மாணவர்களைக் கொண்டு ஆள் பிடிக்கும் தகராறில் கொலைகள்கூட நடக்கும் அளவு இந்தக் கல்வி வணிகம் வீழ்ச்சி அடைந்துள்ளது.

அவர்கள் கேட்கிற தொகையைப் கொடுத்து படிக்கலாம் என உள்ளே போனால், மாணவர்களுக்கு முறையான கல்வியைப் போதிக்காமல் சில கல்லூரிகளில் கூடுதல் மதிப்பெண் பெறும் எல்லா வழிகளையும் பின்பற்றி, சரிகட்டி தேர்ச்சி எண்ணிக்கையை அதிகரிப்பதும் நடந்து கொண்டுதான் இருக்கிறது.

பாலிடெக்னிக் எனப்படும் பல்தொழில் கல்வி நிறுவனங்கள் சமுதாயத்துக்குப் பயன்படும் தொழில்நுட்ப அறிவுடன் செய்முறைக் கல்வியை அளிப்பதால் அம்மாணவர்களுக்கான வேலைவாய்ப்பில் நம்பிக்கை இருக்கிறது. ஆனால், ஏட்டுக் கல்வியான பொறியியலைப் படித்து வரும் மாணவர்கள், தரமில்லாத கல்லூரிகளில் இருந்து வெளிவருபவர்கள் பெற்றோர்களுக்கும், சமூகத்துக்கும், தாங்கள் பெரும் சுமையாக இருப்பதை எண்ணிக் குமைகிறார்கள். கண்ணெதிரே நம் பிள்ளைச் செல்வங்களின் வாழ்வு பொறுப்பற்றவர்களின் தன்னலத் தால் தள்ளாடிக் கொண்டிருக்கிறது. ஆள்பவர்களோ அடுத்ததாக ஆளப்போவதாகச் சொல்லிக் கொள்பவர்களோ இந்தச் சீரழிவுப் போக்கிலிருந்து நம்மை விடுவிப்பதாகப் பெயரளவுக்குக்கூட சொல்ல மறுக்கிறார்கள்.

அடிமைகள்போல நடத்தப்படும் இப்படிப்பட்ட ஆசிரியர்கள் வேறு வழியின்றித் தங்களின் தன்னலத்துக்காக அப்படிப்பட்ட கல்லூரிகளில் மாணவர்களைத் தேடிப்பிடித்துச் சேர்க்கவேண்டியிருக்கிறது. அங்கிருந்து வெளியேறும் மாணவர்களின் நிலையும் பரிதாபம். இவ்வாறு உருவாக்கப்படும் மாணவர்கள் தனது அவலத்தையே உணராமல் எப்படி சமூக அவலங்களை எதிர்த்துப் போராடப் போகிறார்கள்?

சமூகத்தின் சிக்கல்கள் இத்தகைய மோசமான கல்வி நிறுவனங்களால் தான் உருவாகின்றன. உண்மை விவரங்கள் குறித்து வெளிப்படையாக விவாதிக்க எவரும் இங்கு அஞ்சுகின்றனர். இதனை வெளிப்படுத்த வேண்டிய ஊடகங்களும் தங்களுக்கு விளம்பரங்கள் கிடைத்தால் போதும் என ஒதுங்கிக் கொள்கின்றன. விமர்சனப் பார்வையில் தவறு களைச் சுட்டிக்காட்டுவதுகூட தவறாகவே இங்கு கருதப்படுகிறது.

அரசும் கல்வியாளர்களும் அதன் கண்காணிப்பாளர்களும் தற்கால அமைப்பில் உள்ள பல்வேறு குறைபாடுகளை ஆராய்ந்து, வருங்காலத் தலைமுறையையாவது சிறப்பாக உருவாக்கத் திட்டமிட வேண்டும். கல்வி எனும் ஆற்றில் தொடக்கத்தில் ஊறி வரும் தண்ணீரே சாக்கடை யாக வந்தால் அதைக் கொண்டு வேளாண்மை செய்து விளைவிக்கும் பொருட்கள் எப்படிப்பட்டதாக இருக்குமோ அப்படித்தான் இந்தச் சமுதாயமும் இருக்கும்.

43

நெஞ்சு பொறுக்குதில்லையே!!

தமிழ்த் திரைப்படங்களைத் தரக்குறைவாக நினைப்பவர்களும் 'எனக்கு சினிமா பிடிக்காது' எனச் சொல்பவர்களும் தவறாமல் நாள்தோறும் கேட்டு ரசித்துக் கொண்டிருப்பது அப்படிப்பட்ட தமிழ்த் திரைப்படங்களின் பாடல்களைத்தான். தமிழ் மக்களில் என்னைப் போன்ற பலருக்கும் உணவாக, உயிராக இருப்பதும் பழைய திரைப்படப் பாடல்கள்தான். அப்படியென்றால் அந்தப் பாடல்களில் என்னதான் இருந்தது. மனதை மயக்கும் இசை, சிந்தனையைக் கிளறும் பாடல் வரிகள், மனதை வட்டமிடும் மெட்டுகள், திரும்பத் திரும்ப நம்மை முணு முணுக்க வைக்கும் ராகங்கள் என எல்லாமும் இருந்தன.

ஒவ்வொரு பாடலிலும் புதிய புதிய வடிவங்கள், புதிய புதிய இசை, புதிய ராகம், புதிய மெட்டு, புதுப்புது வரிகள், அதற்கும் மேலாக புதிய புதிய குரல்கள் என இருந்த போது இதெல்லாம் எப்படி சாத்தியம் எனத் தலைசுற்றும்! அரசுப் பேருந்தில் நடத்துநராக அல்லாடிக் கொண்டிருக்க வேண்டிய என்னை

இழுத்துக்கொண்டு வந்ததே இப்படிப்பட்ட திரைப்படப் பாடல்கள் தான்.

இதற்கெல்லாம் மூல காரணம் யார் என்பது சில ஆண்டுகளுக்கு முன்புதான் எனக்கே தெரிந்தது. எம்.எஸ்.விஸ்வநாதன் என்னும் மெல்லிசை மன்னர்தான் அதற்கு மூலகாரணமாக இருந்திருக்கிறார்!

இளமைப் பருவத்தில் அநியாயத்துக்கு எம்.ஜி.ஆர் ரசிகனாக இருந்த நான் மற்றப் படங்களை, குறிப்பாக, சிவாஜி கணேசன், ஜெமினி கணேசன் படங்களை, புழு பூச்சியாகக்கூட மதிப்பதில்லை. இவர்களின் படங்களைப் பார்த்தவர்களின் பக்கத்தில்கூட உட்காருவ தில்லை எனும் கோட்பாட்டுடன் வாழ்ந்ததால் பல சிறந்த படங்களைப் பார்க்காமல் இருந்த பாவி நான்! என்னை மயக்கிய, எனக்குப் பிடித்த பாடல்களில் பல இவர்கள் நடித்த படங்களாக இருந்துவிடும். அப்போ தெல்லாம் அந்த மெட்டுகள் எம்.ஜி.ஆர் படத்துக்காக அவராலேயே உருவாக்கப்பட்டவை. அதைத்தான் திருடி இவர்கள் படத்தில் வைத்துக்கொண்டார்கள் என நான் கூறிய போதெல்லாம் அதை நம்பித் தலையாட்டிய நண்பர்களும் அப்போது இருந்தார்கள்.

திரைப்படங்களில் இவர் தமிழர், இவர் மலையாளி, இவர் தெலுங்கர் என மற்றவர்கள் சொல்லும்போது அதே பார்வையில் நான் திரைப் படத்தை அணுகிய காலங்களும் உண்டு. பின்புதான் தெரிந்தது பாடல்களை எழுதுபவர்களையும் நகைச்சுவை நடிகர்களையும் (சிலரை) தவிர இங்கு பெரும்பாலும் மற்ற மொழிக்காரர்கள்தான் எனத் தெரிந்தது. அவ்வாறு பார்த்தால் இங்கே எதுவும் தேறாது என்பதும், அப்படிப் பார்ப்பது எவ்வளவு பெரிய மடத்தனம் என்பதும் பின்புதான் புரிந்தது. நடிப்பவர், இயக்குநர், ஒளிப்பதிவாளர், தயாரிப்பாளர், இசையமைப்பாளர், பாடகர்கள், நடன அமைப்பாளர்கள் என எல்லாருமே மற்ற மொழிக்காரர்களாக இருந்து அது தமிழ்ப் படமாகவும் சிறந்த படமாகவும் இருந்த பட்டியல்கள்தான் அதிகம்.

இரண்டு மாதங்களாகவே எம்.எஸ்.வி. அவர்களை நேரில்போய் பார்க்க வேண்டும், அவரோடு ஒரு படம் எடுத்துக் கொள்ள வேண்டும் என நினைத்தேன். அது நிராசையாகவே முடிந்துவிட்டது! இப்போதுகூட என் கைப்பேசியில் சேமித்து வைத்திருக்கும் அவருடைய தனித்துவ மான மிகச் சிறந்த இசைப் பாடல்களைக் கேட்டுக் கொண்டேதான் இதை எழுதுகிறேன். வெளியூரில் இருந்த நான் இவரின் இறப்புச் செய்தி அறிந்ததும் எழுதிக்கொண்டிருந்ததை விட்டுவிட்டு அப்படியே கண்ணீர் சிந்திக்கொண்டேயிருந்தேன்.

நான் மனமுடைந்து போகும்போதெல்லாம் என்னைத் தொடர்ந்து இயக்குபவை அவர் இசையமத்த பாடல்கள்தான். அவ்வளவு புலமை

ஒரு மனிதனுக்கு சாத்தியமா? ஏளனம், நையாண்டி, வீராப்பு, பெருமை, தன்னம்பிக்கை, தோல்வி, இழப்பு, சகோதர உணர்ச்சி, நட்பு, பாசம், அன்பு, உல்லாசம், வீரம், தாய்மை, சோகம், ஏமாற்றம் என எந்த உணர்ச்சியில் பாடல் அமைத்தாலும் அதில் தனித்துவம் படைத்தவர் ஐயா எம்.எஸ்.வி. அவர்கள். இப்போது வரும் பாடல்கள் என சொல்லக்கூடியவை பற்றிச் சொல்லவேவேண்டாம். ஒரே சூழ்நிலை தான். ஒரே உணர்ச்சிதான். ஒரு பாடலை அமைத்து எந்தப் படத்திலும் ஒட்டிக்கொள்ளலாம். யாரும் நடிக்கலாம். யாரும் வாயசைக்கலாம்.

எம்.எஸ்.வியின் பாடல்களை இப்போதெலாம் நான் கேட்பதோடு நிறுத்திவருகிறேன். 24 மணி நேரமும் பழைய பாடல்களை ஒளிபரப்பிக் கொண்டே பல தொலைக்காட்சிகள் இயங்கிக் கொண்டிருக்கின்றன. அவற்றில் ஒரு சில பாடல்களைத்தவிர, நடித்த விதம், படமாக்கிய விதம், நடனம் அமைத்த விதம் என அவற்றை காட்சி வடிவில் பார்க்கின்றபோது, நான் உயிராக நினைத்த என்னோடு கலந்துவிட்ட அந்தப் பாடல்களை மீண்டும் கேட்க வேண்டுமா எனத் தோன்றுகிறது. அந்தப் பாடலின் தரத்துக்கு, உழைப்புக்கு இணையாக நடிகர்களும் இயக்குநர்களும் மற்ற தொழில்நுட்பக் கலைஞர்களும் ஈடுபாடு காண்பித்து உருவாக்காமல் வீணடித்திருப்பதை என்னால் சகித்துக் கொள்ள முடியவில்லை. எம்.எஸ்.வி. என்னும் குதிரையின் மேல்தான் மேற்சொன்ன அத்தனை பேரும் பயணித்திருக்கிறார்கள்.

அவருக்குப் பின் வந்த இசையமைப்பாளர்களின் இசையில் புதுமை இருந்தது. ஈர்ப்பு இருந்தது. நானும் விரும்பிக் கேட்டுக் கொண்டி ருக்கிற அந்தப் பாடல்களில் பொருளற்ற பாடல் வரிகளே நிரப்பப் பட்டுள்ளன. பாடல் ஒலிக்கும் ஐந்து நிமிடமும் மது அருந்தியவன் போல ஒரு மயக்கத்திலேயே நம்மை வைத்துக் கொண்டிருக்கின்றன. அந்த உண்மைகள் இப்போதுதான் எனக்குப் புரிகின்றன.

வெளியூரில், நெடுந்தொலைவில் இருந்துவிட்டதால் என்னால் அவரின் முகத்தைக் கடைசியாக ஒரு முறை நேரில் பார்க்க முடியாமல் போன குற்ற உணர்ச்சி இருந்து கொண்டேயிருக்கிறது. கண்ணதாசன், வாலி போன்ற நம் உடைமைகளாகிப் போன நான் வணங்கும் நம் கவிஞர்களின் பாடல் வரிகள், எம்எஸ்வி இல்லாமல் போயிருந்தால் இந்த அளவுக்குக் கொண்டாடப்பட்டிருக்காது.

இத்தகைய சிறப்பு வாய்ந்த அவரின் இறுதிச் சடங்கையும், இரங்கல் தெரிவிப்பவர்களையும், அவரின் வாழ்க்கைக் குறிப்புகளையும், பாடல் காட்சிகளையும் தொலைக்காட்சிகளில் காண்பிப்பதும், இந்த செய்திகளை பத்திரிகை நாளேடுகளில் வெளியிடுவதும் மட்டுமே போதும் என நினைக்கிறோம்.

அண்மைக்காலமாகத் திரைப்படத் துறையினரின் இறப்பைத் தொலைக்காட்சிகள் நேரலை செய்வதும், அதைப் பார்த்துவிட்டு பிரபலங்களும் மக்களும் அங்கே திரள்வதும் என கூடிக் கொண்டே யிருக்கிறது. இப்படிப்பட்ட நேரங்களில் சாதனையாளர்களைக் காரணமாகக் காண்பித்துத் தங்களின் இருப்பைக் காட்டிக்கொள்பவர்களும், அப்படிப்பட்ட மக்களுக்குத் தெரிந்த புகழ்பெற்ற முகங்களைக் காண்பித்து அதன் மூலம் பணம் பண்ணுபவர்களும் பெருகிக் கொண்டேயிருக்கிறார்கள்.

இறந்துபோன சாதனையாளர்களின் ஆளுமைத் திறனை, பங்களிப்பை, சமுதாயத்தில் ஏற்படுத்திய மாற்றங்களைச் சொல்லி அவை தொடர்பான காட்சிகளை திறனாய்வாளர்கள் கொண்டு மக்களுக்கு வெளிப்படுத்துவதுதான் ஊடகங்களின் முதற்பணி. அதனை விட்டுவிட்டு பிரபலமானவர்கள் என்கிற ஒன்றை மட்டுமே கருத்தில் கொண்டு திரும்பத் திரும்ப அவரைப் பற்றிய புகழுரைகளை மட்டும் எல்லாரும் சொல்வதைக் காண்பிப்பதால் சமுதாயத்துக்கு எந்தப் பலனும் இல்லை. இப்படி மரண வீட்டில் கேமராவை நாட்டிவைத்துவிட்டு அங்கு வருவோர் போவோரை நேரலையில் காண்பித்துக் கொண்டிருப்பதும், அவர்கள் பங்குபெற்ற படத்தின் பாடல் காட்சிகளை ஒளிபரப்புவதாலும் தொலைக்காட்சி உரிமையாளர்களுக்கு மட்டும்தான் பலன் கிடைக்கும். இவர்கள் அதுமட்டுமே போதும் என நினைக்கிறார்களா இல்லை எங்களால் அப்படியெல்லாம் சிந்திக்கத் தெரியாது என்கிறார்களா?

பல திரைப்பட ஆளுமைகளின் மரணம் ஊடகத்தினால் கண்டு கொள்ளப்படாமலேயே போயிருக்கிறது. அதனால் அவர்கள் வாழ்நாளில் செய்த பங்களிப்பு உலகத்துக்கு தெரியாமலேயே போய் விடுகிறது. புகழ்பெற்ற நடிகர்களும் அரசியல்வாதிகளும் வருகிறார்கள் என்றால் ஊடகத்தினரும் அங்கே ஓடுகிறார்கள். மேற்சொன்னவர்கள் அங்கே செல்லவில்லை என்றால் அக்கலைஞர்களின் மரணம், அவர்கள் வாழ்நாள் முழுக்க தன்னை ஒப்படைத்த அந்த திரைத்துறைக்கே தெரிவதில்லை.

பல மாதங்களுக்கு முன்பாகவே எம்எஸ்வி அவர்கள் உடல் நலிவுற்றிருந்தார். ஒரு பத்திரிகையோ தொலைக்காட்சியோ அவரின் பங்களிப்பை, புலமையை, சாதனைகளைப் படைப்புகளாக்கி மக்களுக்குத் தெரியப்படுத்தவில்லை. அது தேவையில்லை என நினைக்கிறார்கள்போல் தெரிகிறது. இறந்தபின்தான் இவ்வளவு பெரிய, காலத்தால் வாழும் கலைஞனின் பெயர் ஊடகங்களில் வெளியிடப்படுகிறது.

கிராமத்து மனிதர்களுக்கு இது தெரியும். சிலரின் மரணத்துக்காக சிலபேர் காத்துக் கொண்டிருப்பார்கள். காரணம், இறந்தவுடன் புதுத்துணி கிடைக்கும், உறவினர்களின் பணத்திலிருந்து தங்கநகை கிடைக்கும், கறி விருந்து கிடைக்கும்! அதுபோல ஊடகங்களின் செயல்பாடு தொடர்ந்து இப்படிப்பட்ட நிகழ்வுகளால் இக்கால, எதிர்கால சமூகத்தை வழிநடத்திவிடக்கூடாது எனும் அச்சத்தினால் தான் இதை எழுதுகிறேன்.

ஒரு சாதனையாளரின் உடல் நலிவு சேதி தெரியவரும்போது முன்கூட்டியே அவர்கள் குறித்த விவரங்களை, ஆய்வுகளை வெளிக் கொண்டுவருவதுதான் சமுதாயத்தின் நான்குத் தூண்களில் ஒன்றாக இருக்கும் ஊடகத் தூணின் முதல் பணி. அதைவிடுத்து மரணத்துக்குப் பின் எல்லோரும் ஒரே நேரத்தில் கூவுவது அல்ல!

44

கொண்டாட்டம் யாருக்கு?

இன்னும் மூன்று வாரங்களில் நாம் விடுதலை பெற்றதற்கான 68-ம் ஆண்டு கொண்டாட்டத்தைக் கொண்டாடி மகிழப் போகிறோம். நாம் எல்லோருமே இந்நாட்டு மன்னர்கள்தான். ஆனால், 56 சதவீத மன்னர் களுக்கு (மக்களுக்கு) சொந்த வீடுகூட இல்லை. குருவிகளுக்காவது தங்கிக்கொள்ள கூடுகள் இருக்கின்றன. மனித இனம் காட்டு மிராண்டிகளாக இருந்து, மனிதர்களாகப் பரிணமித்து ஆயிரமாயிரம் ஆண்டுகள் ஆன பின்னும்கூட இன்னும் வீடுகள் இல்லாமல் வீதிகளிலும், மரத்தடிகளிலும் வாழ்வதைப் பற்றி இங்கே யாருக்கும் கவலையில்லை. இந்நிலையில் 'இந்தியா ஏழைநாடு' என சொல்லிக் கொள்ளவும் மறுக்கிறது. அத்துடன் வெட்கமே இல்லாமல் பணக்கார நாடுகளில் ஒன்றாகக் காட்டிக் கொள்ளவும், வல்லரசு நாடாகத் தன்னைப் பறைசாற்றிக் கொள்ளவும் படாதபாடுபடுகிறது.

இப்போதே இந்தக் குடிமகன்களின் நிலை இதுவென்றால், எதிர்காலத் தலைமுறை எப்படி வாழப் போகிறதோ?

ஒருபக்கம், நாள் முழுக்க உழைத்து நமக்கெல்லாம் உணவளித்து, சுகமாக வாழ்வதற்கு வீடுகளைக் கட்டிக் கொடுத்து, விரைந்து செல்ல சாலைகளை அமைத்துக் கொடுத்துவிட்டு வீதியோரம் படுத்துக் கொள்ளும் மக்களும் உழைத்த பணத்தில் பாதியை வீட்டு வாடகைக்குக் கொடுத்துவிட்டு, வாழ்க்கைத் தேவைகளைச் சுருக்கிக் கொண்டு தினம்தினம் போராடிக் கொண்டிருக்கும் மக்களும் மிகுதியாக இருக்கும் நாடு இது.

மற்றொரு பக்கம் ஆட்களே இல்லாத ஆண்டுக்கொரு முறையோ இரண்டு முறையோ சில நாட்கள் மட்டும் தங்கும் பல ஆயிரம் சதுர அடிகளைக் கொண்ட அரண்மனை வீடுகள்; இரண்டுபேர் மட்டுமே வாழ்வதற்குப் பல மாடி வீடுகள்; ஆட்களே இல்லாமல் அடைத்து மூடி வைத்திருக்கும் வீடுகளும் இருக்கின்றன.

ஒரு குடும்பத்துக்கு ஒரு வீடு இல்லாத நிலையில், இன்னொரு குடும்பம் 10 வீடுகள்கூட இங்கே வைத்துக்கொள்ளலாம். பணம் இருந்தால் எந்த வீட்டையும், எத்தனை வீட்டையும் வாங்கிப் பூட்டி வைத்துக் கொள்ளலாம்.

ஒவ்வொரு மனிதனுக்கும் வாழ்நாளில் ஒரு சொந்தவீடு என்பதுதான் பெருங்கனவு. சிலருக்கு மட்டுமே பல போராட்டங்களுக்கு இடையில் அது நிறைவேறிவிடுகிறது. ஆனால், அதற்காக அவர்கள் கொடுக்கிற விலையும் நிம்மதி இழப்பும் வாழ்நாள் முழுக்க அவர்களைத் துரத்திக் கொண்டே இருக்கின்றன. வாழ்நாளின் இறுதிவரை வாடகை வீட்டி லேயே வாழ்பவர்களின் நிலை எல்லாவற்றையும்விடக் கொடியது. பல லட்சங்கள் செலவழித்து இடம் வாங்கி, அதேபோல் இன்னும் பல லட்சங்கள் செலவழித்து வீட்டை உருவாக்கி, அந்த வீட்டைச் சில ஆயிரத்துக்கு வாடகைக்குத் தருபவர்களின் நிலை இன்னும் மோசம். சொந்த வீட்டுக்கு ஆசைப்பட்டு கடன்பட்டு ஒவ்வொரு நாளும் உறக்கத்தை இழந்தவர்களும் கணக்கிலடங்காதவர்கள்.

வெளிநாடுகளுக்கு வேலைக்குச் செல்லும் நம்மவர்கள் இரவும் பகலும் அரும்பாடுபட்டு உழைத்து, உறவுகளைப் பிரிந்து சேமித்த பணத்தில் மற்றவர்களுக்குத் தெரியவேண்டும் என்பதற்காகவே, கொண்டுவந்த பணத்தையெல்லாம் செலவழித்து, மாடி வீட்டைக் கட்டிக் கொண்டேயிருக்கிறார்கள்.

எழுத்துப் பணிக்காக அண்மையில் இரண்டு வாரங்கள் கொடைக் கானல் சென்று தங்கினேன். அமைதியான இடம் தேடி அலைந்தபோது எல்லா திசைகளிலும் எல்லா மலைகளிலும் திரும்பிய பக்கமெல்லாம் வீடுகள். நகரமே பரவாயில்லை என்றிருந்தது. புதுமையாக

இருக்கவேண்டும் என்பதற்காகப் பாறைகளை உடைத்து அதில் வீட்டை உருவாக்கியிருக்கிறார்கள். தமிழர்களின் தொழில்நுட்ப அறிவை அங்கேதான் பார்க்கமுடிகிறது! எப்படிப்பட்ட மலைக்கும் சாலைகள் அமைத்து கார்களை வீட்டுக்கு முன் நிறுத்தும் வசதியை உருவாக்கிவிடுகிறார்கள்.

ஆயிரக்கணக்கான வீடுகள் மலைகளின் சரிவில் தொங்கிக் கொண்டிருக்கின்றன. எங்கு திரும்பினாலும் வீடு கட்டும் பணிகளும், சாலை அமைக்கும் பணிகளும் நடைபெற்றுக் கொண்டே இருக்கின்றன. இவற்றை அமைப்பதற்கான ஒவ்வொரு மூலப்பொருளும் கீழேயிருந்து தான் கொடைக்கானலுக்குக் கொண்டுவரவேண்டும். இதற்காக நூற்றுக் கணக்கான லாரிகள் இயங்கிக்கொண்டே இருக்கின்றன.

நாள்தோறும் வேளாண்மை செய்து கொண்டிருக்கும் நிலங்கள் பத்திரப் பதிவு செய்யப்பட்டு வீட்டுமனைகளாக வேறொரு கைக்கு மாறிக் கொண்டே இருக்கின்றன. சிறுசிறு துண்டு நிலங்களை அதிக விலைக்குக் கொடுத்துவிட்டு அம்மண்ணின் மைந்தர்கள் ஆளுக்கொரு கார் வாங்கி ஊர் சுற்றிவிட்டு ஆறே மாதத்தில் அனைத்தையும் இழந்து, மதுக்கடை வாசலில் மதியிழந்து கிடக்கிறார்கள்.

தன்னைப் பண வசதி படைத்தவன் எனக் காட்டிக்கொள்வதற்காகவும், பேரப் பிள்ளைகள் மலைக் குளிர்ப் பிரதேசங்களில் தங்களுக்கு ஒரு வீடு இல்லையா எனக் கேட்டுவிடக் கூடாது என்பதற்காகவும் மட்டுமே ஊட்டி, கொடைக்கானல், ஏற்காடு போன்ற இடங்களில் இப்படிப் பட்ட வீடுகள் கட்டப்படுகின்றன. நூற்றுக்குத் தொண்ணூற்றைந்து வீடுகளில் ஒரே ஒரு வீட்டில்கூட உரிமையாளர் தங்குவது இல்லை. ஆண்டுக்கு இரண்டு முறை ஒரு வார காலம் வந்து குடும்பத்துடன் தங்கினாலே பெரிய காரியம். மற்ற நாட்களில் ஆண்டு முழுக்க வீடுகள் பூட்டியே கிடக்கின்றன. இங்கே அரசியல் தொடர்புடைய, அதிகாரங் களில் இருக்கக்கூடிய, பிற துறைகளில் அங்கம் வகிக்கக்கூடிய அனைத்துப் பணக்காரர்கள் மற்றும் பெரும் வணிகர்கள் என அனைவருக்குமே அங்கே இடமும் வீடும் உண்டு.

நம் நாட்டின் பெருங்கொடைகளாக இருக்கிற மலைப் பிரதேசங்களின் இயற்கை வளங்களும் இயற்கை அமைப்பும் விதி மீறப்பட்டு ஒவ்வொரு மணி நேரமும் அழிக்கப்படுகின்றன. மாநில அரசுக்கும் மத்திய அரசுக்கும் வருமானம் வருகிறது என்பதற்காக இப்படிப்பட்ட இடங்கள் வணிகமயமாக்கப்பட்டு, சிதைக்கப்பட்டு அழிக்கப் படுகின்றன. கொடைக்கானலில் இருந்து 6 கி.மீ. தள்ளியிருந்த சிற்றூரில்தான் தங்கியிருந்தேன். ஆழ்துளைக் கிணறுகளை அமைக்கக் கூடாது என விதியிருந்தும் கிராம நிர்வாக அதிகாரிகளின் துணையுடன்

நகர வளர்ச்சித் துறையின் ஒப்புதலுடன் நாள்தோறும் மலைகள் குடையப்பட்டு, ஆண்டுக்கு ஒருமுறை வந்து தங்கப் போகும் செல்வந்தர்களுக்காக ஆழ்துளைக் கிணறு உருவாகிக்கொண்டே இருக்கின்றன.

இயற்கையின் அழுகை யாருக்குமே தெரியவில்லை. யார் யாரெல்லாம் சட்டமன்றத்திலும் நாடாளுமன்றத்திலும் மேசையைத் தட்டித் தட்டி சட்டத்தை உருவாக்கினார்களோ அவர்களாலேயே, அவர்களின் துணையுடனேயே கண்முன் இயற்கை அழிக்கப்படுகிறது. இன்னும் சில ஆண்டுகளிலேயே கோயம்புத்தூர்போலவே ஊட்டியும், திண்டுக்கல்போலவே கொடைக்கானலும், சேலம்போலவே ஏற்காடும் மாறிவிடும். காலம் முழுக்க உழைப்பவனுக்கு இங்கே வீடும் இல்லை; உழைத்து வாழ நிலமும் இல்லை. ஆனால், பணத்தை என்ன செய்வ தென்று தெரியாதவர்களுக்குக் கணக்கில்லாத வீடுகளும் உல்லா சத்துக்காகப் பொழுதைக் கழிப்பவர்களுக்கு நூற்றுக்கணக்கில் ஏக்கர் தோட்டங்களும் உள்ள நாடுதான் நம் நாடு.

'ஒருவர் பெயரில் ஒரு வீடுதான், அதற்குமேல் இருந்தால் அது அரசுக்கு சொந்தம்' எனும் சட்டத்தை நடைமுறைக்குக் கொண்டு வந்து அனை வருக்கும் வீடு கிடைக்க வழிவகை செய்யும்போதுதான் இது சுதந்திர இந்தியா. அப்போதுதான் வீடு இல்லாத இம்மக்களுக்கும் சுதந்திரக் கொண்டாட்டம். அதுவரை, எம்மக்களுக்கு 'ஆகஸ்ட் 15' ஒரு விடுமுறை நாள்தான்!

45

வேலி

நமக்கு எல்லாமே செய்திதான். அதைப் படிப்பது, பார்ப்பது, விவாதிப்பது, பின் அதை மறந்து போவது! மறுமுறை அது நிகழும்போது வெறும் செய்தியாக மட்டுமே நம் மனதில் பதிந்துவிடுகிறது. ஆணும், பெண்ணும் சேர்ந்து உருவாக்குவதுதான் இந்த மனித இனம்; இந்த சமுதாயம். ஆனால், பெண் என்பவள் மட்டும் எப்போதுமே அதிக பாதிப்புக்குள்ளாகிறாள். கேள்விக்கு உட்படுத்தப்படுகிறாள். எல்லா பொறுப்பும் அவளுக்கு மட்டுமே உண்டு. இதைத்தான் ஆணாதிக்க உலகம் நடைமுறைப்படுத்திக்கொண்டுவருகிறது.

சமுதாய வளர்ச்சி, தனிமனித வளர்ச்சி, உளவியல், மனித ஆளுமை இவற்றில் பாலியலின் பங்கு என்ன என்பதை அறிவுபூர்வமாக, அறிவியல்பூர்வமாக ஆராய்வது அவசியமாகிறது. பெண்ணுடல் சார்ந்து பார்க்கப்படும் பார்வைகளும் கேட்கப்படும் கேள்விகளும் விவாதத்துக்குரியவை. பெண்ணுடல் சார்ந்து மட்டுமே தங்களின் வணிகப் பார்வையை வளர்த்து

காலங்காலமாக அதைக்கொண்டு சந்தைப்படுத்தி வரும் ஊடகங்களும் இதில் பங்குபெறுகின்றன.

பாலியல் வன்கொடுமைகள் காலங்காலமாக நடந்துகொண்டுதான் இருக்கின்றன. அடிமைச் சமுதாயத்தில் எவ்வாறு அது நியாயமாக்கப் பட்டதோ, அதுபோலவே பெண்கள் எப்போமே ஆண்கள் அனுபவிப் பதற்காக மட்டுமே படைக்கப்பட்டவர்கள் எனும் மனநிலையோடு வாழும் பெரும்பான்மையான ஆண்கள்தான் இன்னமும் இருக்கிறார்கள். பெண்கள் எப்போது உற்பத்தியில் பங்கெடுக்கத் தொடங்கி குடும்பத்தைவிட்டு வீட்டுக்கு வெளியே சென்று பொருளீட்டத் தொடங்கினார்களோ அப்போதிலிருந்தே அவர்கள் தங்களின் உரிமைகளை அறியத் தொடங்கிவிட்டார்கள்.

காலங்காலமாக நடந்துகொண்டிருக்கும் இத்தகைய பாலியல் வன் கொடுமைகள் இன்று வெளியில் தெரிவதற்குக் காரணம் ஊடகங்களின் வளர்ச்சியும் பாதிக்கப்பட்டவர்கள் இதை அதிகமாக வெளியில் சொல்வதும்தான். அண்மைக்காலங்களில் இது குறித்த குற்றங்கள் நாளுக்குநாள் பெருகிக் கொண்டிருப்பதையும் மறுப்பதற்கில்லை.

இன்று பெண்களின் வாழ்க்கை முறை மாறியிருக்கிறது. வெளியில் சென்று பொருளீட்டவேண்டிய, பயில வேண்டிய கட்டாயம் உருவாகி யிருக்கிறது. அங்கெல்லாம் அறிமுகமில்லாத மனிதர்களைச் சந்திக்க வேண்டிய சூழல் உருவாகிறது.

பொதுவாகவே ஒரு ஆணின் மனதில் குழந்தைப் பருவத்திலிருந்தே ஒரு பெண் என்பவள், தான் அனுபவிக்க மட்டுமே பிறந்தவள் எனும் எண்ணம் உருவாகிவிடுகிறது. அதை அவனது மனதில் பதியவைப்பது புறச்சூழலில் அவன் பார்க்கும் திரைப்படங்கள், படிக்கும் பத்திரிகைகள், குறிப்பாக விளம்பரங்கள் எல்லாமே சேர்ந்து விதைக் கின்றன. ஆடை குறைத்து பெண்களை இவற்றில் உலவ விடுவதே ஏற்கெனவே ஆண்களின் மனத்திரையில் பதிவாகியிருக்கிற பெண்களின் உடல் குறித்த ஆசையை அதிகமாக்கிப் பணம் பண்ணத்தான்.

சமூகப் பின்னணி இல்லாத ஒரு பெண்ணைப் பார்க்கும் ஆணுக்கு இவளை நான் அனுபவிக்க முடியாதா எனும் எண்ணம் மட்டுமே அதிகமாகத் தலைதூக்குகிறது. தவிர, இது யாருக்கும் தெரியாது என நினைக்கும் எண்ணம் அவனை அந்தக் குற்றத்தைச் செய்யத் தூண்டுகிறது. தனிமையில் ஒரு பெண் அவனுக்கு கிடைக்கிற வாய்ப்பு வரும்போது சிறிது சிறிதாக ஏற்கெனவே மனதில் உருவாகியிருந்த தீய எண்ணம் அவனை மிருகமாக மாற்றுகிறது. எவ்வித சமூக உணர்வும் இன்றி மிருகமாகவே நடந்து கொள்கிறான்.

இப்படிப்பட்ட பாதிப்புக்குள்ளாகும் பெண், சமுதாயத்திலிருந்தே புறக்கணிக்கப்படுகிறாள். பெண்களாலேயே அவ்வாறு பார்க்கப் படுகிறாள் என்பதுதான் பெருங்கொடுமை. பெரும்பாலான இக்குற்றங்கள் தற்போது குழந்தைகளுக்கே நடப்பதுதான் கொடுமையிலும் கொடுமை. அந்தக் குழந்தைகளின் குடும்பங்கள், உறவினர்கள், தெரிந்தவர்கள் என இவர்களுக்குள்ளேயேதான் அந்தக் குற்றவாளிகள் இருக்கிறார்கள்.

உடலளவிலும் மனதளவிலும் பாதிப்புக்குள்ளாகும் குழந்தைகளின் வாழ்க்கையில் முன்னேற்றம் தடைபடுகிறது. சிறிது சிறிதாக அவர்களின் மனதில் இடம்பிடித்து தங்களின் ஆசையை நிறைவேற்றிக் கொள்பவர்கள் ஒரு கட்டத்தில் மிரட்டியே பணியவைக்கிறார்கள். வெளியில் சொல்வதற்கு அஞ்சும் இந்தப் பிஞ்சுகள் படும் கொடுமை இவ்வுலகுக்குத் தெரியாமலேயே போய்விடுகிறது.

பாராட்டி, சீராட்டி போற்றி பேணப்படவேண்டிய குழந்தைகள் அவர்களுக்குக் கல்வியை கற்றுத் தரும் ஆசிரியர்களாலேயே சீரழிக்கப் படும் செய்திகளையும் அவ்வப்போது பார்க்கிறோம். குறிப்பாக, தர்மபுரி கிருஷ்ணகிரி போன்ற பின்தங்கிய மாவட்டங்களில் பாலியல் வன்கொடுமையால் பெரிதாக பாதிக்கப்படுகின்றனர்.

உடல் நலத்தை இழந்த தொழிலாளர்கள் எவ்வாறு தொழிற் சாலைக்கும் ஆலைக்கும் பணிபுரியத் தகுதியற்றவர்களாக விலக்கப் படுகிறார்களோ அவ்வாறேதான் குழந்தை பெறுவதற்கான தகுதியை இழந்த பெண்களும் சமூகத்தால் விலக்கிவைக்கப்படுகிறார்கள்.

கற்பைப் பெண்ணுக்கானதாக மட்டுமே பார்ப்பது அவள் வாரிசு என்னும் உரிமையைப் பெறுபவர்களை உருவாக்குவதால்தான். இதனாலேயே பெண்ணுடல் மட்டும் பொத்திப் பொத்திப் பாதுகாக்கப் படுகிறது. பாலியல் வன்கொடுமையை ஒரு பெண் எதிர்கொள்ளும் போது அதிலிருந்து தப்பிக்க அவள் கொலையும் செய்யலாம் என சட்டம் சொல்கிறது. ஆனால், அவளின் உயிரை மாய்த்துக் கொண்டாலும் பரவாயில்லை. கற்பை மட்டும் பாதுகாத்துக் கொண்டாகவேண்டும் எனத் திரைப்படங்கள் போதிக்கின்றன. அந்நேரங்களில் தற்கொலை செய்து கொண்டவர்கள் தெய்வமாகப் போற்றப்பட்டு கற்பின் இலக்கணத்தைப் படைத்தவர்களின் பட்டியலுக்குள் வைத்துப் போற்றப்பட்டுவிடுகிறார்கள். தற்கொலை செய்துகொள்வதை கலாசாரமாக மாற்றாமல் குற்றம் இழைப்பவனை கொலை செய்யச் சொல்லி கற்றுக் கொடுக்க வேண்டியதன் அவசியத்தை உணர்த்தும் பொறுப்பு திரைப்படங்களுக்கு இருக்கிறது.

ஆடைகளைக் குறைத்து பெண்ணுடலைத் திரையில் காட்டி விதம் விதமாக அவர்களை ஆடவிட்டு, உலவவிட்டு ஆண்களின் மனதைக்

கிளறிப் பணம் பார்க்கும் ஆசையில் தொடர்ந்து சமூகத்தைச் சீரழித்து பெண்களை அடிமைப்படுத்தும் படைப்பாளிகள் முதலில் இந்தக் குற்றங்களை உணர வேண்டும். அறுபது வயதைக் கடந்தாலும் தனக்குத் துணையாக நடிக்கும் பெண்கள் இருபது வயதுகளில்தான் இருக்க வேண்டும் என நடிகர்கள் அடம்பிடிப்பதெல்லாம் பெண்ணுடலைச் சந்தைப்படுத்துவதைத்தவிர வேறென்னவாக இருக்க முடியும்? பெண் என்பவள் பாலுணர்வு சார்ந்து மட்டுமே இவர்களால் பார்க்கப்படு கிறார்கள் என்பதோடு அல்லாமல் படம் பார்ப்பவர்களையும் அவ்வாறு பார்க்க வைப்பதால்தான் இக்கேள்வி எழுப்பப்படுகிறது.

இவை ஒருபுறமிருக்க அண்மைக்காலமாக மது என்பது ஒவ்வொருவரின் வீட்டுக்குள்ளும் புகுந்து மனித வாழ்கையையே புரட்டிப் போட்டுக் கொண்டிருக்கிறது. தான் பெற்ற மகளையே அனுபவிக்கத் துடிக்கும் அப்பாக்களையும் தான் பிறந்த வயிற்றிலேயே பிறந்த அக்கா, தங்கைகளையும் அனுபவிக்கத் துடிக்கும் அண்ணன் தம்பிகளையும் இந்த மதுக் கலாசாரம் உருவாக்கிவிட்டது என்பதை எப்போது உணரப் போகிறோம்?

ஆணும் பெண்ணும் பாலுணர்வை தன் கட்டுக்குள் வைத்து நட்புணர்வுடன் பழக வேண்டும். அதற்கான படைப்புகளும் கலாசாரமும் வளர்க்கப்பட வேண்டும். நாள்தோறும் அதிகரித்துவரும் குழந்தைகளுக்கு எதிரான பாலியல் வன்முறைகளைத் தடுக்க தொலை நோக்குப் பார்வையுடன் கூடிய ஒரு செயல்திட்டம் உருவாக்கப்பட வேண்டும். இது குறித்த பாதுகாப்பான கல்வி வழிமுறைகள் உருவாக்கி அவர்களுக்குப் புரியும்விதத்தில் சொல்லித் தந்து விவாதிக் கப்படவேண்டும்.

ஆசிரியர்களிடையே இவை குறித்த விழிப்பு உணர்வு குறைவாக உள்ளது, பாலியல் கல்வி குறித்த புரிதல் இல்லாமல் சமூகப் பழைமை வாதங்களால் அதை நடைமுறைப்படுத்தாமல் இருப்பதும் இதற்கான முதற்காரணம்.

குழந்தைகளுக்குத் தீங்கிழைக்கும் குற்றவாளிகள் அல்லது குற்றவாளி களாக மாற வாய்ப்புள்ளவர்கள் குறித்து அறிந்து நடவடிக்கைகளில் இறங்குவதும் மிக அவசியம். குழந்தைகளிடம் அவர்களின் உரிமை குறித்தும், பாலியல் பாதிப்பு ஏற்படுத்துவோர் குறித்தும், குற்றவாளி களிடமிருந்து தங்களை பாதுகாத்துக் கொள்ளும் தற்காப்பு முறைகள் குறித்தும் விழிப்பு உணர்வை ஏற்படுத்துவதும் இப்போதைய அத்தியாவசியத் தேவையாக இருக்கிறது.

குழந்தைகள் மீதான தாக்குதல்களைத் தடுக்க உடனடியாக விசாரணைக் குழு ஒன்றை அமைத்து தடுப்பு செயல்திட்டம் ஒன்றை அரசு உடனே

வகுக்கவேண்டும். குழந்தைகளின் கைகளிலெல்லாம் கைபேசிகள் தவழத் தொடங்கிவிட்டன. விரல் நுனிகளிலேயே நல்லவற்றையும் கெட்டவற்றையும் சில நொடிகளிலேயே பார்க்கக்கூடிய வசதியை அவர்களிடம் கொடுத்திருக்கிறோம். ஆயிரக்கணக்கான ஆபாசப் படங்களின் வலைத்தளங்களைத் தாண்டித்தான் நம் பிள்ளைகள் வளர வேண்டியிருக்கிறது. பாலியல் குறித்துப் பேசத் தயங்குகிற இந்தியச் சமூகம்தான் உலகத்தின் மக்கள் தொகையில் இரண்டாம் இடத்தில் இருக்கிறது!

குற்றங்களைத் தடுக்க நடவடிக்கைகளை மேற்கொள்ளாமல் நடந்த பின், காவல்துறை பல அலைச்சல்களுக்கிடையில் குற்றவாளிகளைக் கண்டுபிடிப்பதும், நீதிமன்றம் விசாரிப்பது தண்டிப்பதும், புள்ளியல் துறையாளர்கள் புள்ளிவிவரங்களை வெளியிடுவதும் இனியும் தொடர்ந்து கொண்டேதான் இருக்குமா?

46

குடிமக்களும் குடி மக்களும்!

பணம் உள்ளவர்களுக்குத் தங்களின் குறையை அரசாங்கத்துக்குத் தெரிவிக்க எண்ணற்ற வழிகள் உள்ளன. ஆனால், வீதிக்கு வந்து சொல்வதைத் தவிர ஏழைகளுக்கு வேறு வழியே இல்லை. அந்த ஏழை மக்கள்தான் வீதிதோறும் அப்துல் கலாமின் படத்தை வைத்து நினைவிரங்கல் நிகழ்த்தினார்கள். யாரும் அழைக்காமலே எல்லா வேலைகளையும் போட்டுவிட்டு ராமேசுவரத்துக்குச் சென்று வழியனுப்பிவைத்தார்கள். எந்த ஆர்ப்பாட்டமோ சிறு சலசலப்போ இன்றி நடந்து முடிந்த அந்த நிகழ்வுக்குப் பின், தமிழ்நாடு இன்று அந்த ஏழை மக்களாலேயே போராட்டக் களமாக மாறியிருக்கிறது.

தமிழக காவல்துறையில் பணியாற்றுபவர்களின் எண்ணிக்கையை இப்போதுதான் கணிக்க முடிகிறது. எங்கு திரும்பினாலும், எந்தப் பத்திரிகையைத் தொட்டாலும், எந்த தொலைக்காட்சியைப் பார்த்தாலும், சமூக வலைதளங்களில் நுழைந்தாலும் அப்துல் கலாமின் உருவங்களாகவே காட்சியளித்த இடங்களில், மதுவுக்கு எதிரான போராட்டப் படங்களும் செய்திகளுமே

நிரம்பிவழிகின்றன. மக்களுக்குக் காவலர்களாக இருந்த காவல் துறையை எதிரிகளாகப் பார்க்கும் அளவுக்கு செய்திகள் அரங்கேறுகின்றன.

இளம்பருவத்தில் திரைப்படங்களில் நான் கண்ட காவல்துறையினர், தீயவர்களைத் தண்டித்து குற்றம் இழைத்தவர்களைத் தேடிப் பிடித்தார்கள். முதன்முதலாக அவர்களை நேரில் பார்த்தபோது மறைந்திருந்துதான் பார்க்கமுடிந்தது. எங்கள் கிராமத்தில் மட்டும்தான் சுற்றுவட்டாரத்திலேயே கள்ளச்சாராயம் காய்ச்சினார்கள். அதுவும் அண்ணன் தம்பிகளான இருவர் வீட்டில் மட்டும்தான், அதைத் தொழிலாகவே செய்தார்கள். அவர்களைப் பிடிக்க ஊருக்குள் திடீரென நுழையும் காவல்துறையினரைக் கண்டு அந்தக் குடும்பத்தினர் தப்பித்துக்கொள்ள மறைவிடம் தேடி ஓடுவதும், பின் காவல்துறையிடம் பிடிபட்டு தலையில் சாராயப்பானையை வைத்து தெருத் தெருவாக விலங்கிட்டு அழைத்துப் போவதையும் பார்த்த காட்சிகள் உயிருள்ள வரை மறக்க முடியாதவை.

சாராயம் காய்ச்சியவர்கள்தான் என்றில்லை. அதைக் குடிப்பவர்களும் காவலர்களைக் கண்டதும் ஓடி மறைய முயல்வதும், பின் மாட்டிக் கொள்வதும், அடித்து வாகனங்களில் ஏற்றப்பட்டு சிறையில் அடைக்கப்படுவதும் நடக்கும். இவையெல்லாம் மது பற்றிய எச்சரிக்கை உணர்வை என்னுள் ஏற்படுத்தின. அத்துடன் எனது அப்பா என்றைக்காவது குடித்துவிட்டு வருவார். அப்போது அம்மாவின் திட்டுதலுக்கு பயந்து வீட்டுக்குள் வராமல், இருட்டில் வைக்கோல் போரில் மறைந்துகிடப்பார். இனிமேல் மது அருந்தமாட்டேனென்று அம்மாவிடம் உறுதிமொழி கொடுப்பார். எம்.ஜி. ஆர். தனது படங்களில் மட்டுமல்ல நிஜத்திலும்கூட மது அருந்தியதே கிடையாது. எம்.ஜி.ஆர் மேல் எனக்கு மிகுந்த பற்று வர அதுவும் ஒரு முக்கியமான காரணம்.

அரசுக்குப் பணம் தேவை என்கிற ஒரே காரணத்துக்காக, ஒரு தலை முறையையே குடிகாரர்களாக, குடி நோயாளியாக மாற்றுவது கொடூரம். அதன் மூலம் உடல் உறுப்புக்கள் கெட்டு, உழைப்பு கெட்டு, மனம் கெட்டு நாள்தோறும் அந்த மக்கள் ஆயிரக்கணக்கில் செத்தொழிவது பெரும் அவலம். மருத்துவமனைகளில் நோயாளி களாகக் கிடப்பதும், தெருவெங்கும் வீழ்ந்து கிடப்பதும் மற்றவர் களால் கேலி செய்கிற சமூகமாக மாறி வருவதும் சாபக்கேடு. இந்த விஷயங்கள் எல்லாம் உரியவர்களின் கண்களுக்கும் செவிகளுக்கும் இப்போதாவது எட்டவேண்டும்.

எந்தச் சிக்கல் வந்தாலும் அதற்காகப் போராட்டம் நடத்த அரசியல் கட்சிகள் இருக்கிறார்கள், தமிழர்கள் மேல் அக்கறையுள்ள

இயக்கத்தினர்கள் இருக்கிறார்கள் என ஒதுங்கியிருந்த மக்களெல்லாம், இனி தங்களைக் காப்பாற்றிக் கொள்ள தாங்களே போராடுவதைத் தவிர வேறு வழியில்லை எனப் போராட வீதியில் இறங்கியிருக்கிறார்கள்.

பிறமொழித் திணிப்பும் ஈழத் தமிழனின் சிக்கலும்தான் தமிழர்களின் பெரிய சிக்கல்களாக எண்ணியிருந்த கல்லூரி மாணவர்கள் தங்களின் குடும்பம், தங்களின் உறவுகள் சீரழிவதைப் பார்த்து இந்த சமுதாயத்தை இனி காப்பாற்றவே முடியாது என நினைத்து யாரையும் எதிர்பார்க் காமல் போராடத் துணிந்துவிட்டார்கள். குடியில் தனது தந்தையை இழந்த பிஞ்சுக் குழந்தைகளையும், இளம் பள்ளிப் பருவத்தினரையும் அவர்கள் பள்ளிக்குச் செல்லும்போது வீதியில் காணும் காட்சிகளும், வீட்டுக்கு வந்தால் தொலைக்காட்சிகளில் காணும் காட்சிகளும் அவர்களை சிந்திக்க வைக்கின்றன. யாரிடம் இவர்கள் கெஞ்சு கிறார்கள்? யாரை எதிர்த்துப் போராடுகிறார்கள் என்கிற கேள்வி உருவாகிறது.

உரிமைகளைக் கேட்டதற்காக காவல்துறையினரால் கண்மூடித்தன மாக தாக்கப்படும் மாணவர்கள் ஒன்று சேரத் தொடங்கியிருக்கிறார்கள். மதுக்கடைகள் மூடும்வரை இனி எங்களுக்கு பள்ளியும் வேண்டாம், கல்லூரியும் வேண்டாம் என அனைவரும் ஒன்று கூடும் காலம் நெருங்கிவிட்டதாகவே தோன்றுகிறது. இவ்வளவு காலங்கள் இதை ஒரு பொருட்டாகவே நினைக்காமல் கண்டுகொள்ளாமல் இருந்த அரசியல் கட்சியினர் கூட, வரப் போகிற தேர்தலை மனதில்கொண்டு அவர்களும் போராட்டத்தில் பங்கெடுக்கின்றனர். சில கட்சிகள் மாணவர்களைப் போராடத் தூண்டிவிடுவதாகவும் குற்றச்சாட்டுகள் எழுந்திருக்கின்றன. யார், யாருக்கு மதுவை ஒழிப்பதில் அக்கறை இருந்தது என்பதையெல்லாம் தொடக்கத்தில் இருந்தே கவனித்து வரும் மக்கள், யார் மூலமாக நடந்தாலும் நல்லது நடந்தால் போதும் என போராட்டத்தில் தங்களையும் ஈடுபடுத்திக்கொள்ளத் தொடங்கி விட்டார்கள்.

ஏற்கெனவே உடல் உழைப்பு வேலைக்கு ஆள் கிடைக்காத நம் மாநிலத்தில், வடமாநிலத்தவர் உள்ளே நுழைந்து அனைத்து வேலை களிலும் ஊடுருவிவிட்டார்கள். உடல் நலத்தைச் சிதைக்கக் கூடிய குறைந்த விலை மதுவைக் குடித்துக் குடித்து தமிழர்களது உடலில் வலு இல்லாமல் போய்விட்டது. மதுக்கடைகளில் இருந்து வருபவர்களின் பஞ்சடைந்த கண்களையும் கைகள் ஒடுங்கிய உடலையும் பார்த்தால் அவர்கள் மரணத்தை நெருங்கிக் கொண்டிருப்பதை உணரமுடியும். குடிப்பதால் மனமும் உடலும் சிதைந்து, புத்தி சிந்திக்க மறுக்கிறது. குடும்பத்தைக் காப்பாற்ற பொருளாதாரம் இன்றி குழந்தைகளின் கல்வி தடைபடுகிறது. குடியினால் நம் கலாசாரத்தை சிதைக்கும்

அருவருக்கத்தக்க அனைத்து பாலியல் குற்றங்களும் பெருகிக் கொண்டே இருக்கின்றன. ஒரு கெட்ட பழக்கத்துக்கு ஆட்பட்ட மனிதர்களை அதில் இருந்து மீட்டுக் கொண்டு வருவது என்பதே எதிர்காலத்தில் பெரும் சமுதாயச் சிக்கலாகிவிடும்.

மது விற்பனையை நடைமுறைப்படுத்துவதற்கு முன் தமிழகத்தில் ஆண்டுதோறும் வெறும் 200 பேர்களுக்குள்தான் கள்ளச் சாராயத்தால் இறந்தார்கள். அந்த 200 பேரைக் காப்பாற்றுவதற்காகக் கொண்டுவரப் பட்டதாகச் சொல்லப்பட்ட இந்த மதுக்கடைகள் தினமும் 20 ஆயிரம் பேரின் உயிரைக் கொன்று, அத்தனை குடும்பத்தையும் நடுத்தெருவில் கொண்டுவந்து நிறுத்தியிருக்கிறது.

அரசு எவ்வளவோ நலத் திட்டங்களைச் செய்தாலும்கூட அனைத்து சீரழிவுக்கும் காரணமாக இருக்கும் அரசாங்கமே மது விற்கும் திட்டத்தால் அனைத்தும் விழலுக்கு இறைத்த நீராகப் போய்விடுகிறது.

ஏற்கெனவே மிகமிகச் சிறிய எழுத்தில் எழுதியிருக்கும் எச்சரிக்கை வாசகத்தைப் படிக்க முடியாதவர்கள் கண்கள் சுருங்கி, பஞ்சடைந்து பார்வையை இழந்துகொண்டிருக்கிறார்கள். ஒவ்வொரு மது புட்டியிலும் எழுதியிருக்கும் எச்சரிக்கைக் குறிப்புகளை எவ்வளவு பலம் வாய்ந்த மூக்குக் கண்ணாடிகளைக் கொண்டும் இனி யாராலும் படிக்க முடியாது. அதில் எழுதியிருப்பதெல்லாம் இதுதான்.

குடி நாட்டுக்குக் கேடு!
குடி வீட்டுக்குக் கேடு!
குடி உயிருக்குக் கேடு!

எப்போதுமே ஒரு கட்டம்வரை அரசாங்கம்தான் மக்களை வழிநடத்தும். தாங்கள் உருவாக்கிய தங்களுக்கான அந்த அரசாங்கம் வழி தவறும்போது அந்த மக்களே அந்த அரசாங்கத்தை வழி நடத்தத் தொடங்கிவிடுவார்கள். அதன் பெயரும் ‘மக்களாட்சி’தான்!

47

விடுதலை எதற்காக?

இந்த ஆண்டின் சுதந்திர தினத்தை முழுமன தோடு அனுபவிக்க முடியாததுதான் இந்திய மக்கள் பெரும்பாலானோரின் பெரும் கவலை. சனி அல்லது ஞாயிற்றுக் கிழமையில் சுதந்திர தினம் அமையாமல், திங்கள்கிழமை அமைந்திருந்தால் சுதந்திர தினத்தை முழுமையாக அனுபவித்திருப் பார்களோ என்னவோ?

சுதந்திரம் என்றால் என்ன? இந்த சுதந்திரம் எப்படிக் கிடைத்தது என்பதை எல்லாம் அறியாத ஒரு தலைமுறை உருவாகிக் கொண்டிருக்கிறது. சுதந்திர தினம் ஒரு சடங்காகவே கடைப்பிடிக்கப்பட்டு, மற்ற விடுமுறை நாட்களைப்போல் இதுவும் ஒரு விடுமுறை நாளாக மட்டும் மாற்றப்பட்டு விட்டது.

சுதந்திர தினத்தைக் குறிவைத்து எப்படி யெல்லாம் பணம் பண்ணலாம் என்பதை தொலைக்காட்சிகள் நன்றாகப் புரிந்து வைத்திருக்கின்றன. சுதந்திரப் போராட்ட வரலாறு தொடர்பான நிகழ்ச்சிகளை, அதில் பங்கெடுத்த தியாகிகளின் நேர்காணல்களை

வெளியிடுவது பற்றிய அக்கறை தொலைக்காட்சிகளுக்கு இல்லை. சுதந்திரப் போராட்டம் தொடர்பான படங்களின் உரிமை அவர்களிடம் இருந்தாலும்கூட அதனை அவர்கள் ஒளிபரப்பத் தயாரில்லை. நாள் முழுக்க பொழுது போக்கு என்கிற பெயரில் காண்பிக்கப்படுகிற நிகழ்ச்சிகளை வைத்தே ஊடகத்தினிரிடமும், நம் மக்களிடமும் உள்ள சுதந்திரம் குறித்த உணர்வினை மதிப்பிட்டுவிடலாம்.

நெடுங்காலத் தொடர் போராட்டத்துக்குப் பின்புதான் நமக்கு ஆங்கிலேயர்களிடம் இருந்து விடுதலை கிடைத்தது. எதற்காக அவர்களிடம் இருந்து விடுதலை பெறப் போராடினோம்? அந்த விடுதலையின் மூலம் என்னென்ன பலன்களை அடைந்திருக்கிறோம்? உண்மையிலேயே நமக்கு விடுதலையைப் பெற்றுத் தந்த நம் முன்னோர்களின் கனவு நனவாகி இருக்கிறதா? சுதந்திரம் என்பது ஒவ்வொரு குடிமகனுக்குமானது. அப்படிப்பட்ட சுதந்திரம் நம் அனைவருக்கும் கிடைத்திருக்கிறதா?

ஆங்கிலேயரிடம் இருந்து சுதந்திரத்தைப் பெற்றதற்காக மட்டுமே ஒவ்வோர் ஆண்டும் இதேபோன்று சுதந்திரதினத்தைக் கொண்டாடப் போகிறோமா? 'நாம் நினைத்த இந்தியா அமைந்துவிட்டது; ஒவ்வோர் இந்தியனும் வெள்ளைக்காரனிடம் இருந்து பெற்ற சுதந்திரத்தை நினைத்து பெருமைப்படுவதும் கொண்டாடுவதும் தேவைதான்' என நினைக்கிறோமா?

உண்மையான விடுதலையை இம்மக்களுக்குக் கிடைக்காமல் செய்து வருபவர்கள், அவ்வாறு நடக்காமல் பார்த்துக்கொள்ளும் சிலரின் கையிலேயே நமது தேசியக்கொடி சிக்கிக் கொண்டிருப்பதைப் பற்றிப் பேசவே நாம் தயங்குகிறோம். இந்நாட்டுக்கும், இம்மக்களுக்கும், இம்மண்ணுக்கும், இம்மொழிகளுக்கும் துரோகம் இழைப்பவர்களாலும், அழிப்பவர்களாலும்தான் பெரும்பாலும் நம் தேசியக்கொடி ஏற்றப்படுகிறது. வெள்ளைக்காரனிடம் இருந்து விடுதலையைப் பெற்று, கொள்ளைக்காரர்களிடம் நாட்டைக் கொடுத்துவிட்டு சுதந்திர தினத்தைக் கொண்டாடிக் கொண்டிருக்கிறோம்.

இன்று காந்தியடிகள் உயிரோடு மீண்டெழுந்து வந்து இந்த நாட்டைச் சுற்றிப் பார்த்தால் என்ன கூறுவார்? நாம் கொண்டாடும் இந்த சுதந்திர தினத்தைப் பார்த்து என்ன சொல்வார்? நம் நாட்டை ஆண்டவர்களிடமும், இன்று ஆள்பவர்களிடமும் என்ன கேட்பார்? அவர்கள் அவருக்கு என்ன பதிலைச் சொல்ல முடியும்?

வெள்ளைக்காரனிடம் இருந்து நம் நாட்டை மீட்டெடுத்தபோது அந்த மகிழ்ச்சி இருந்தது. அப்போது ஒவ்வொரு குடிமகனுக்கும் தன் நாடு

விடுதலை பெற்ற நாளைக் கொண்டாடுவதைத் தவிர முதன்மையான மகிழ்ச்சி வேறென்ன இருக்கமுடியும்?

கொலை, கொள்ளை, பாலியல் வன்கொடுமை, தீண்டாமை, சாதிக் கலவரங்கள், பெண்ணடிமை போன்றவற்றில் எது இங்கே குறைவு? மதுவை எதிர்த்து காந்தியடிகள் நாடு முழுக்கப் பயணம் செய்து போராடினார். இன்று ஆட்சி செய்பவர்களே மக்களிடத்தில் மதுவை ஊற்றிக் கொடுப்பதும், அதைப் பற்றிக் கண்டுகொள்ளாமல் சுதந்திர தினத்தைக் கொண்டாடுவதெல்லாம் எப்படி உண்மையான விடுதலையாக இருக்க முடியும்?

ஊழலிலும் லஞ்சத்திலும் திளைத்திருக்கும் நாட்டில், சுதந்திர தினக் கொண்டாட்டம் என்பது சிறிதும் குற்றவுணர்வின்றி ஆண்டுதோறும் அரங்கேறிக்கொண்டேயிருக்கிறது.

இத்தனை ஆண்டுகள் கடந்தும் நாட்டின் மக்கள் தொகையில் பாதி பேருக்கு சொந்த வீடு கிடைக்க வழியில்லை. கழிப்பிட வசதிகூட பெறாத மக்கள் வாழும் நாடுகளின் வரிசையில் உலகிலேயே நம்நாட்டுக்குத்தான் முதலிடம். உணவுப் பண்டங்களை வீணடிப்பதிலும் ஒருவேளை உணவுகூட கிடைக்காமல், அதற்கு உத்திரவாதமும் இல்லாமல் அலைவதும் நம்நாட்டில்தான்.

சொந்த நாட்டு மக்களுக்கான அடிப்படைத் தேவையைக்கூட 68 ஆண்டுகள் கடந்தும் செய்து தர முடியாத அவலத்துடன்தான் மக்கள் ஆட்சியின் மூலமாக உருவாக்கப்பட்ட அரசாங்கங்கள் தொடர்ந்து சுதந்திரத்தைப் பெருமையுடன் கொண்டாடிக் கொண்டுவருகின்றன.

நமக்கு விடுதலை கிடைத்த பின் நமது நாட்டின் உயிரான கிராமங்கள் அழியத் தொடங்கின. உள்ளூர் உற்பத்தி அழிந்து, சிறு தொழில்கள் அழிக்கப்பட்டு காலங்காலமாக செய்து வந்த தொழில்களை விட்டு விட்டு, தன் மண்ணை விட்டுவிட்டு நகரத்துக்கு இடம் பெயர்ந்தோம்.

வீணாகிற நீரினை கடலுக்கு அனுப்பினாலும் அனுப்புவோம்; அதைப் பயன்படுத்த உங்களுக்கு தர மாட்டோம் என ஒவ்வொரு மாநிலமும் இன்னொரு மாநிலத்தின் மீது பகைமையை வளர்த்துக்கொண்டு வருகிறது. தண்ணீர் தேவை தீர்ந்தாலே நாட்டின் பெரும்பான்மையான சிக்கல்களிடம் இருந்து விடுதலை கிடைத்துவிடும். உண்மையான முன்னேற்றம் உருவாகித் தன்னிறைவை அடைந்துவிடலாம். அதன் பின்தான் வல்லரசு கனவெல்லாம் சாத்தியமாகும். ஆனால், அதற்கான எந்தவித முன்னேற்பாடும் இங்கு நடக்கிற மாதிரி தெரியவில்லை.

70 ஆயிரம் ராணுவத்தினரைப் பாதுகாப்புக்கு வைத்துக்கொண்டு சுதந்திர தினம் கொண்டாடுவதையே பெருமையாக நினைக்கிறோம்.

சுதந்திரம் எதை கொடுத்ததோ இல்லையோ நாட்டின் வளத்தைச் சுரண்டி, மக்களை ஏமாற்றி, சொத்துக்களை கொள்ளையடிப்பதற்கு அரசியல் கட்சிகளுக்கு அரசியல் என்னும் தொழிலைக் கொடுத்திருக்கிறது.

கொள்ளையடித்ததை எங்கே வைப்பது எனத் தெரியாமல் தான் வெளிநாடுகளில் பதுக்கி வைக்கிறார்கள். வாக்கு ஒன்று கையில் இருப்பதனாலேயே நம்நாட்டில் ஏழை எளியவர்களை உயிரோடு வைத்திருக்கிறார்கள். அது ஒன்றுதான் இந்த எளிய மக்களுக்கு இங்கேயிருக்கும் மதிப்பு. ஆட்சியை உருவாக்குபவர்கள் ஏழைகளாகவும், அதனை முழுமையாக அனுபவிப்பவர்கள் பணக்காரர்களாகவும் இருக்கும்வரை இங்கே எந்த முன்னேற்றமும் உருவாகப் போவதில்லை.

இனி எந்த ஒரு ஏழையும் தேர்தலில் போட்டியிட்டு மக்களாட்சியின் அதிகாரத்தில் பங்கெடுக்க முடியாது. பணமுள்ளவர்கள் மூலமாகவே தேர்தல் போட்டிகள் நடக்கும். மீண்டும் மீண்டும் புதிய புதிய ஆட்சிகள் உருவாகும். எந்நாளும் எதுவும் இல்லாதவனுக்கு இனி எதுவும் கிடைக்கப் போவதில்லை.

48

குற்றமும் தண்டனையும்

மனிதனை அசைத்துப் பார்க்க அவனது மனசாட்சியால் மட்டுமே முடியும். அரசாங்கம் வழிதவறும்போது அதனைக் கேள்வி கேட்கவும், நெறிப்படுத்தவும் நீதிமன்றம் என்கிற ஒன்று இல்லாமல் போயிருந்தால் எப்போதோ இங்கு எல்லாமும் நடந்து முடிந்திருக்கும்.

செய்து கொண்டிருக்கிற குற்றத்தையே குற்றமென உணராமல் நாட்டை முன்னேற்றப் பாதையில் கொண்டு செல்வதாக நினைத்துக் கொண்டிருக்கும் அரசாங்கங்களையும், அதன் கருவிகளாக இருக்கிற அரசுத்துறைகளையும் உத்திரபிரதேசத்திலுள்ள அலகாபாத் உயர்நீதிமன்றத்தில் நீதிமான் பிறப்பித்துள்ள தீர்ப்பு பிடித்து உலுக்கியிருக்கிறது.

எதிர்காலத் தலைமுறையினரை உருவாக்க ஊற்றுக்கண்ணாக இருக்கிற அரசுப்பள்ளிகளின் ஊற்றுக்கண் மூடப்பட்டு தூர்ந்து போனதை நீதிமான் திறந்துவிட முயன்றிருக்கிறார். தன்னலத்தை மட்டுமே போதித்து பொது நல அக்கறையே இல்லாத சமுதாயத்தை உருவாக்கித் தரும் தனியார் பள்ளிகள்

பெருக்கெடுத்துவருகின்றன. அதேநேரம் பொது நலனையும், சமுதாய உணர்வையும், மக்கள் பற்றையும் போதிக்கிற அரசுப்பள்ளிகள் மூடப்பட்டுக் கொண்டிருக்கின்றன. இப்படியானதொரு காலத்தில் இந்தத் தீர்ப்பு ஒவ்வொருவரின் மனசாட்சியையும் ஒரு நிமிடம் பிடித்து நிறுத்துகிறது.

அரசுப்பள்ளிகள் மூடப்படுவது குறித்து சற்றும் சிந்திக்காமல் அதை ஒரு பொருட்டாகவே மதிக்காமல் மாதா மாதம் சம்பளத்தைப் பெறும் அத்துறை சார்ந்தவர்களும், அதன் அமைச்சர்களும், தலைமை ஏற்றிருக்கின்ற முதலமைச்சர்களும் இதனைச் சீர்திருத்துகிற எந்த நடவடிக்கைகளிலும் இறங்காமல் போனதன் விளைவை இந்த இந்திய சமுதாயம் இனி அனுபவிக்கத்தான் போகிறது.

வாழ்வதற்கு வழியில்லை, உடலில் தெம்பும் இல்லை. தான்படும் இன்னல்களைத் தாங்கள் பெற்ற பிள்ளைகள் படக்கூடாது என்பதால் தான் ஒவ்வொரு பெற்றோரும் தங்களின் பிள்ளைகளைப் படிக்க வைக்க நினைக்கிறார்கள். வயிற்றுக்கே வழியில்லாத நிலையில் பிள்ளைகளின் படிப்புக்கும் சேர்த்து பொருளீட்ட ஒவ்வொரு பெற்றோரும் இங்கு ஓடிக்கொண்டிருக்கிறார்கள்.

மனிதனாகப் பிறந்த ஒவ்வொருவருக்கும் அரசு செய்து தர வேண்டிய முதன்மையான கடமைகளில் ஒன்று அவனுக்குக் கல்வியளிப்பதுதான். அந்தக் கடமையிலிருந்து அது எப்போது தவறுகிறதோ அப்போதே அதன் மதிப்பை அந்த அரசு இழந்துவிடுகிறது.

தமிழகத்தில் மட்டும் 1500 பள்ளிகள், 2000 பள்ளிகள் மூடப்படுவதாக சொல்லிக்கொள்வதை எல்லாரும் காது குளிர கேட்டுக்கொண்டுதான் இருக்கிறோம். இந்திய நாட்டின் மிகச் சிறந்த பொற்காலங்கள் அரசுப் பள்ளிகள் ஆலமரம் போல், அரச மரம்போல் தழைத்தோங்கியிருந்த காலங்கள்தான். நாட்டின் வளர்ச்சியில் அக்கறை கொண்டவர்கள் அரசுப் பள்ளிகளை வளர்த்தெடுத்தார்கள். அது தேவையில்லை என நினைத்தவர்கள் அதை தனியாரிடம் கொடுத்துவிட்டு கண்டும் காணாமல் ஒதுங்கிக்கொண்டார்கள். அதன் விளைவுதான் இப்போது பெற்றோர்கள் தனியார் பள்ளிக்கூடங்களின் முன்னால் அதிகக் கட்டணம் வசூலிப்பதாகச் சொல்லி போராடிக் கொண்டிருக்கிறார்கள்.

அரசுப் பள்ளிகளை வளர்த்தெடுத்திருந்தால் இந்த நிலை ஏற்பட்டிருக்காது. அரசுப் பள்ளிகளில் காற்றோட்டம் இருந்தது. இடவசதி இருந்தது. விளையாட்டுத் திடல் இருந்தது. அறிவையும், நட்பையும், தோழமையும், பண்பையும், ஒழுக்கத்தையும் நேர்மையையும், தூய்மையையும் கற்றுக்கொடுத்த அந்த இடங்கள் இன்று

மாட்டுக் கொட்டைகள்போல் மாறிப்போனதன் விளைவுதான் இந்த தனியார் பள்ளிகளின் ஆதிக்கத்தில் பெற்றோர்கள் நிம்மதியிழந்து தவிக்கிறார்கள். அரசுப் பள்ளிகளில் என்னதான் சிக்கல்கள்? ஏன் அவற்றை மூடுகிறார்கள்?

தூய்மைக்கேட்டின் இருப்பிடமாக அரசுப்பள்ளிகள் இருக்கின்றன. கணக்குக்காகவே கட்டப்பட்ட பயன்படுத்தாத கழிப்பறைகள், பெரும் பாலும் மரத்தடிகளிலும், தரையிலும் அமர்ந்து படிக்க வேண்டிய நிலை. தொடர்ந்து நிரப்பப்படாத பணியிடங்களால் அல்லலுறும் ஆசிரியர்கள் என சீர்கேட்டின் பட்டியல்கள் நீள்கின்றன.

பள்ளியை விட்டு வீட்டுக்குச் சென்றால் படிப்பதற்கான சூழல் வீட்டில் இல்லை. பல மாணவர்கள் மீதி நேரத்தில் ஏதாவதொரு வேலையைச் செய்து பொருளீட்டவும், குடும்பத்தின் வேலைகளைச் செய்யவும், தம்பி, தங்கைகளைக் கவனித்துப் பராமரிக்கவும், வீட்டுச் சமையலைச் செய்யவும் பயன்படுத்தப்படுகிறார்கள். பெற்றோர்களின் இடையறாத சண்டையில் மிச்சமிருக்கிற அமைதியும் கிடைப்பதில்லை.

இப்படிப்பட்ட மாணவர்களின் ஒரே ஆறுதல் அவர்களின் ஆசிரியர்கள் தான். அவர்களின் குறைகளையும் தேவைகளையும் புரிந்து கொண்டு பொறுமையுடன் நல்வழிப்படுத்தி வளர்த்தெடுக்கிற அரசுப் பள்ளிகளின் ஆசிரியர்களை வணங்குவது நம் ஒவ்வொருவரின் கடமையாக இருக்கிறது.

மாதம் ஒன்றுக்கு ஐந்தாயிரத்துக்குக் குறைவாக வருமானம் உள்ள 85 விழுக்காடு மக்கள் உள்ள நாட்டில் கல்விக்காகவும் மருத்துவச் செலவுக் காகவுமே இரவு பகலாக உழைத்து தங்கள் வாழ்வின் பெரும் பகுதியைச் செலவிட்டுக் கொண்டிருக்கும் மக்கள் பற்றிக் கவலைப்படாத ஆட்சியாளர்தான் எங்கும் நிறைந்திருக்கிறார்கள். மக்களின் தேவையை உணராமல், எதிர்காலத் தலைமுறைகளைப்பற்றி அக்கறை கொள்ளாமல் ஏதோ வேற்றுக்கிரகத்தில் இருந்து வந்தவர்கள் மாதிரியே மக்களை வழி நடத்துவதிலிருந்து மக்களுக்கு எப்போது விடுதலை கிடைக்கப் போகிறதோ?

இந்தியாவின் ஒவ்வொரு மாநிலத்தையும் சில குறிப்பிட்ட கட்சிகளே தொடர்ந்து மாறி மாறி ஆண்டு கொண்டிருக்கின்றன. அவர்களிட மிருந்தே புதிய புதிய ஆட்சியாளர்கள் உருவாகிறார்கள். அவர்களின் குடும்பங்களே மீண்டும் மீண்டும் ஆட்சியைக் கைப்பற்றுகின்றன. இவர்களே அரசுப் பள்ளிகளை மாட்டுக் கொட்டகைகளாக மாற்றி விட்டார்கள்.

எதிர்காலத் தலைமுறைக்குக் கல்வியையும் மருத்துவத்தையும் தூய்மைச் சூழலையும் தரவேண்டியதுதான் முதல் கடமையென

உணர்ந்தால் அலகாபாத் நீதிமன்றத்தின் குரல் இவர்களின் காதுகளுக்கு இந்நேரம் கேட்டிருக்கும். இப்போதுகூட இவர்களுக்கு கேட்கவில்லை என்றால் அவர்கள் மன்சாட்சியற்றவர்கள், மக்களை மக்களாக மதிக்கத் தெரியாதவர்கள் என்றுதான் சொல்லவேண்டும்.

அரசின் மொத்தச் செலவில் 48 விழுக்காட்டுத் தொகை அரசு ஊழியர் களுக்கே மாத ஊதியமாகவும் ஓய்வூதியமாகவும் செலவிடப்படுகிறது. மக்களின் வரிப்பணத்தில் 48 விழுக்காட்டை எடுத்துக்கொள்கிற இவர்கள்தானே அரசுப் பள்ளிகளைச் சீர்செய்ய வேண்டும்.

நீதிமன்றம் குறிப்பிட்டுள்ளதுபோல் அடுத்த ஆண்டுத் தொடக்கத்தி லிருந்து அரசாங்கத்தின் ஊதியமாக ஒரு ரூபாய் வாங்கினாலும் சரி, மக்களின் பிரதிநிதியாக இருக்கும் எவராக இருந்தாலும் அரசுப் பள்ளிகளில்தான் தங்களின் குழந்தைகளைப் படிக்க வைக்கவேண்டும். அப்போதுதான் எக்கேடுகெட்டால் என்ன எனக் கண்டுகொள்ளாமல் இருந்தவர்கள் அரசுப் பள்ளிகளை மாணவர்கள் பயிலும் தகுதியுடைய இடமாக மாற்றுவார்கள். இதனால் கல்விச்சுமையிலிருந்து பெற்றோர்கள் விடுபட்டு அரசாங்கப் பள்ளிகளில் தங்களின் பிள்ளை களை ஒப்படைப்பார்கள்.

இந்த அனைத்து சீர்கேடுகளுக்கும் காரணம் மாநில அரசுகளின் இயலாமையைத் தவிர வேறென்னவாக இருக்கமுடியும்? அனைத்து மாநில அரசுகளும் மனசு வைத்தால் அடுத்த கல்வியாண்டின் தொடக் கத்தில் இது சாத்தியமானதுதான். எந்தப் பெற்றோருக்கும் பணத்தைக் கொட்டி தங்களின் பிள்ளைகளைத் தனியார் பள்ளிகளில்தான் படிக்க வைக்கவேண்டுமென்கிற ஆசையில்லை. அதே வசதிகளையும், தரத்தையும் கொடுத்தால் அனைவரும் பாகுபாடில்லாமல் சேர்ந்து பயிலும், பழகும் சமூகக் கூடமாக அரசுப்பள்ளிகள் மாறும்.

இதைச் செய்யாமல் தேர்தல் வரப்போவதை மனதில் கொண்டு ஒவ்வொரு அரசியல் கட்சிகளும், தலைவர்களும் நாளுக்கொரு நாடகத்தை அரங்கேற்ற காரணங்களைத் தேடிக் கொண்டிருப்பதற்குப் பதிலாக நீங்கள் முதலில் மக்களுக்கு முன்மாதிரியாக இருந்து காண்பியுங்கள். அப்போதுதான் நீங்கள் தலைவர்கள்.

உங்களின் மனசாட்சியை உண்மையிலேயே இந்த தீர்ப்பு அசைத்துப் பார்த்திருந்தால் உடனடியாக இந்தியாவிலுள்ள அனைத்து அரசியல் கட்சிகளின் தலைவர்களும், அதன் பொறுப்பாளர்களும், சட்டமன்ற, நாடாளுமன்ற உறுப்பினர்களும், அமைச்சர்களும், அரசு அதிகாரி களும், அரசு ஊழியர் சங்கங்களும் அடுத்தக் கல்வியாண்டிலிருந்து எங்களின் பிள்ளைகள், பேரப்பிள்ளைகளை அரசுப் பள்ளிகளில்தான் படிக்க வைக்கப்போகிறோம் என அறிவியுங்கள். அத்துடன் அரசு

மருத்துவமனைகளில்தான் மருத்துவம் செய்துகொள்வோம், தனியார் மருத்துவமனைகளுக்கு உயிரே போகும் நிலைவந்தாலும் போக மாட்டோம் என உடனடியாக அறிவியுங்கள். இதனைச் செய்தாலே போதும் எங்களின் வணக்கத்துக்குரியவர்களாக நீங்கள்தான் விளங்கு வீர்கள்!

எல்லாவற்றுக்கும் காரணங்களைத் தேடிச் சொல்லும் அரசுகள் இவற்றைச் செய்யப் பணம் தேவையில்லை. மனம் இருந்தாலே போதும்! மனம் என ஒன்று இருந்தால் மனசாட்சி இருக்கும். அது இருக்கிறதா இல்லையா என பொறுப்புள்ளவர்கள்தான் சொல்ல வேண்டும்!

49

மக்கள் - குரல் மன்றங்கள்

மக்களின் குரல் எழுப்புவதற்காக மக்களால் உருவாக்கப்பட்ட மன்றங்கள்தான் சட்ட மன்றங்களும் நாடாளுமன்றமும். ஆனால், அந்த மன்றங்கள் எல்லாம் இப்போது மக்களின் குரலை எழுப்புவதற்கு பதிலாக நாடக மன்றங்களாக மாறிவிட்டன.

கடமையை ஆற்றுவதற்குப் பதிலாக சடங்கு களைக் கடைபிடிப்பதில் வல்லவர்கள் நம் ஆட்சியாளர்கள். மக்களைக் காப்பாற்று வதற்கு உருவாக்கப்பட்ட அரசியல் சட்டங் களைத் தங்களுக்குத் தகுந்ததுபோல் எவ்வாறு வளைப்பது என்னும் நுணுக்கங் களைக் கற்றுத் தேர்ந்து, அந்த அரசியல் சட்டத்தையே தங்களுக்கு அரணாக மாற்றிக் கொண்டவர்களில் உலகத்திலேயே முதலிடம் நம் அரசியல்வாதிகளுக்குத்தான்.

சட்டமன்றத்துக்கும் நாடாளுமன்றத்துக்கும் செல்லாமலே அவர்களால் ஐந்து ஆண்டுகள் அந்தத் தொகுதி மக்களின் உறுப்பினராக பதவியை அனுபவிக்கமுடியும். பலர் எப்போதாவது ஒருமுறை கையெழுத்தைப் போட்டுவிட்டு வந்துவிடுகிறார்கள்.

இப்படிப்பட்டவர்களைத்தான் நம் நாட்டு மக்கள் மீண்டும் மீண்டும் ஒவ்வொரு தேர்தலிலும் தேர்ந்தெடுத்துக்கொண்டே இருக்கிறார்கள்.

வாக்களித்த பலருக்குத் தங்கள் சட்டமன்ற, நாடாளுமன்ற உறுப்பினர் களின் பெயரும் தெரியாது; முகமும் தெரியாது. தேர்தல் நேரத்தில் மட்டும் மக்கள் முன் முகத்தைக் காட்டுவதோடு ஒதுங்கிக் கொள் கிறார்கள். பதவியில் இருக்கும் இந்த ஐந்தாண்டுகள் மட்டுமல்ல; வாழ்நாள் முழுக்க மக்களின் வரிப் பணத்தில் அதற்கான ஊதியத்தையும் சலுகைகளையும் அனுபவித்துக் கொண்டே இருக்கிறார்கள்.

மக்கள் மன்றங்களில் மக்களின் குரலை, மக்களின் சிக்கல்களை, மக் களின் தேவைகளை எடுத்துரைத்து கடமை ஆற்றாத பலரே மீண்டும் அடுத்தத் தேர்தலிலும் அதே தொகுதியில் அதே மக்களிடத்தில் வந்து கூசாமல் 'பெருவாக்கு வித்தியாசத்தில்' வெற்றி பெறச் செய்யுங்கள் என வாக்கு கேட்பார்கள். இந்த மக்களும் அவர்களைக் கேள்வி கேட்பது இல்லை. கொடுக்கிற பணத்தை வாங்கிக்கொண்டு அந்த வேட்பாளரின் தகுதியைப் பார்க்காமல் அவர் சார்ந்த கட்சியின் சின்னத்துக்கு வாக்களித்துவிடுகிறார்கள். இதனால் அந்த வேட்பாளர் மீண்டும் மக்களின் சார்பாக ஐந்தாண்டு காலங்களுக்குப் பதவியில் நீடிக்கிறார்.

மக்களுக்காகக் குரல் எழுப்பாமல் புகழ் பாடுவதற்கு மட்டும் கற்றுக் கொண்டுள்ள சிலர், ஒரு கட்சியின் வாக்குகளைப் பெற்று உறுப்பினராகிவிட்டு பதவி ஏற்றவுடன் தனது சொந்த நலனுக்காக மாற்றுக் கொள்கையுடைய வேறொரு கட்சிக்குத் தாவிவிடும் போக்கும் பெருகிக்கொண்டு வருகிறது.

நான் வாக்களித்த கட்சியில் இருந்து எதற்காக வேறொரு கட்சிக்குத் தாவினீர்கள் என அந்தத் தொகுதி மக்களும் கேட்பது இல்லை. எங்கேயாவது ஒரு தொகுதியில் அப்படிப்பட்டவர்களைத் தொகுதிக்குள் வரவிடாமல் விரட்டி அடித்திருந்தால் அவர்களுக்குத் தன்னை உறுப்பினராக்கிய மக்கள் மேல் பயம் இருந்திருக்கும்.

எந்தத் தகுதியின் அடிப்படையில் அரசியல் கட்சிகள் தங்களின் வேட் பாளர்களைத் தேர்வு செய்கின்றன என்பது புரியவில்லை. சட்டமன்ற, நாடாளுமன்ற உறுப்பினர் பொறுப்பு எத்தகைய முக்கியத்துவம் வாய்ந்தது என்பதை பல உறுப்பினர்கள் இன்னும் உணராததுபோல், மக்களும் உணரவில்லை. மீண்டும் தேர்தல் வந்தால் தங்களின் சிக்கல்களும் தேவைகளும் தீர்ந்துவிடுவதாக எண்ணி ஒவ்வொரு தேர்தலிலும் வாக்களித்துவிட்டு மக்கள் தோற்றுக்கொண்டே இருக்கிறார்கள். பொதுக்கூட்டங்களிலும், திருமண மேடைகளிலும் ஆவேசமாக முழங்குபவர்கள், பேச வேண்டிய மன்றத்தில் பேசாமல்

பெட்டிப் பாம்பாய் முடங்கிப் போய் உட்கார்ந்திருக்கிறார்கள். தலைவரைப் போற்றுவதற்கே ஐந்தாண்டுகளை வீணாக்கிவிட்டு அச்சமின்றி மீண்டும் அதே தொகுதியில் வேட்பாளராக வந்து நிற்கிறார்கள்.

முன்பெல்லாம் சட்டமன்றமோ நாடாளுமன்றமோ கூடப்போகிறது என்றால் மக்களிடத்திலும் ஊடகங்களிலும் ஒரு எதிர்ப்பார்ப்பு இருக்கும். எதிர்க்கட்சிகளாக எதிரணியில் இருப்பவர்கள் விவாதம் செய்து தங்களின் தேவையை நிறைவேற்றுவார்கள் என்கிற எதிர்பார்ப்பு இருந்தது. எப்போது ஒரே கட்சி பெரும்பான்மையான உறுப்பினர்களுடன் ஆட்சியைப் பிடிக்கிறதோ, அப்போதே எதிர்க்கட்சிகளுக்கும் மக்களின் குரலுக்கும் இடமில்லாமல் போய் விடுகிறது. பெரும்பான்மையாக இருப்பவர்கள் அவர்களின் வசதிக்கு ஏற்றபடி எந்த சட்டத்தையும் உருவாக்கிக்கொள்ளும் இடமாக மக்களின் இரு மன்றங்களும் முடங்கிப்போகின்றன. அரசு என்பது ஆளும் கட்சிக்காகவும், சபை என்பது எதிர்கட்சிக்காகவும் இருந்த இடம், பெரும்பான்மை உறுப்பினர்கள் இருக்கிறார்கள் என்கிற ஒரே காரணத்துக்காக சட்டமன்றம், நாடாளுமன்றம் இரண்டுமே ஆளுங்கட்சியின் இடமாக மாறிப் போகிறது.

மக்களுக்காகப் போராடுபவர்கள், குரல் எழுப்புபவர்கள் எதிரணியில் இருப்பவர்கள்தான். அவர்கள் மூலமாகத்தான் இந்நாட்டின், இம்மாநிலங்களின் தேவைகளும், சிக்கல்களும் விவாதித்துத் தீர்க்கப்படும். அவ்வாறு இல்லாமல் போகும்போது இரு சபைகளும் வெறும் சடங்குக்காகவே நடத்தி முடிக்கப்படும்.

பெரும்பான்மை இல்லாததால் எதிரணியில், எதிர்க்கட்சியில் இருப்பவர்களால் எதைப் பற்றியும் பேச முடிவதில்லை. பேசினாலும் அந்தந்தக் கட்சித் தலைவர்கள் வரலாறுகளை, செயல்பாடுகளை, சீண்டல்களைப் பற்றிப் பேசியே ஐந்தாண்டுகளைக் கழித்துவிடுகிறார்கள். பேச அனுமதி மறுப்பதைக் காரணம் காட்டி மற்ற கட்சிகளின் உறுப்பினர்கள் வெளியேறிவிடுவது, ஆளுங்கட்சியினருக்கு வசதியாகிவிடுகிறது. மக்கள் பிரச்னைகளை விவாதித்துத் தீர்க்க வேண்டிய மன்றங்கள் வெற்றுப் புகழ்பாடும் மன்றங்களாகவும் வசைபாடும் மன்றங்களாகவும் சிலர் அதைக் கண்டு பெருமகிழ்ச்சி கொள்வதற்காகவும் மட்டுமே கூடிக்கொண்டிருப்பது இந்த நாட்டுக்கும் அவர்களைத் தேர்ந்தெடுத்து அனுப்பிய மக்களுக்கும் எவ்வளவு பெரிய துரோகச் செயல்!

தமிழகத்தில் கடந்த சில ஆட்சிகளில்தான் எதிர்க்கட்சித் தலைவர்களே வராமல் சட்டமன்றம் செயல்படுகிறது. பிற நாடுகளில் இருப்பது போல் தேர்தலில் பெற்ற வாக்குகளின் விழுக்காட்டு அடிப்படையில்

இரு மன்றங்களிலும் மக்களின் பிரதிநிதிகள் நியமிக்கப்பட்டால் அப்போதுதான் அது உண்மையான மக்கள் மன்றம். பெரும்பான்மை மக்கள் வாக்களித்த கட்சிகள் மூன்றாவது இடத்துக்கும் நான்காவது இடத்துக்கும் போய்விடுவதும், குறைந்த அளவில் வாக்குகளைப் பெற்ற கட்சி வெற்றி பெற்ற தொகுதி எண்ணிக்கையின் அடிப்படையில் இரண்டாவது இடத்துக்கு வந்து எதிர்க்கட்சியாக ஏற்கப்படுவதும் இனியும் தொடரத்தான் வேண்டுமா?

'சட்டமன்றம் நடந்துகெண்டிருக்கிறதே, உங்களது தொகுதியின் சார்பாக என்னென்னவற்றைப் பேசுவதற்குத் தயார்ப்படுத்தியிருக் கிறீர்கள் என ஒரு சட்டமன்ற உறுப்பினரைக் கேட்டேன். ''மக்களுக்கு ஏதாவது நன்மையைச் செய்யலாம் என்கிற எண்ணத்துடன் வருபவர் களுக்கு இன்றைய அரசியலில் இடமில்லை'' என அந்த உறுப்பினர் கூறினார்.

முதல் முறை சட்டமன்றத்துக்குச் சென்றவரின் மனமுடைந்த குரல் ஒரு செய்தியை எனக்கு அறிவுறுத்துகிறது. இந்திய அரசியலில் சில குடும்பங்கள் மட்டுமே அரசியலை ஒரு பரம்பரைத் தொழிலாகச் செய்துகொண்டு, பொறுப்பு உணர்வு வாய்ந்த இளைஞர்களுக்கு வழிவிடாமல் செய்து கொண்டிருப்பது, தொடர்ந்து தேர்தலை மட்டுமே நம்பிக் கொண்டிருக்கும் இந்த மக்களுக்கு இழைக்கும் துரோகம் இல்லையா?

மக்களின் கணக்கற்ற சிக்கல்களும் வாழ்வாதார உரிமைகளும் தேவை களும் இரு மன்றங்களிலும் விவாதிக்கப்படாமல் ஒரு சடங்காகவே நடந்து முடிவது போன்ற சோகத்தைக் காட்டிலும் இம்மக்களுக்கான சோகம் எதுவாக இருக்கமுடியும்?

50

பாரதி எங்குமில்லை!

அதிகாலை கண்விழித்து இரவு படுக்கையில் விழும்வரை நம்மில் பலருக்குக் கல்வி குறித்த சிந்தனைதான். ஒரு தாய் கருவுற்றதில் இருந்தே பிறக்கப்போகும் குழந்தைக்கான சிறந்த பள்ளியைப்பற்றி பெற்றோர் சிந்திக்க ஆரம்பித்துவிடுகிறார்கள். அப்போது தொடங்குகிற பெற்றோரின் தேடல் சிறந்த கல்லூரி, சிறந்த படிப்பு, உயர்ந்த பதவி, உயர்ந்த ஊதியம் பெறும்வரைக்கும் தொடர்கிறது.

பல இளம்பருவத்தினரின் எதிர்கால வாழ்வு உயர் கல்வியைத் தரும் பல்கலைக்கழ கங்களின் கையில் இறுதியாகவிடப்படுகிறது. மனித வளத்தையும் நாட்டின் வளத்தையும் உருவாக்கும் பல்கலைக்கழகங்கள் தரத்தை இழந்துகொண்டு வருகின்றன. அதனால் ஏற்படும் பாதிப்புகள் குறித்து சிந்திக்க மறந்து, வேறு எதையெல்லாமோ பற்றிக் கவலை பட்டுக் கொண்டிருக்கிறோம்.

இப் பல்கலைக்கழகங்களை நிர்வகிக்கும் உயர்நிலைப் பொறுப்பை வகிக்கிற துணை வேந்தர்களைப்பற்றி ஊடகங்கள்

மூலமாகவும் நண்பர்கள் மூலமாகவும் அறியப்படும் செய்திகள் பெருங்கவலை அளிக்கின்றன.

நம் நாட்டில் 700 பல்கலைக்கழகங்கள் இருப்பதாகத் தெரியவருகிறது. இவற்றில் ஒரே ஒரு பல்கலைக்கழகம்கூட உலகத் தரவரிசையில் 200 எண்ணிக்கைக்குள்கூட இல்லை. இப்படியான ஒரு கல்விச் சூழலில் இந்த மக்களின் வாழ்வும் நாட்டின் நிலையும் எதிர்காலத்தில் என்னவாகப் போகிறது என்பதைப் புரிந்துகொள்ளலாம்.

ஒரு பல்கலைக்கழகத்தின் துணைவேந்தர் நியமனமே தவறு என நீதி மன்றம் தீர்ப்பளிக்கிறது. உடனே அவர் மேல் நீதிமன்றத்துக்குச் சென்று தடை ஆணை பெற்று வந்து, தனது முழு பதவிக் காலத்தையும் முடித்துள்ளார். அதுமட்டுமின்றி அவரது நியமனத்தை எதிர்த்தவர் களும் தண்டிக்கப்பட்டு பழிவாங்கப்படுகிறார்கள். அவரே அந்த பதவியை மீண்டும் அனுபவிப்பதற்காக விதிகள் மாற்றியமைக்கப் படுகின்றன. எதிர்வரும் காலங்களில் அரசியல்வாதிகளைப் போல் துணை வேந்தர் நியமனத்துக்கும் வயது ஒரு தடையே இல்லை என்கிற திருத்தம் வரலாம். அதனால் ஏற்படப்போகும் சீரழிவுகள் குறித்து எவருக்கும் கவலையில்லை.

இன்னொரு பல்கலைக்கழகத்திலும் இதே நிலைதான். மாணவர்களும் ஆசிரியர்களும் கடுமையாகப் போராடி அந்தத் துணைவேந்தரை விடுப்பில் செல்ல வைத்துள்ளனர்.

மற்றொரு பல்கலைக்கழகத்தில் அதன் துணைவேந்தர் ரூ.100 கோடி வரையில் ஊழல் செய்துள்ளார் எனக் கூறி ஊழியர்கள் போராடு கின்றனர். ஒரு தொழில்நுட்பப் பல்லைக்கழகத்தின் துணைவேந்தர் பல கோடி ரூபாயைக் கொடுத்துத்தான் அந்தப் பதவிக்கு வந்துள்ளார் என ஊடகங்கள் எழுதுகின்றன. நாட்டின் வளம் பெருக்கும் மற்றொரு பல்கலைக்கழகத் துணைவேந்தரின் செயல்பாடு, அங்கு வரலாறு காணாத அளவில் வசூல் வேட்டை நடத்தப்பட்டதை எல்லாம் ஊடகங்கள் வெளிக்கொண்டு வந்தன.

எனக்குத் தெரிந்த வேளாண்மை விஞ்ஞானி ஒருவரை மன உளைச் சலுக்கு உள்ளாக்கி, பணி மாற்றம் செய்து, அவரை எந்த ஆராய்ச்சிகளையும் மேற்கொள்ளாதபடி ஒரு கடைநிலை ஊழியரைப் போல் செயல்பட வைத்துவிட்டனர்.

பலகோடி ரூபாய் முதலீடு செய்து பல லட்சம் கோடி கொள்ளை யடிக்கும் பதவியாக மாறிவிட்டதால் Vice Chanceller என்னும் ஆங்கிலச் சொல்லை Venture Capitalist என அழைக்கும் நிலைக்கு மாற்றிவிட்டனர். இனி கல்வியின் தரத்தையும் மாணவர்களின்

தரத்தையும் ஆசிரியர்களின் தரத்தையும்பற்றி எப்படி பேசப் போகிறோம்?

ஒவ்வொரு கட்சியும் ஆட்சிக்கு வந்ததும் எவ்வாறு தங்களுக்கு ஏற்றபடி அரசு அதிகாரிகளை மாற்றிக் கொள்கிறார்களோ அதைப்போலவே, துணைவேந்தர்களின் பதவியும் ஆகிவிட்டது.

அதிகப் பணம் கொடுப்பவர்கள், தனது கட்சிக்காரர்கள், தனது சாதிக் காரர்கள் எனப் பார்த்துப் பார்த்து துணைவேந்தர் நியமனம் முடிவுசெய் யப்படுவது நம் மாணவர்கள் அனைவரையும் ஒரே தூக்குக் கயிற்றில் மாட்டி தூக்கிலிடப்படுவது போன்றது. கல்வி அமைப்பில் இதுபோன்ற நிலை தொடர்ந்தால் வல்லுநர்களை நாம் எப்படி உருவாக்குவது?

இவ்வேளையில் கவிஞர் குணாளனின் ‘இடஒதுக்கீடு’ என்கிற இந்தக் கவிதைதான் நினைவுக்கு வருகிறது.

துணைவேந்தர் பதவிகள்
ஆளுநருக்கு ஐந்து
முதல்வருக்கு மூன்று
அமைச்சர்களுக்கு ஆறு
இன்னும் அதிகாரிகள்
அனைத்து சாதிகள் என
கணக்குப் போட்டதில்
இன்னும் பல பல்கலைக்கழகங்கள்
ஆரம்பிக்க அவசியமானது.

தங்கள் பிள்ளைகள் உயர்கல்வியைப் பெறுவதற்காக வாழ்நாள் முழுக்கப் போராடும் பெற்றோர்கள் தங்கள் பிள்ளைகளை இப்படிப் பட்ட பல்கலைக்கழகங்களிடத்தில்தான் ஒப்படைக்க வேண்டியிருக்கிறது.

இன்னொரு கவிதையையும் என்னால் குறிப்பிடாமல் இருக்க முடியவில்லை.

இவர்

உதவிப் பேராசிரியராக உள்ளே வந்தார்
அமைச்சரின் அன்பால்
இணைப் பேராசிரியரானார்
ஆட்சி மாற்றத்தில்
பேராசிரியரானார்

இட ஒதுக்கீட்டில்
துறைத் தலைவரானார்
அழுத்தம் கொடுத்ததால்
கல்லூரி முதல்வரானார்
கடைசியாக காசு கொடுத்து துணைவேந்தருமானார்
இறுதிவரை
பணி எதுவும் செய்யாமலேயே
பணி ஓய்வும் பெற்றார்.

இதனை ஒரு கவிஞனின் கற்பனை எனச் சொல்லி கண்டுகொள்ளாமல் கடந்து போக முடியவில்லை. நடைமுறையில் இந்நாட்டில் இப்படிப் பட்டவர்களிடத்தில்தான் நம் பிள்ளைகளின் வாழ்வை ஒப்படைத் திருக்கிறோம்.

இன்றைய கல்விமுறை எதைப் பற்றியும் சிந்திக்காத, எதையும் கண்டு கொள்ளாத அடிமைத் தலைமுறைகளை உருவாக்கிவருகிறது. நாம் நம் பிள்ளைகளுக்குக் கற்றுக் கொடுக்க வேண்டியது இந்த அடிமைக் கல்வியல்ல. நம்மை, நம் தலைமுறைகளை அடிமை என எண்ணிக் கொண்டு நம்மை சீரழித்துக் கொண்டிருப்பவர்களுக்கு எதிராக வீதியில் இறங்கிப் போராடுவதே, நம் முதல் வேலை என்பதைத்தான் கற்றுத் தரவேண்டும்.

அன்பு வாசகர்களே... நான் உங்களிடத்தில் சொல்லத் தோன்றியதை எழுதத் தொடங்கி, சரியாக ஓராண்டு நிறைவடையப் போகிறது. நம் குறைகளையும் தேவைகளையும் நிறைகளையும் செய்ய வேண்டி யதையும் தொடர்ந்து எழுதி வந்துள்ளேன்.

எப்போதும் என் மக்கள், என் மொழி, என் இனம், எனது மண் என்றுதான் அதிகம் சிந்தித்துக் கொண்டிருக்கிறேன். தொடர்ந்து சுட வைக்கப்படும் குளிர்ந்த தண்ணீர் எப்படி மெள்ளக் கொதிநிலைக்கு வருமோ, அவ்வாறே தொடர்ந்த நெருக்கடிகளுக்கு ஆளாகி வரும் என் மக்களின் மனநிலையும் என்றேனும் ஒருநாள் கொதித்து எழும். அப்போது நான் நினைத்தது நடக்கும் என்கிற நம்பிக்கை இருக்கிறது.

எனது சிந்தனையும் 'தி இந்து'வின் சிந்தனையும் ஒன்றிணைந்த தால்தான் இவ்வளவு தொலைவு என்னால் பயணிக்க முடிந்தது. இனி உங்களை எனது சிந்தனை சந்திக்காமல் போனாலும் எனது இலக்கியம், திரைப்படம், மக்கள் சந்திப்பு, ஊடகத் தொடர்பு என எல்லாவற்றின் மூலமாக எனது மக்களுக்கான என் பணியைச் செய்துகொண்டே இருப்பேன்.

மகாகவி சுப்பிரமணிய பாரதி எங்கேயும் போய்விடவில்லை. அவரை நாம்தான் ஒவ்வொருவருக்குள்ளும் ஏற்றிக்கொள்ளவேண்டும். பாரதி இறந்தபோது இறுதிச் சடங்குக்கு வெறும் 14 பேர் மட்டுமே வந்தார்களாம். ஆனால், இன்றைய நிலையில் பாரதி இறந்திருந்தால் இரண்டு பேராவது வருவார்களா என என்னால் உறுதியாகச் சொல்ல முடியவில்லை. அன்று ஒரு பாரதி தேவைப்பட்டால், இன்று ஒரு கோடி பாரதிகள் தேவை. அடிப்படைத் தேவைகள் பூர்த்தியாவதுதான் நம் இன்றைய எதிர்பார்ப்பு என்றாலும் நமக்கு உடனே தேவைப்படுவது பாரதிக்கு இருந்த அந்த உணர்ச்சிதான். அது நமக்கு இருக்கிறதா?

பாரதி இன்று நம்மிடம் வந்தால் நம்மைப் பார்த்து, நம்மை ஆள்பவர்களைப் பார்த்து என்ன கேட்பார் என எண்ணிக்கொண்டே உங்களிடம் இருந்து விடைபெறுகிறேன். முடிந்தால் நீங்களும் ஒரு நிமிடம் எண்ணிப் பாருங்கள்.

- இன்னும் சொல்லத் தோணுது...

ஆனாலும் நிறைவு செய்கிறேன்.

www.ingramcontent.com/pod-product-compliance
Lightning Source LLC
LaVergne TN
LVHW060608051026
849519LV00002B/524